பட்டைய கிளப்பு

ப்ராண்ட் பற்றிய க்ராண்ட் அறிமுகம்

சதீஷ் கிருஷ்ணமூர்த்தி

கிழக்கு

பட்டைய கிளப்பு: ப்ராண்ட் பற்றிய க்ராண்ட் அறிமுகம்
Pattaya Kilappu: Brand Patriya Grand Arimugam
Satheesh Krishnamurthy ©

First Edition: August 2015
186 Pages

ISBN 978-93-84149-34-5
Kizhakku - 839

Kizhakku Pathippagam
177/103, First Floor,
Ambal's Building, Lloyds Road,
Royapettah, Chennai 600 014.
Ph: +91-44-4200-9603

Email : support@nhm.in
Website : www.nhm.in

Author's Email: satheeshkrishnamurthy@gmail.com

Printed in India by Repro India Ltd., Navi Mumbai

Kizhakku Pathippagam is an imprint of New Horizon Media Private Limited.

‘என் பெற்றோர்களுக்கு’

உள்ளே

முன்னுரை

அறுபதுகளின் இறுதியில் 'பட்டணத்தில் பூதம்' என்ற படம் வந்தது உங்களுக்கு நினைவிருக்கலாம். அதில் ஒரு சீன். திரைத்துறையின் தன்னிகரற்ற நகைச்சுவை நாயகன் நாகேஷ், நடிகை ரமாபிரபாவுடன் பேசிக்கொண்டிருப்பார். பேச்சு நாய்களைப் பற்றித் திரும்பும்.

ரமாபிரபா கூறுவார்: 'நான் நாய் வளர்த்தேன்யா. அதுக்கு சீசர்ன்னு பேர் வைச்சேன். ஆனா ஒரு வாரத்திலேயே செத்துப் போச்சு.'

நாகேஷ் தனக்கே உரிய டைமிங் சென்ஸ்ஸோடு பட்டென்று சொல்வார்: 'பேரு வெச்சியே, சோறு வெச்சியா?'

இதை நாகேஷ் ரமாபிரபாவுக்கு மட்டும் சொல்லவில்லை. ப்ராண்ட் என்றால் பெயர் வைப்பது மட்டுமே என்று நினைக்கும் மார்க்கெட்டர்களுக்கும் சேர்த்துத்தான் சொல்லியிருக்கிறார். பொருளுக்குப் பெயர் மட்டும் வைத்து மார்க்கெட்டில் விற்க முயன்று அது தோல்வியுறும் போது எதனால் தோற்றது என்று தெரியாமல் முழிப்பவர்களுக்கும் சேர்த்துத்தான் சொல்லியிருக்கிறார்.

ப்ராண்ட் என்பது வெறும் பெயர் வைப்பது என்று நினைக்கும் வர்க்கத்தைச் சேர்ந்தவர் நீங்கள் எனில், அவசியம் இந்தப் புத்தகத்தை வாங்கிப் படிக்கவேண்டியவர் ஆகிறீர்கள்.

ஒரு பொருளுக்குப் பெயர் வைத்தால் அது ப்ராண்ட் என்று பாமரர் நினைத்தால் ஒழிந்துபோகிறது என்று விட்டுவிடலாம். ஆனால் அதையே பல மார்க்கெட்டர்கள் நினைப்பதனால்தான் அவர்களுடைய ப்ராண்டுகள் ஒழிந்துவருகின்றன. அதோடு அந்த மார்க்கெட்டர்களும் அழிந்துவருகிறார்கள்.

இதில் வயிற்றெறிச்சல் என்னவென்றால் எதனால் தோல்வி என்று அவர்களுக்கும் தெரிவதில்லை; மற்றவர்களுக்கும் புரிவதில்லை. எனவே, ஒழிந்துவரும் பொருட்களின் எண்ணிக்கை குறைவதும் இல்லை.

பொருளுக்குப் பெயர் வைத்தால் மட்டுமே அது ப்ராண்ட் ஆவதில்லை. குழந்தையைப் பெற்றெடுத்து அதற்குப் பெயர் வைத்தால் எல்லாம் முடிந்ததாக அர்த்தமாகிவிடுமா? குழந்தையைப் பெற்றதோடு போதும் என்று இல்லாமல், பாலூற்றி, பதவிசாகப் பராமரித்து, பட்டுத் துணி போர்த்தி, படிக்க வைத்து, பேணிப் பாதுகாத்து, பார்த்துப் பார்த்து வளர்கிறோமல்லவா? வளர்க்க வேண்டுமல்லவா?

நீங்கள் அறிமுகப்படுத்தும் ப்ராண்ட் மட்டும் என்ன பாவம் பண்ணியது? அதற்கும் பெயர் வைப்பதோடு நில்லாமல், அதைக் கருவாக்கி, உருவாக்கி, ஆளாக்கி, அதன் பொருள்வகையை அரசாள வைத்தால் தான் அது ப்ராண்ட் என்கிற அந்தஸ்தைப் பெறுகிறது. இல்லையேல் மார்க்கெட்டில் அவஸ்தைப்பட்டு, போட்டியாளர்களிடம் அல்லோலப் பட்டு, அநியாயத்துக்கு அகால மரணமடைந்து, ஆற்றில் அஸ்தி கரைக்கப்படும் அவல நிலையை அடைகிறது.

காந்தி என்று பெயர் வைத்தால் போதுமா? அந்த மனிதர் காந்தி ஆகிவிடுவாரா? 'லக்ஸ்' என்று பெயர் வைத்தால் அந்த சோப் லக்ஸ் ஆகிவிடுமா? ஆக, வெறும் பெயர் மட்டும் வைப்பதல்ல ப்ராண்ட்.

ப்ராண்ட் என்பது பொருளுக்கு பொசிஷனிங் செய்வது; அதற்கான பயன்களை உறுதியாக அறுதியிடுவது; போட்டியாளர்களிடமிருந்து வித்தியாசப்படுத்திக் காட்டுவது; அதற்கு ஓர் ஆளுமையை அளிப்பது; அதற்கு உண்டான அடிப்படைகளை வடிவமைப்பது; இவை எல்லாவற்றையும் வாடிக்கையாளர்கள் மனத்தில் தெள்ளத்தெளிவாகப் புரிய வைப்பது; மார்க்கெட்டில் பட்டையைக் கிளப்புவது.

நாகேஷ் சொன்னதுபோல, 'பேரு வைப்பதல்ல. சோறு வைப்பது'!

விற்கக்கூடிய எதையுமே ப்ராண்ட் செய்யலாம். செய்யவேண்டும். மாட்டுத் தீவனம் முதல் மல்டிநேஷனல் பொருட்கள்வரை, டியோடரண்ட் முதல் டிடெர்ஜண்ட்வரை, துணிக்கடை முதல் நகைக்/ கடைவரை, ஆயுள் காப்பீடு முதல் அப்பளம் கருவடாம்வரை, விற்கும் எதையும் ப்ராண்ட் செய்யலாம். செய்யுங்கள். செய்தே ஆகவேண்டும். அப்போதுதான் அதை விற்க முடியும். செய்யவில்லை என்றால் அந்தப் பொருள் செய்வினை செய்யப்பட்டதுபோல் சீக்கிரமே செத்துப் போகும்.

அதோடு, ப்ராண்டைப் போட்டியாளர்களிடமிருந்து வித்தியாசப்படுத்திக் காட்டவும் வேண்டும். வித்தியாசப்படுத்திக் காட்டவும் முடியும். இது எளிதானதல்ல. ஆனால் முடியாததும் அல்ல.

எல்லா சாக்லெட்டாலுமா 'காட்பரீஸ்' ஆக முடிகிறது?

எல்லா பைனான்ஸ் கம்பெனிகளாலுமா 'சுந்தரம் ஃபைனான்ஸ்' ஆக முடிகிறது?

எல்லாக் கோயில்களாலுமா 'திருப்பதி வெங்கடாசலபதி கோயில்' ஆக முடிகிறது?

எல்லா பீச்சுகளாலுமா 'கோவா பீச்' ஆக முடிகிறது?

எல்லா இசை அமைப்பாளர்களாலுமா 'இசைஞானி இளையராஜா' ஆக முடிகிறது?

காட்பரீஸூம், சுந்தரம் ஃபைனான்ஸூம் ஓகே. திருப்பதி வெங்கடாசலபதி கோயில் ப்ராண்டா? கோவா பீச்சை ப்ராண்ட் என்பது கொஞ்சம் ஓவரோ? இளையராஜா ஜகஜ்ஜால ஜீனியஸ்தான், அதற்காக அவரையும் ப்ராண்ட் என்பதா?

எல்லாமே சப்ஜாடாய் ப்ராண்ட்தான்!

சாக்லேட் என்னும் பொருள் காட்பரீஸ் என்ற ப்ராண்ட் ஆனது எப்படி என்று விளக்கத்தான் இந்தப் புத்தகம். 'சுந்தரம்' என்கிற பெயர் 'நம்பகத் தன்மை' என்று அர்த்தம் கொண்டது எதனால் என்பதைச் சொல்லத்தான் இந்த முயற்சி. இசைஞானி என்கிற பட்டம் இளையராஜா என்கிற ப்ராண்டுக்கு எப்படிப் பயன்படுகிறது என்பதைத் தெளிவாக்கவே இந்த ஆரம்பம்.

ஒரு ஐடியாவை கருவேற்றி, அதைப் பொருளாக உருமாற்றி, அதையே ப்ராண்டாக மெருகேற்றி, அதை மார்க்கெட்டில் அரங்கேற்றி, பலமான போட்டியாளர்களிடமிருந்து காப்பாற்றி, காலாகாலமாய் அதைக் கரையேற்றி வெற்றி அடைவது எப்படி என்பதைத் விளக்கத்தான் இந்த புத்தகம். ப்ராண்டிங் என்னும் மார்க்கெட்டிங் கலையை நீங்கள் ஓரளவேனும் அறிந்துகொள்ளத்தான் இந்த தொகுப்பு.

ஒரு வகையில் பார்த்தால் இந்தப் புத்தகம்கூட ஒரு ப்ராண்ட்தான்.

எப்படி?

இந்தப் புத்தகத்தை முதற்காரியமாக வாங்குங்கள். முழுவதுமாகப் படியுங்கள். படித்து முடிக்கும்போது அது எப்படி என்பது உங்களுக்கே புரியும்!

சியர்ஸ்

சதீஷ் கிருஷ்ணமூர்த்தி

பாகம் 1

ப்ராண்ட் - ஒரு அறிமுகம்

அங்கெங்குமாக அண்டசராசரம் எங்கும் பரம்பொருளாகப் பரவியிருக்கின்றன ப்ராண்டுகள். பலாப்பழத் தள்ளுவண்டி முதல் பன்னாட்டு வியாபாரம்வரை வியாபித்திருக்கிறது ப்ராண்டிங்.

இது ஏன்? எப்படி? எதற்கு? ப்ராண்ட் என்றால் என்ன? அந்தப் பெயர் எப்படி வந்தது? எதையும் ப்ராண்ட் செய்ய முடியுமா?

முதல் பாகம் இந்தக் கேள்விகளைத்தான் அக்கு வேறு ஆணி வேறாக அலசப்போகிறது. நாட்டின் பொருளாதாரம் தொடங்கி வீட்டின் வாழ்வாதாரம்வரை பரவியது போதாது என்று விளையாட்டுத் துறைவரை நீண்டு அதுவும் பத்தாது என்று மதங்கள்வரைகூட ப்ராண்டுகளின் ஆதிக்கம் தொடர்வது எப்படி? எதனால்?

கதை சொல்லி பாட்டி சோறு ஊட்டியதுபோல் விளம்பரம் என்ற கதை சொல்லி நமக்குச் சோறு ஊட்டுகின்றனவா ப்ராண்டுகள்? அந்தக் கதையில் மயங்கித்தான் நாம் ஏமாறுகிறோமா?

ப்ராண்டுகளை நித்தம் குற்றம் சொல்கிறோமே, அந்தக் குற்றத்தில் சாரம் உண்டா? அப்படிக் குற்றம் கூறுவதே குற்றமா? ப்ராண்டுகளால், அவற்றை விற்பவர்களுக்குப் பயன் உண்டு என்பது தெரிகிறது. அதை வங்குபவர்களுக்குப் பயன் உண்டா?

இவையும் இன்ன பிறவும் இந்த பாகத்தில்!

1

ப்ராண்டுகள் பற்றி

ப்ராண்ட் இல்லாத ஓர் உலகத்தைக் கொஞ்சம் கற்பனை செய்து பாருங்கள். உலகம் ஒரு காலத்தில் அப்படித்தான் இருந்தது. இன்னமும் கூட உலகத்தின் சில மூலை முடுக்குகள் அப்படித்தான் இருக்கின்றன.

அங்கு இரைச்சலான விளம்பரங்கள் இருக்காது. மால்கள் இருக்காது. மல்டிப்ளெக்ஸ்கள் இருக்காது. ஷாப்பிங் காம்ப்ளெக்ஸ்கள் இருக்காது. கடை கன்னி கிடையாது. கடை இல்லையென்றால் கன்னிகளுக்கு அங்கு என்ன வேலை? எனவே கன்னிகள் கிடையாது. கன்னிகள் இல்லையென்றால் காளையர்களுக்கு அங்கு என்ன வேலை? எனவே ஆண்களும் கிடையாது. அந்த உலகத்தில் சத்தம் இருக்காது; கூச்சல் கிடையாது; கூட்டம் கிடையாது.

எப்படி இருக்கும் அந்த வாழ்க்கை என்று நினைத்துப் பாருங்கள்.

அமைதியாய், அழகாய், ஆனந்தமாய், அமர்க்களமாய், அமோகமாய் இருக்கும்! மிஞ்சிப் போனால் மூன்று நாளோ, இல்லை பல்லைக் கடித்துக்கொண்டிருந்தால் நாலு நாளோ. ஐந்தாவது நாள் தலை முடியைப் பிய்த்துக்கொண்டு, சட்டை பாண்டைக் கிழித்துக்கொண்டு, பைத்தியம் பிடித்து, பாயை பிராண்ட ஆரம்பித்திருப்பீர்கள். 'எந்த பக்கம்யா ப்ராண்ட் உலகம்' என்று தேடி விசாரித்து, தலைதெறிக்கத் திரும்பி ஓடி வந்துவிடுவீர்கள்.

அந்த அளவுக்கா ப்ராண்டுகளின் கோரப்பிடியில், விளம்பரங்களின் கிடுக்கிப்பிடியில் சிக்கி, கம்பெனிகளிடம் கட்டுண்டு கைகட்டிக் கிடக்கிறோம் நாம்?

ஆம். ப்ராண்டுகள் தரும் வசதிகளை நம்பி, அவை தரும் சௌகரியங்களில் மயங்கி, அவற்றை விரும்பியோ, விரும்பாமலோ, வேண்டியோ வேண்டாவெறுப்பாகவோ ஏற்றுக்கொண்டிருக்கிறோம். 'க்ராண்ட்' லைஃப் வாழ்கிறோமோ இல்லையோ, 'ப்ராண்ட்' லைஃப் வாழ்கிறோம். வாழப் பழகிவிட்டோம்.

ஒரு சாதாரண நாளில், காலை கண் விழித்ததுமுதல் இரவு கண் அசரும்வரை தோராயமாக எத்தனை ப்ராண்டுகளைப் பார்க்கிறீர்கள்?

'இருபதோ, முப்பதோ? என்ன மிஞ்சி மிஞ்சிப் போனால் ஒரு நூறு ப்ராண்ட் இருக்கலாம்' என்று நினைக்கிறீர்களா? சரி, வாருங்கள் கணக்கெடுப்போம்.

காலை எழுந்திருக்கிறீர்கள். அந்த படுக்கையே 'கர்ல் ஆன்' அல்லது 'ஸ்லீப்வெல்' ப்ராண்டாக இருக்கலாம். எழுவது உங்கள் 'நோக்கியா' அல்லது 'சாம்சங்' மொபைல் ஃபோன் அலாரத்தில். இஷ்டமில்லாமல் எழுந்து கஷ்டப்பட்டுத் தள்ளாடி பாத்ரூமில் தேடுவது 'கோல்கேட்' அல்லது 'க்ளோஸ் அப்'. டேஸ்டான பேஸ்டுக்கு சைட் டிஷ்ஷாக 'ஓரல் பீ' அல்லது 'பெப்ஸோடண்ட்' டூத்ப்ரஷ்.

இருக்கும் பல்லைக் கடனுக்குத் தேய்த்துவிட்டு ஹாலில் வந்து தலைக்கு மேல் 'பெஸ்ட் அண்டு க்ராம்ப்டன்' அல்லது 'கைத்தான்' ஃபேனைப் போட 'ஹேவல்ஸ்' அல்லது 'லேக்ராண்ட்' ஸ்விட்சைத் தட்டி விட்டு 'மாட்ஃபர்ன்' அல்லது 'ஜெயபாரதம் ஃபர்னிச்சரில்' வாங்கிய சோஃபாவில் அமர்ந்து 'தி ஹிந்து' அல்லது 'தினமலர்' பேப்பரைப் படித்துக்கொண்டே குடிப்பது 'ப்ரூ' அல்லது 'நரசூஸ்' காபி.

'ஃபேவர் லூபா' கடிகாரம் எட்டு மணி அடிப்பதைக் கேட்டு பேப்பரை விசிறி எறிந்துவிட்டு அவசர அவசரமாக பாத்ரூமுக்கு ஓடி 'ஹார்பிக்', 'டோமெக்ஸ்' பாட்டில்களுக்கு இடையே தேடி 'லிரில்' சோப்பை எடுத்து அதோடு தொட்டுக்கொள்ள 'க்ளினிக் ப்ளஸ்' அல்லது 'பேண்டீன்' ஷாம்பு. பாதாதி கேசமும் நுரைக் குளியல் குளித்துவிட்டு ரூமுக்கு வந்து 'டாண்டெக்ஸ்' அல்லது 'விஐபி ஃப்ரென்ச்சி' ஜட்டி. தினவெடுத்த தோள்களுக்கு 'ரோமெக்ஸ்' அல்லது 'வைக்கிங்' பனியன்.

அப்படியே ஆஃபீஸ் போனால் அசிங்கம் என்று ஜட்டியின்மேல் 'கலர் ப்ளஸ்' அல்லது 'பேசிக்ஸ்' பாண்டும் அதற்கு மாட்சிங்காக 'ஏரோ' அல்லது 'லூயி ஃபிளிப்' ஷர்ட்டும். அதற்குமேல் 'ஸோடியாக்' டை.

டைனிங் டேபிளில் பாதி நின்றுகொண்டும் வாசலை நோக்கி ஓடிக்கொண்டும் 'எம்டீஆர்' அல்லது 'தாயார்' ப்ராண்ட் மாவில் செய்த தோசையுடன் 'ஆச்சி' மிளகாய்ப் பொடியுடன் ஃப்ரேக்ஃபாஸ்ட். கையைக் கழுவி, 'கின்லி' அல்லது 'அக்வாஃபீனா' கேனிலிருந்து தண்ணிரை மடக்கென்று ஒரு கல்ப். அதன்பின் கையில் 'ஹுலெட் பேக்கார்ட்' அல்லது 'டெல்' லேப்டாப்பைச் சுமந்துகொண்டு வீட்டு வாசலில் அநாதையாகக் கிடக்கும் 'பாட்டா' அல்லது 'லிபர்ட்டி' ஷுவுக்குள் சடக்கென்று காலை நுழைத்து அதே காலால் 'ஃபேஷன்

ப்ளஸ்' அல்லது 'பல்ஸர்' பைக்கை இருக்கும் கோபத்தையும் அவசரத்தையும் சேர்த்து ஒரு உதை. ஆபீஸ் பயணம்.

காலை மணி ஒன்பதுகூட ஆகவில்லை. அதற்குள் எத்தனை ப்ராண்டு களை உபயோகித்திருக்கிறீர்கள் பாருங்கள். இவை அனைத்தும் நீங்கள் பயன்படுத்தியவை. உங்கள் மனைவியும் பல ப்ராண்டுகளை உபயோ கிக்கிறார். அந்த ப்ராண்டுகளை இந்த விளையாட்டில் சேர்க்கவில்லை. உங்கள் குழந்தைகளும் பெற்றோர்களும் வீட்டில் உள்ள மற்றவர்களும் பல ப்ராண்டுகளை உபயோகிக்கிறார்கள். அவற்றையெல்லாம் இந்தப் பட்டியலில் சேர்க்கவில்லை.

பைக்கில் ஆபிஸ் செல்லும் வழியில் பார்க்கும் விளம்பர போர்டு களையோ, மற்ற ப்ராண்டு கார்களையோ, பைக்குகளையோ, ஆபீஸில் மற்றவர்கள் உபயோகிக்கும் ப்ராண்டுகளையோ இந்தக் கணக்கில் சேர்க்கவில்லை. ஆபிசில் நீங்கள் உபயோகிக்கும் மற்ற ப்ராண்டுகள் பக்கம் இன்னமும் போகவில்லை.

மீண்டும் வீட்டுக்கு வரும் வழியில் பல ப்ராண்டுகளைப் பார்க்கிறீர்கள். வீட்டுக்கு வந்தவுடன் வேறு சில ப்ராண்டுகளை உபயோகிக்கிறீர்கள். எல்லாம் முடிந்து அக்கடா என்று சோஃபாவில் அமர்ந்து ஹாயாக டீவி பார்க்கும்போது வரும் விளம்பரங்களையும் அவற்றில் வரும் ப்ராண்டு களையும் கணக்கெடுக்க ஆரம்பித்தால்...

ஒரு நாள் முழுவதும், 'என்ன ஒரு இருபது ப்ராண்ட், மே பீ ஒரு முப்பது ப்ராண்ட் மேக்சிமம்' என்றா நினைத்தீர்கள்!

ப்ராண்டில்லா உலகின் சத்தமில்லா அமைதியிலிருந்து ஏன் இந்த உலகுக்கு ஓடி வருகிறோம் என்று இப்போது புரிகிறதா? எத்தனை ப்ராண்டுகள் என்று எண்ண முடியாத அளவுக்கு அவற்றின் பிடியில், சௌகரியங்களில் கட்டுண்டு கிடக்கும் காரணம் என்னவென்று இப்போது விளங்குகிறதா?

ப்ராண்ட் என்றால் என்ன?

அப்பேர்ப்பட்ட மகாத்மியம் நிறைந்த மகோன்னத, மஹாகணம் பொருந்திய இந்த ப்ராண்ட் என்றால் என்ன என்று பிள்ளையார் சுழியிலிருந்து ஆரம்பிப்போம்.

> ப்ராண்ட் என்பது ஒரு மார்கெட்டரின் பொருளையோ சேவையையோ இனம் கண்டுகொள்ளச் செய்து அப் பொருளையோ சேவையையோ மற்ற போட்டியாளர்களிடமிருந்து

தனித்து, பிரித்துக் காட்ட உதவும் பெயர், குறியீடு, சின்னம், வடிவமைப்பு அல்லது இவற்றின் கலவை.

இதை நான் கூறவில்லை; 'அமெரிக்க மார்க்கெட்டிங் அசோசியேஷன்' என்னும் பிரபல அமைப்பு கூறுகிறது,

ப்ராண்ட் பற்றிய இந்த வரையறையில் நான்கு முக்கிய அம்சங்கள் இருக்கின்றன. முதலாவது, ப்ராண்ட் என்பது வெறும் ஒரு பொருள் மட்டும் அல்ல.

டியோரண்ட் என்பது பொருள். 'ஆக்ஸ்' என்பது ப்ராண்ட்.

ஆயுள் காப்பீடு என்பது சேவை. 'எல்ஐசி' என்பது ப்ராண்ட்.

20-20 கிரிக்கெட் ஆட்டம் என்பது பொருள். 'ஐபிஎல்' என்பது ப்ராண்ட்.

கோயில் என்பது இடம். 'மயிலை கபாலீஸ்வரர் கோயில்' என்பது ப்ராண்ட்.

பொருளோ, சேவையோ, அனுபவமோ எதுவாக இருந்தாலும் ப்ராண்ட் செய்யப்படலாம். இதை இந்த அத்தியாயத்தின் இறுதியில் மீண்டும் ஒரு முறை பார்ப்போம்.

இரண்டாவது, ப்ராண்ட் என்பது ஓர் அடையாளம். ப்ராண்ட் என்பது நல்ல பொசிஷனிங் அமையப் பெற்று, தனித்துவம் வாய்ந்து இருப்பது.

'லிரில்' என்றால் புத்துணர்ச்சி.

'டெட்டால்' என்றால் பாதுகாப்பு.

'ஜிஆர்டி' என்றால் கைராசி.

Brand is a bundle of benefits என்பார்கள். குறிப்பிட்ட பயன்களின் கலவைதான் ப்ராண்ட். அப்படிக் குறிப்பிட்ட பயன்களை அளிப்பதால் தான் அது ப்ராண்ட். கையில் காயமா, 'பேண்ட் எய்ட்' எடு என்கிறோம். 'காயத்துக்குப் போடும் ப்ளாஸ்டரை எடு' என்று சொல்வதில்லை. பெயர் குறிப்பிட்டு 'பேண்ட் எய்ட்' எடு என்கிறோம். 'காயத்துக்கு பேண்ட் எய்ட்' என்கிற அடையாளம்தான் அதற்குக் காரணம்.

ப்ராண்ட் பற்றிய வரையறையின் மூன்றாவது முக்கிய அம்சம், ப்ராண்ட் என்பது மற்ற பொருட்களிலிருந்து நம் பொருளை வித்தியாசப்படுத்திக் காட்டுவது. இப்படி வித்தியாசப்படுத்திக் காட்டுவது, ப்ராண்டின் முக்கிய மான அம்சம் ஆகும். ஒரு பொருள்வகையில் உள்ள எல்லா ப்ராண்டு களும் ஒன்று போலவே இருந்தால் அவை ப்ராண்டுகளே அல்ல.

அடையாளம் என்பது இது இன்ன ப்ராண்ட் என்பதைக் குறிப்பது. வித்தியாசப்படுத்துதல் என்பது இந்தக் காரணத்தினால்தான் இன்ன ப்ராண்ட் மற்றவற்றிடமிருந்து மாறுபடுகிறது என்பதைக் கோடிட்டுக் காட்டுவது.

எத்தனையோ ஹோட்டல்கள் இருந்தாலும் சுவையான, தரமான, நல்ல சர்வீஸ் அளிக்கும் ஹோட்டல் என்றால் நம் கண்ணுக்கு 'சரவண பவன்'தானே தெரிகிறது.

எத்தனையோ மினரல் வாட்டர் பாட்டில்கள் இருந்தாலும் பாதுகாப்பான மினரல் வாட்டர் வேண்டும் என்றால் நம் தாகத்துக்கு 'அக்வாஃபீனா' தானே கேட்கிறது.

எத்தனையோ வீட்டு லோன் கம்பெனிகள் இருந்தாலும், இல்லம் வாங்க நம் மனம் 'ஹவுசிங் டெவலப்மெண்ட் ஃபைனான்ஸ் கார்ப்பரேஷனை' தானே நாடுகிறது.

ப்ராண்ட் வரையறையின் நான்காவது அம்சம் இது. ப்ராண்ட் என்பது பெயராகத்தான் இருக்கவேண்டும் என்பதில்லை. பெயராக இருக்கலாம்; குறியீடாக இருக்கலாம். சின்னமாக இருக்கலாம்; அல்லது ஒரு வடிவமைப்பாகக்கூட விளங்கலாம்.

ஒருவர் போட்டிருக்கும் டீஷர்ட்டில் 'டிக்' மார்க் போன்ற ஒரு குறியீடு இருந்தால் அது 'நைக்கி' என்று குழந்தைகூடச் சொல்லுமே. நைக்கி என்னும் ப்ராண்டைக் குறிப்பது இந்தக் குறியீடு அல்லவா?

கோவிலின் முகப்பில் பெரிய வேல் இருந்தால் அது முருகன் கோயில் என்றுதானே அர்த்தம். இங்கே முருகர் என்கிற ப்ராண்டை வெளிச்சம் போட்டுக் காட்டுவது வேல் என்கிற வடிவம்தானே?

ஓட்டு போடப் போகும் எழுதப் படிக்கத் தெரியாத எம்ஜிஆர் விசுவாசி ஓட்டுச் சீட்டில் இரட்டை இலை' சின்னத்தைத் தேடி முத்திரையை குத்துகிறார். 'அஇஅதிமுக' என்ற ப்ராண்டைக் குறிப்பது இரட்டை இலை என்கிற சின்னம் என்பதில் என்ன சந்தேகம்?

இந்தச் சின்னம், குறீயீடு, வண்ணம், வடிவம் போன்றவையெல்லாம் ப்ராண்டைக் குறிப்பவை. இவற்றுக்கு ப்ராண்ட் எலிமெண்ட்ஸ் அல்லது ப்ராண்ட் அடிப்படைகள் என்று பெயர். இவற்றைப் பின்னால் தனித் தனியாக அலசுவோம்.

ஆக, ப்ராண்ட் என்பது வெறும் ஒரு பொருளோ சேவையோ மட்டு மல்ல. அது ஒரு அடையாளம்; ஒரு வித்தியாசப்படுத்துதல். அது பெயராகவோ, குறியீடாகவோ, சின்னமாகவோ அல்லது இவற்றின் கலவையாகவோ இருக்கலாம்.

ஸ்போர்ட்ஸ் ஷூவை எடுத்துக்கொள்வோம். ஒரு காலத்தில் விளையாட வேண்டும் என்றாலோ ஸ்கூலில் பி.டி பீரியட் என்றாலோ காலில் போட்டுக்கொள்ள பாட்டா சென்று 'கான்வாஸ் ஷூ' வாங்குவோம், ஞாபகம் இருக்கிறதா?

இன்று கான்வாஸ் ஷூ என்று யார் கேட்கிறார்கள்? அதுதான் ஸ்போர்ட்ஸ் ஷூ என்று வளர்ந்து விட்டதே. அதைக்கூட பொருள் வகையைக் கூறி யார் இப்போது கேட்கிறார்கள்? கடைக்குச் செல்கிறோம். அங்கு 'ரீபாக்', 'அடிடாஸ்', 'ப்யூமா' என்று எத்தனையோ ப்ராண்டுகள் அடுக்கி வைக்கப்பட்டிருக்க அதனூடே 'நைக்கி'யைத் தேடுகிறோம்; காலில் போடுகிறோம்; போட்டுக்கொண்டு ஏன், எதற்கு என்று தெரியாமல் காலை எழுந்து தினமும் ஓடுகிறோம்!

ஏன்? ஏனெனில் நைக்கி என்றால் ஃபெர்ஃபார்மன்ஸ். நைக்கி என்றால் சிறந்த டிசைன். நைக்கி என்றால் ஸ்டைல். நைக்கி என்றால் 'டிக்' மார்க் சின்னம். நைக்கி என்றால் 'ஜஸ்ட் டூ இட்' என்கிற வாசகம். சுருக்க மாகச் சொன்னால், நைக்கி என்றால் பந்தா. நைக்கி என்றால் கூல்!

நைக்கி போடுவதால் நமக்கு உடம்பு குறைகிறதோ இல்லையோ, வயது குறைகிறது. நைக்கி உபயோகிப்பதால் நமக்குத் தசைகள் கூடுகின்றனவோ இல்லையோ, ஸ்டைல் கூடுகிறது. அது போதாதா? அந்த ப்ராண்ட் நாலாயிரம் ரூபாய்கூட இருக்கட்டுமே. ஆபீசில் லோன் போட்டாவது வாங்கினால்தானே ஜென்மம் சாபல்யம் அடைவேன் என்று அடம் பிடிக்கிறது!

ஆக, நைக்கி என்பது வெறும் ஒரு பொருள் அல்ல. அதற்கு என்று ஒரு தனி அடையாளம் இருக்கிறது. மற்ற ப்ராண்டுகளிலிருந்து வித்தியாசப் பட்டுத் திகழ்கிறது. வெறும் பெயர் கொண்டு குறிக்கப்படாமல் அதற்கென்ற தனிக் குறியீடு மூலமும் பன்ச் லைன் வாக்கியம் மூலமும் குறிக்கப்படுகிறது. அதனால்தான் நைக்கி என்பது ப்ராண்டாகத் தெரிகிறது. மார்க்கெட்டில் க்ராண்டாகத் திகழ்கிறது.

இதுவரை பார்த்ததில் ப்ராண்ட் என்பது வெறும் ஒரு பெயர் அல்ல என்பது இந்நேரம் உங்களுக்கு விளங்கியிருக்கும்.

பெயரை மட்டும் வைத்து 'இது என் ப்ராண்ட்' என்று சொல்லும் தொழிலதிபர்கள் பலர் உண்டு. 'நாற்பது வருஷமா இந்த ஊர்ல கடை வச்சிருக்கேன்' என்று தங்கள் கடையை ப்ராண்ட் என்று நினைத்துப் பெருமைப்படும் கடைக்காரர்கள் உண்டு. அது ப்ராண்ட் அல்ல, வெறும் பெயர்தான் என்று சொன்னால் என்னை அடிக்க வருகிறார்கள். அவர்களுக்கும் உங்களுக்கும் சேர்த்து ஒன்று சொல்கிறேன்.

தீப்பெட்டித் தொழிற்சாலை வைத்திருக்கிறீர்கள் என்று வைத்துக்கொள் வோம். உங்கள் தீப்பெட்டிக்கு 'மேகலா' என்று பெயர் வைக்கிறீர்கள். பெயர் வைத்துவிட்டீர்கள். அதனால் அது உடனே ப்ராண்ட் ஆகிவிடுமா?

கடைக்கு வரும் வாடிக்கையாளர் 'எனக்கு மேகலா தீப்பெட்டிதான் வேணும், இல்லன்னா வேற வாங்க மாட்டேன் போ' என்று அழுதபடி அடுத்த கடைக்குப் போய்விடுவாரா? கடைக்கு வருபவர் 'ஒரு தீப்பெட்டி கொடுப்பா' என்று கேட்டு கடைக்காரர் எதைக் கொடுக் கிறாரோ அதை வாங்கிக்கொண்டு வாய் மூடிப் போகப்போகிறார். 'மேகலா' என்ன, அதற்கு 'ஜூன்கலா' முதல் 'டிசம்பர்கலா' வரை எந்தப் பெயரை வைத்தாலும் கேட்டு வாங்கப் போவதில்லை.

ஏன்?

ஏனெனில் 'மேகலா' என்று பெயர் வைப்பதால் மட்டுமே எந்தத் தீப்பெட்டியும் ப்ராண்ட் ஆவதில்லை. அதனால்தான்!

நாம் ஏற்கெனவே பார்த்ததுபோல் ப்ராண்ட் என்று வரையறுக்க அதற்கு ஒரு அடையாளம் தேவை; ஒரு வித்தியாசப்படுத்துதல் தேவை. அதோடு பெயரும், சின்னமும், குறியீடும் சேரும்போதுதான் அந்தப் பொருள் முழுமையடைகிறது. முழுவதுமாக ப்ராண்ட் என்கிற அந்தஸ்தைப் பெறுகிறது.

சாதாரண தீப்பெட்டியை எப்படி ப்ராண்ட் ஆக்குவது? அது சாத்தியப் படுமா? 'என்ன இருந்தாலும் இது ஒரு சாதாரண தீப்பெட்டிதானே', 'ஆஃப்டர் ஆல், இட் இஸ் ஜஸ்ட் அன் ஆர்டினரி மேட்ச் பாக்ஸ்' என்று மேஜர் சுந்தர்ராஜன்போல் ஒரே கேள்வியை தமிழிலும் ஆங்கிலத்திலும் மாறி மாறி நினைக்கிறீர்களா?

தீப்பெட்டியைக்கூட ஒரு கம்பெனி அமர்க்களமாக ப்ராண்டாக்கி, மற்ற தீப்பெட்டிகளைவிட ஐந்து மடங்கு அதிக விலை நிர்ணயித்து அதை அமோகமாக விற்றும் வருகிறது. உங்கள் மனைவியை கேளுங்கள். கதை கதையாகப் பற்ற வைப்பார் அந்தத் தீப்பெட்டியைப் பற்றி. மன்னிக்கவும்; அந்த ப்ராண்டைப் பற்றி!

பெரிய சைஸ் தீப்பெட்டி அது. அதனால் மற்ற தீப்பெட்டிகளைவிட எளிதாகக் கையில் பிடித்து, அடுப்பை ஏற்றலாம். குச்சிகள் பெரிதாக, தடிமனாக இருக்கும். அதனால் ஐந்து முகங்களைக் கொண்ட குத்து விளக்கைக்கூட ஒரே குச்சியால் சௌகரியமாக ஏற்றலாம். அதன்மீது ரேடியம் ஒட்டப்பட்டிருக்கும். அதனால் கரண்ட் போனால்கூட இருட்டில் அந்தத் தீப்பெட்டி பளிச்சென்று கண்ணுக்குத் தெரியும்.

இருட்டில் தெரிவது இருக்கட்டும். அந்தத் தீப்பெட்டியின் பெயர் தெரிகிறதா?

'ஹோம் லைட்ஸ்'. பெயர் கேள்விப்பட்டிருப்பீர்களே!

அதே ப்ராண்ட்தான். இத்தனை அம்சங்களோடு ஹோம் லைட்ஸ் என்று பெயர் கொண்டு அறிமுகப்படுத்தப்பட்டு மார்கெட்டில் இன்று இந்த ப்ராண்ட் ஜகஜோதியாகக் கொழுந்துவிட்டு எரிகிறது. ஒரு சாதாரண தீப்பெட்டியை ப்ராண்ட் செய்ய முடியுமா என்று யோசித் தீர்களே, அதே தீப்பெட்டியை 'விம்கோ' நிறுவனம் ப்ராண்ட் ஆக்கிக் காட்டியிருக்கிறது. தனக்கென்று ஒரு தனிப்பட்ட அடையாளத்தை உருவாக்கி. மற்ற தீப்பெட்டிகளிலிருந்து வித்தியாசப்படுத்திக் காட்டி.

சாதாரணப் பொருளாக, வெறும் ஒரு பெயராக இருந்த ஒரு ஆர்டினரி தீப்பெட்டியை ப்ராண்டாக்கி வெற்றிபெற்றதன் அடையாளம்தான் ஹோம் லைட்ஸின் அதிக விலை. மற்ற தீப்பெட்டிகள் ஒரு ரூபாய்க்கு விற்கப்பட, ஹோம் லைட்ஸின் விலையோ ஐந்து ரூபாய். அதாவது ஐந்து மடங்குக்கும் அதிகமான லாபம். 'தீப்பெட்டி கொடுப்பா' என்று பொதுவாகக் கடைக்காரரிடம் கேட்டவர்கள் இன்று 'ஹோம் லைட்ஸ் கொடுப்பா' என்று கேட்டு வாங்கிச் செல்கின்றனர். இதற்குத்தான் ப்ராண்ட். இப்படிச் செய்வதுதான் ப்ராண்டிங். இதுதான் வெற்றிக்கு வழி.

இதைத்தான் நாகேஷ் நாலு தலைமுறைக்கு முன்பே ரமாபிரபாவோடு நமக்கும் சேர்த்துக் கூறினார்: 'பேரு வெச்சாப் போதாது. சோறும் சேர்த்து வைக்கணும்' என்று.

ஆக, பொருள் என்பது செயல்பாட்டுப் பயன் அளிப்பது. அவ்வளவே. ப்ராண்ட் என்பது செயல்பாட்டுடன் கூடவே உணர்வுரீதியான ஒரு பயனையும் சேர்த்து அளிக்கும். அதாவது, பொருள் என்பது வரையறுக் கப்பட்ட எதோ ஒன்றைச் செய்யும். ப்ராண்ட், அதைச் செய்வதோடு மனத்தளவில் ஒன்றையும் சேர்த்துக் குறிக்கும்; கொடுக்கும்.

மினரல் வாட்டர் என்பது வெறும் பொருள். அது தாகத்தை மட்டுமே தணிக்கும். ஆனால் 'அக்வா ஃபீனா' என்கிற ப்ராண்ட் தாகத்தைத் தணிப்பதோடு, இது மற்ற மினரல் வாட்டர் பாட்டில்களைவிடப் பாது காப்பானது என்று நம் மனத்துக்குச் சமாதானம் தரும். பயப்படாமல் இந்த ப்ராண்டைக் குழந்தைகளுக்குக்கூடக் கொடுக்கலாம் என்று நம் மனத்தில் கவலையைப் போக்கும்.

பொருள் பிரிவில் வகை வகையாகப் பொருட்கள் இருப்பது நம்

சாய்ஸைக் கூட்டும். அதே பொருள் வகையில் உள்ள ப்ராண்டுகள் நம் சாய்ஸை எளிதாக்கும். ஷாம்பு என்பது பொருள். கடைக்குச் சென்றால் ரகம் வாரியாக ஷாம்பு ப்ராண்டுகள் இருக்கும். ஆனால் பொடுகு போக்கும் ஷாம்பு வேண்டும் என்று கடைக்குச் செல்வோர் கண்களுக்கு 'ஹெட் அண்ட் ஷோல்டர்ஸ்' ப்ராண்ட் மட்டும்தான் தெரியும்.

பொருட்களை உபயோகிப்பவர்கள் தான் எந்தப் பொருளை உபயோகிக் கிறோம் என்று அவர்களே கூறலாம். ஆனால் உபயோகிப்பவர் யார், அவர் எப்படிப்பட்டவர் என்பதை அவர் உபயோகிக்கும் ப்ராண்டுகள் தானாகவே கூறும்! புதிய சட்டை வாங்கி ஒருவர் போட்டுக் கொள்ளலாம். ஆனால் போட்டிருப்பது விலை உயர்ந்த 'ஏரோ' ஷர்ட் என்றால் போட்டிருப்பவர் எப்படிப்பட்டவர் என்பதை அந்த ப்ராண்ட் பறைசாற்றும்.

பொருட்கள் விற்கப்படுகின்றன. ப்ராண்டுகள் வாங்கப்படுகின்றன. பேரீச்சம் பழங்கள் ஒரு காலத்தில் கூவிக் கூவி விற்கப்பட்டன. அதே பேரீச்சம்பழம் 'லயன் டேட்ஸ்' என்று ப்ராண்டாக விற்கப்படும்போது, நாமே அதைத் தேடிப் போய் வாங்குகிறோம்!

அதனால்தான் மார்க்கெட்டிங்கில் ஒரு வாக்கியம் உண்டு. 'வாடிக்கை யாளர்கள் பொருட்களை வாங்குகிறார்கள். ப்ராண்டுகளையோ தேர்ந் தெடுக்கிறார்கள்.' People buy products. But they choose brands!

எல்லாரும் டூத்பேஸ்ட் வாங்குகிறோம். ஆனால் நாம் தேர்ந்தெடுப்பது நமக்குத் தோதான ப்ராண்டை. நம்மை மற்றவர்களிடமிருந்து வேறு படுத்திக் காட்டுவது நாம் தேர்ந்தெடுக்கும் ப்ராண்டுகள்தானே.

பொருட்கள் என்பது ஃபேக்டரியில் தயாரிக்கப்படுவது. ப்ராண்டு என்பது வாடிக்கையாளர் வாங்குவது! சிமெண்ட் என்பது எல்லா ஃபேக்டரியிலும்தான் தயாரிக்கப்படுகிறது. ஆனால் அதே சிமெண்டை 'அல்ட்ராடெக்' சிமெண்ட் என்று பெயரிட்டு ப்ராண்டாக விற்கும் போது அதன் மவுசு கூடுகிறது. அதற்கு வாடிக்கையாளர் கொடுக்கும் விலையும் கூடுகிறது!

இதைத்தான் ஹார்வர்ட் பல்கலைக்கழகத்தைச் சேர்ந்த 'தியோடர் லெவிட்' என்னும் மார்க்கெட்டிங் மாமேதை பல வருடங்களுக்கு முன்பே கூறிவிட்டுப் போய்விட்டார்.

'The new competition is not between what companies produce in their factories but between what they add to their factory output in the form of packaging, services, advertising, customer advice, financing, delivery arrangements, warehousing and other things that people value.'

'வேகமாக மாறிவரும் மார்க்கெட்டிங் உலகில் போட்டி என்பது ஃபேக்டரியில் தயாரிக்கப்படும் பொருட்களுக்குள் அல்ல; அதற்கு பொசிஷனிங் செய்து, பெயர் வைத்து, அழகாக பேக்கிங் செய்து, விளம்பரம் செய்து வாடிக்கையாளர்களிடம் ப்ராண்டாகக் கொண்டு செல்வதில்தான்.'

ப்ராண்டைப் பற்றி அதிகம் பிராண்டிவிட்டேன் என்று நினைக் கிறீர்களா? சூப்பர் ஸ்டார் ஒரு படத்தில் சொல்வதுபோல, 'கண்ணா, இது ஜஸ்ட் ஓப்பனிங். யூ சீ எண்டிங்'. இதுவரை நாம் பார்த்தது வெறும் அறிமுகம் மட்டும்தான். இன்னமும்கூட ப்ராண்டைப் பற்றிப் பேச எவ்வளவோ இருக்கிறது. இன்னமும் எத்தனையோ பேச வேண்டியிருக்கிறது. வாருங்கள்.

2

மேலும் ப்ராண்டுகள்

'வால்மார்ட்' என்கிறார்களே, அந்த ப்ராண்டைப் பற்றி உங்களுக்கு என்ன தெரியும்?

'என்ன பெரிய வால்மார்ட்? நம்மூர் தெருமுனை நீயூஸ்மார்ட் மாதிரி ஒரு கடையாக இருக்கும்', 'ஏதோ அமெரிக்க ப்ராண்டாம்', 'பெரிய கடைன்னு பேசிக்கறாங்க'. 'எல்லாப் பொருளும் சீப்பாக் கிடைக்குமாம்' - இப்படித்தானே நினைக்கிறீர்கள்?

வால்மார்ட் ஒரு தனி நாடாக இருந்து அதன் ஆண்டு விற்பனையை வைத்து ஒப்பிட்டால் அது உலகத்தின் இருபத்தி ஆறாவது பெரிய நாடாக இருந்திருக்கும்! 157 நாடுகளின் மொத்த உற்பத்தியான ஜீடிபியைவிட வால்மார்ட்டின் விற்பனை அதிகம் என்றால் பார்த்துக்கொள்ளுங்கள். 'வால்மார்ட்' உலகத்திலேயே நம்பர் ஒன் கம்பெனியாக்கும்.

'ஐஃபோன்' ப்ராண்டை எடுத்துக்கொள்வோம். 'கோகோ கோலா', 'மெக்டானல்ட்ஸ்' ஆகிய இரு ப்ராண்டுகளின் மொத்த விற்பனையை விட ஐஃபோன் விற்பனை அதிகம். கோகோ கோலா 120 வருட ப்ராண்ட். மெக்டானல்ட்ஸ் 60 வருட ப்ராண்ட். ஆனால் ஐஃபோன் அறிமுகப்படுத்தப்பட்டதே 2007-ல்தான். அதற்குமுன் யாராவது புது ஃபோன் வாங்கினால் அதைப் பார்த்து 'ஹை ஃபோன்' என்று நாம் ஆச்சரியப்பட்டதோடு சரி. ஆனால் எட்டு ஆண்டுகளில் ஐஃபோன் வயாக்ராவையும் காம்ப்ளானையும் சேர்த்து விழுங்கியதுபோல் அப்படி ஒரு அபரிமிதமான வளர்ச்சி.

'அமேஸான்' என்பது இணையத்தில் புத்தகங்களை விற்கத் தொடங்கிய ப்ராண்ட். அதன்பின் மொபைல் ஃபோன், டீவி, எலக்ட்ரானிக் பொருள்கள் என்று விரிவுபடுத்தி இன்று அம்மா அப்பாவைத் தவிர அனைத்தையும் ஆன்லைனிலேயே விற்கிறது. அமேஸானின் வருடாந்திர விற்பனை கென்யா நாட்டின் ஜீடிபியைவிட அதிகம்!

அட, இவ்வளவு ஏன், தமிழகத்தில் பெட்டிக் கடையெங்கும் விற்கப்படும் 'பெப்சி'யை எடுத்துக்கொள்வோம். அதன் உலக விற்பனை ஓமான் நாட்டின் ஜீடிபியைவிட அதிகம். பெப்சியின் வருட விற்பனையை உலக நாடுகளின் ஜீடிபியோடு ஒப்பிட்டால் பெப்சி 69-ஆவது இடத்தில் இருக்கும். அடுத்த முறை பெப்சியைக் குடிக்கும்போது எதற்கும் கொஞ்சம் மரியாதையாகவே குடியுங்கள்!

பொருட்களை விடுங்கள். மனிதர்களை எடுத்துக்கொள்ளுங்கள்.

'மஹேந்திர சிங் தோனி' என்ற ப்ராண்டை 'சென்னை சூப்பர் கிங்க்ஸ்' வாங்கக் கொடுத்தது ஒரு மில்லியன் டாலர். ரவீந்திர ஜடேஜாவின் விலை ஒரு மில்லியன் டாலர். ஐந்து வருடங்களுக்கு முன்னால்வரை ரவிச்சந்திரன் அஷ்வின் யார் என்பது அவர் பெற்றோரைத் தவிர வேறு யாருக்கும் தெரியாது. வெறும் ரெண்டு லட்சம் டாலர் என்று சல்லிசான ப்ராண்டாகத்தான் இருந்தார். இரண்டு வருடங்களுக்குள் அவர் டிமாண்ட் கூடி இன்று அவரது மதிப்பு எட்டு லட்சம் டாலரையும் தாண்டிவிட்டது.

தோனி, ஜடேஜா, அஷ்வின் இவர்கள் எல்லோரும் ப்ராண்டா?

இல்லையா பின்னே! தனக்கென்று ஓர் அடையாளத்தைக் கொண்டு, மற்றவர்களைவிட வித்தியாசமாகத் திகழ்ந்து ஐபிஎல் மார்க்கெட்டில் காசு கொடுத்து வாங்கி விற்கப்படும் ப்ராண்டுகள் இவர்கள். இவர்கள் நெற்றிப் பொட்டில் 'எம்ஆர்பி' என்ற விலை ஸ்டிக்கர் இல்லாதது ஒன்றுதான் குறை!

இத்தனை ஏன்? 'கடவுளின் சொந்த ஊர்' என்று ஒரு ப்ராண்ட் விற்கப்படுகிறதே, எது தெரிகிறதா?

எந்தா சாரே, கேரளா ஸ்டேட்டையாக்கும் ஞான் பறைஞ்சது!

கேரளா என்பது ப்ராண்டா? ப்ராண்ட்தான். விற்கப்படும் எதையும் ஒரு தனிப்பட்ட அடையாளத்தைக் கொடுத்து அதை மற்றவற்றிடமிருந்து வித்தியாசப்படுத்திக் காட்ட முடிந்தால் அது 100% அக்மார்க், ஐஎஸ்ஐ முத்திரை பெற்ற ப்ராண்ட்தான்.

அதை ப்ராண்டாய் விற்கலாம். ஜோராய் விற்கலாம்.

கேரளா என்றாலே பசுமை, பேக்வாட்டர்ஸ், ஆயுர்வேத மசாஜ் என்று தானே பொசிஷனிங் செய்து அந்த மாநிலம் விற்கப்படுகிறது? அப்புறம் அது ப்ராண்ட் இல்லாமல் வேறு என்னவாம்!

வாங்கி விற்பவைதான் ப்ராண்ட் என்று நினைக்காதிர்கள். இன்னும் சொல்லப் போனால் உலகத்தின் தலை சிறந்த ப்ராண்டுகளில் சில

வாங்கி விற்கும் ரகத்தைச் சேர்ந்தவையே அல்ல. 'ரெட் க்ராஸ்', 'லயன்ஸ் க்ளப்', 'ரோட்டரி க்ளப்', 'ஐபிஎல்' இவை எல்லாமே தனக்கென்று தனி அடையாளம் உள்ளவை. வித்தியாசப்படுத்தப் பட்டவை. தனக்கென்று ஒரு சின்னம், குறியீடு, வடிவமைப்பு கொண்டவை. ப்ராண்ட் என்று சொல்லக்கூடிய சர்வ லட்சணங்களும் அமையப் பெற்றவை. இவையும் ப்ராண்டுகளே.

சில வருடங்களுக்கு முன்புவரைகூட கம்பெனிகள், வியாபாரங்கள், கடைகள் போன்றவற்றின் மதிப்பைக் கணக்கிட அவற்றின் தொழிற் சாலைகள், கட்டடங்கள், அவற்றுக்குச் சொந்தமான நிலங்கள் ஆகிய வற்றின் மதிப்பை மட்டுமே கணக்கிட்டார்கள். ஒரு கம்பெனிக்குச் சொந்தமாக ஒரு தொழிற்சாலையும் ஒரு கட்டடமும் இருந்தால் அவற்றின் மதிப்பைக் கூட்டி அதையே அந்த கம்பெனியின் மதிப்பாகக் கருதிவந்தனர்.

ஆனால் கம்பெனியின் ஒரிஜனல் மதிப்பு அதன் வெளிப்படையான சொத்துகள் அல்ல, அந்த கம்பெனிக்கு சொந்தமான ப்ராண்டுகள்தான் என்கிற பிரக்ஞையே சமீபத்தில்தான் வந்திருக்கிறது. அதுவும் ப்ராண்ட் பற்றிய விழிப்புணர்வு வந்திருக்கும் நாடுகளில் மட்டும்தான் வந்திருக்கிறது.

இன்று கம்பெனிகள் வாங்கப்படுவதும் விற்கப்படுவதும் அவற்றின் வெளிப்படையான சொத்துகளுக்காக அல்ல; அந்த கம்பெனிகளின் ப்ராண்டுகளுக்காக.

'எம்டிஆர்' என்ற உணவுப்பொருள் கம்பெனியை 'ஓக்லா' என்கிற நார்வே நாட்டைச் சேர்ந்த கம்பெனி 450 மில்லியன் டாலர் கொடுத்து வாங்கியதே, எதற்காக?

எம்டிஆரின் தொழிற்சாலைகளுக்காகவா? அல்ல.

எம்டிஆருக்கு மட்டும்தான் மசாலாவும், ரெடிமேட் இட்லியும், தோசையும், குலாப்ஜாமூனும் செய்யத் தெரியும் என்பதற்காகவா? இல்லை.

எம்டிஆருக்கு பெங்களூரில் மெயின் ரோட்டில் பெரிய ஆபீஸ் இருக்கிறது என்பதற்காகவா? லேது.

ஓக்லா 450 மில்லியன் டாலர் கொடுத்தது எம்டிஆர் என்ற ப்ராண்டைத் தனதாக்கிக்கொள்ள. லட்சக்கணக்கான எம்டிஆர் வாடிக்கையாளர் களைத் தன் பக்கம் இழுத்துக்கொள்ள. எம்டிஆர் என்ற ப்ராண்ட் காலாகாலத்துக்கும் கொடுக்கப் போகிற விற்பனையையும் லாபத்தையும் லம்ப்பாய் லவட்டிக்கொள்ள!

சுருக்கமாகச் சொன்னால், 'எம்டிஆர்' என்கிற ப்ராண்டின் மதிப்பு 450 மில்லியன் டாலர்!

ஒரு ப்ராண்டின் மதிப்பு அது உருவாக்கும் விற்பனையிலும் பண வரவிலும்தான் அடங்கியிருக்கிறது என்பதை முதலில் புரிந்து கொள்ளுங்கள். இன்னொன்றையும் நீங்கள் புரிந்துகொள்ளவேண்டும். ப்ராண்ட் என்பது எதோ நீங்களும் நானும் அன்றாடம் வாங்கும் பொருள்களுக்கு மட்டுமல்ல. இண்டஸ்ட்ரியல் பொருட்களுக்கும் அது பொருந்தும்.

'கோனே', 'ஜான்சன்' போன்ற ப்ராண்டுகளை நீங்கள் கேள்விப் பட்டிருப்பீர்களா என்று எனக்குத் தெரியாது? இந்த ப்ராண்டுகளின் தயவு இல்லாமல் அடுக்குமாடிக் கட்டடங்களை நாம் கட்ட முடியாது. மேல் மாடிகளுக்குப் போக முடியாது. இவை என்ன ப்ராண்டுகள்?

இவை அடுக்குமாடிக் கட்டடங்களில் பொருத்தப்படும் லிஃப்ட் பொருள் பிரிவைச் சேர்ந்த ப்ராண்டுகள். இவற்றைப் பெரிய குடியிருப்புகள், ஆபீஸ் வளாகம், ஐடி பார்க், மல்ட்டிப்ளெக்ஸ் போன்றவற்றைக் கட்டும் கட்டுமானக் கம்பெனிகள் மற்றும் ரியல் எஸ்டேட் கம்பெனிகள்தான் வாங்குகின்றன. நீங்களோ நானோ வாங்குவதில்லை என்பதற்காக இவை ப்ராண்டுகள் இல்லை என்று சொல்லிவிட முடியாது.

இன்னும் சொல்லப்போனால் இவையும் தங்களை ப்ராண்டுகளாக மாற்றி விற்க முயற்சி செய்யவேண்டும். ஆயிரக்கணக்கானவர்கள் அனுதினமும் இந்த லிஃப்ட்டில் ஏறி இறங்கவேண்டும். சிறு குழந்தைகள்கூட எளிதாக உபயோகிக்கும்படி இவை இயங்க வேண்டும். அதோடு ஆபத்தில்லாமல், பாதுகாப்பு வசதியோடு இருக்க வேண்டும். இவற்றையெல்லாம் உணர்ந்திருப்பதால்தான் கட்டுமான கம்பெனிகள் லிஃப்டுகளை வாங்கும்போது இந்தப் பொருள் பிரிவைச் சேர்ந்த கம்பெனிகளைத் தேடித், துருவி, அலசி, ஆராய்ந்து, பார்த்துப் பார்த்து வாங்குகிறார்கள்.

அதனாலேயே இவற்றை விற்கும் கம்பெனிகள் தங்கள் படைப்புகளை ப்ராண்டுகளாகப் பாவித்து, பார்த்து வடிவமைத்து, பாதுகாப்போடு செய்து, பக்குவமாய், பதவிசாய் விற்க முயல்வார்கள். இது போன்ற ப்ராண்டுகளை 'பிசினஸ் டு பிசினஸ்' (B2B) ப்ராண்டுகள் என்று அழைப்பார்கள். ஒரு பிசினஸ் மற்ற பிசினஸ்களுக்கு விற்க முயல் வதால் இவற்றுக்கு இந்தப் பெயர். மார்க்கெட்டிங்கில் ஒரு தனி அங்கமாக வளர்ந்துவரும் இவ்வகை மார்க்கெட்டிங்குக்கு பி2பி மார்க் கெட்டிங் என்றே பெயர்.

ப்ராண்ட் முக்கியத்துவம் மறக்கப்படுவதேன்?

ப்ராண்டுகளைப் பற்றி இவ்வளவு பேசுகிறோம், ஆனால் ப்ராண்டுகளையும் அவற்றின் தன்மைகளையும் பயன்களையும் பலர் இன்னமும் கூட அறியாமல் இருக்கிறார்கள். குறிப்பாக பல மார்க்கெட்டர்களே ப்ராண்டுகளின் அருமைகளை, பெருமைகளை, விற்பனையைக் கூட்டி லாபத்தைப் பெருக்கும் வல்லைமையைப் புரியாமல் இருக்கிறார்கள். பல பிசினஸ்மேன்களும் கடைக்காரர்களும்கூட ப்ராண்டை சீரியஸாக எடுத்துக்கொள்வதில்லை. எதனால் இந்த அலட்சியம்?

முதல் காரணம், முக்கியக் காரணம், பல பிசினஸ்மேன்களிடம் உள்ள மெத்தனமான போக்கு. பல காலமாக பிசினஸ் செய்துவரும் சிலர் தங்கள் பொருளுக்கோ கடைக்கோ போட்டி பெரிதாக இல்லாத காலத்தில் அதை நிறுவி வெற்றி கண்டவர்கள். அந்த வெற்றிக் களிப்பில், அதன் மமதையிலேயே இருக்கப் பழகிவிட்டார்கள்.

'ஆலை இல்லா ஊருக்கு இலுப்பைப்பூ சக்கரை' என்பதுபோல் மக்களும் அவர்கள் பொருட்களையே அவர்கள் கடைகளிலேயே வாங்கிப் பழகிவிட்டனர். போட்டி இல்லை இவர்களுடைய கொட்டத்தை அடக்க. அதனால் தங்கள் பொருளை, கடையை ப்ராண்டாக்க வேண்டும் என்ற பிரக்ஞையே இல்லாமல் இருந்துவிட்டனர்.

இப்போது மெல்ல மெல்ல போட்டியும் போட்டியாளர்களும் பெருகத் தொடங்க, இவர்கள் விற்பனை மெதுவாக சரியத் தொடங்க, கொஞ்சம் கொஞ்சமாக இவர்களுக்கு ப்ராண்டின் மகத்துவம் புரியத் தொடங்கியிருக்கிறது. தங்கள் பொருளை ப்ராண்டாக்க வேண்டும் என்று உறைக்கத் தொடங்கியிருக்கிறது.

இரண்டாவது காரணம், நாம் ஏற்கெனவே பார்த்ததுபோல் ப்ராண்ட் என்றால் 'பெயர் வைப்பது' என்றுதான் இன்னமும் பலர் நினைத்துக் கொண்டிருக்கின்றனர். அதனால்தான் ப்ராண்டிங்கை சீரியசாக இவர்கள் எடுத்துகொள்வதே இல்லை.

'பஜாஜ்' எத்தனை பெரிய கம்பெனி. இந்தியாவில் இரண்டு சக்கர வாகனத் தயாரிப்பில் இரண்டாவது இடத்தில் இருக்கும் கம்பெனி. அந்த கம்பெனியின் நிர்வாக இயக்குனர் ராஜிவ் பஜாஜ் சமீபத்தில் 'எகனாமிக் டைம்ஸ்' பத்திரிகைக்குக் கொடுத்த பேட்டியில் 'ஜாக் ட்ரவுட் எழுதியுள்ள 'டிஃப்ரென்ஷியேட் ஆர் டை' (வித்தியாசப்படுத்து அல்லது செத்து மடி) என்கிற புத்தகத்தை 2008-ல் படித்தபிறகுதான் ப்ராண்ட் என்பதன் உண்மையான அர்த்தத்தைப் புரிந்துகொண்டேன். ப்ராண்ட் என்பது வெறும் பெயர் அல்ல என்பதை அந்தப் புத்தகம்தான் விளக்கியது'' என்றார்.

அது மட்டுமல்ல. அந்தப் புத்தகத்தை படித்து முடித்த கையோடு ராஜிவ் பஜாஜ் விமானம் ஏறி நேராக அமெரிக்கா சென்று ஜாக் ட்ரவுட்டைச் சந்தித்துப் பேசி அவரைத் தன் கம்பெனியின் மார்க்கெட்டிங் ஆலோசக ராக நியமித்தும் விட்டார்!

எத்தனை பெரிய கம்பெனி; ஆண்டுக்குப் பதினோராயிரம் கோடி ரூபாய்க்கு மேல் விற்பனை செய்யும் கம்பெனியின் சொந்தக்காரர் ப்ராண்டைப் பற்றி இப்போதுதான் தெரிந்துகொண்டேன் என்று கூறினால் சாதாரண கடைக்காரர் முதல் சின்ன சைஸ் தொழிலதிபர் வரை இன்னமும் எத்தனை பேர் ப்ராண்ட் பற்றிய உண்மையான அறிவை, அதன் உத்தமமான மதிப்பை அறியாமல் இருப்பார்கள் என்பதை நீங்களே யூகித்துக்கொள்ளுங்கள்.

ப்ராண்டைப் பற்றிய விழிப்புணர்வு வளராமல் இருக்க மூன்றாவது முக்கிய காரணம் தாங்கள் விற்கும் பொருளை ப்ராண்ட் ஆக்க முடியாது என்கிற தவறான எண்ணம் இன்னமும் பலரிடம் இருப்பதுதான். நாம் ஏற்கெனவே பார்த்ததுபோல் விற்க முடிந்த எதையுமே ப்ராண்ட் ஆக்கலாம்; ஆக்கவேண்டும்.

போட்டிகள் நிரம்பிய இந்த மார்க்கெட்டிங் உலகில், டாக்டர்களேகூடத் தங்களை ப்ராண்டாகப் பாவித்துகொள்ளவேண்டிய கட்டாயம் உண்டு. ஒரு டாக்டரை 'இவர் கைராசியான டாக்டர், இவரிடம்தான் செல்ல வேண்டும்' என்று மக்கள் நினைப்பதற்கும் 'இந்த டாக்டர் சிடுசிடுன்னு எரிஞ்சு விழுவார்' என்று அந்த டாக்டர்களிடம் போக பயப்படு வதற்கும் காரணம் அவர்கள் ஏற்படுத்திக்கொண்ட ஐடெண்டிடிதானே. அப்படி என்றால் அவர்களும் ப்ராண்டுகள்தானே!

ப்ராண்ட் பற்றிய ஞானம் குறைவாக இருப்பதன் நான்காவது காரணம், பல கம்பெனிகள் இன்னும் மார்க்கெட்டிங் என்றால் என்ன என்பதை அறியாமல் இருப்பதுதான். மார்க்கெட்டிங்குக்கும் சேல்ஸுக்கும் ஏகப்பட்ட வேறுபாடுகள் உண்டு என்று புரியாமல் இருப்பதுதான். பல கம்பெனிகளில் இன்னமும்கூட மார்க்கெட்டிங் டிபார்ட்மெண்ட் என்று தனியாகவோ அல்லது மார்க்கெட்டிங்குக்கு என்று ஒரு தனி நபரோ நியமிக்கப்படுவதில்லை. சேல்ஸ்தான் மார்க்கெட்டிங் என்று நினைத்து சேல்ஸ் டிபார்ட்மெண்டையே மார்க்கெட்டிங்கையும் பார்த்துக் கொள்ளச் செய்வதால் ப்ராண்ட் பற்றிய தெளிவும் அவர்களிடம் இருப்பதில்லை; ப்ராண்டிங்கின் முக்கியத்துவமும் அவர்களுக்குப் புரிவதில்லை.

மார்க்கெட்டிங்குக்கும் சேல்ஸுக்கும் ஸ்நானப் பிராப்திகூடக் கிடையாது என்று பீட்டர் ட்ரக்கர் என்னும் நிர்வாக குரு பல வருடங்

களுக்கு முன்பே கூறியிருக்கிறார். நானும் என் பங்குக்கு ‘மார்க் கெட்டிங் மாயாஜாலம்’ என்கிற புத்தகத்தில் முடிந்தவரை விளக்கியும் விட்டேன். முடிந்தால் அந்தப் புத்தகத்தை எடுத்து மீண்டும் ஒரு முறை படிக்கவும்.

ப்ராண்டைப் பற்றிய புரிதல் குறைவாக இருக்க இன்னொரு முக்கியக் காரணமும் உண்டு. எந்த ப்ராண்டைப் பற்றியும் நீங்களோ நானோ என்ன நினைக்கிறோம் என்பதல்ல முக்கியம். வாடிக்கையாளர் என்ன நினைக்கிறார் என்பதுதான் முக்கியம். நாம் அழகாக இருக்கிறோம் என்று நாம் நினைத்துக்கொள்ளலாம். நம்மைப் பார்க்கும் பெண்கள் அப்படி நினைக்கிறார்களா என்பதுதானே முக்கியம்? அவர்களும் நாம் அழகாக இருக்கிறோம் என்று நினைத்தால்தானே பார்வை, சைட், லெட்டர், காதல், ஊடல், கல்யாணம் என்று அடுத்தடுத்து முன்னேற முடியும்!

‘டொரினோ’ என்கிற பானம் ஞாபகம் இருக்கிறதா? நம்மூர் ‘காளி மார்க்’ கம்பெனியுடையது. அவர்கள் மனத்தில் என்ன நினைத்தார் களோ எனக்குத் தெரியாது. ஆனால் அதை ப்ராண்டாக வாடிக்கை யாளர்கள் மதிக்கவில்லை. மதித்திருந்தால் டொரினோ இன்று தொபுக்கடீர் என்று விழுந்து தொலைந்து போயிருக்காதே.

‘ப்ளெஷர்’ என்ற பெண்களுக்கான பைக்; ஆனானப்பட்ட ‘ஹீரோ ஹோண்டா’ கம்பெனியுடையது. அந்த கம்பெனிக்கு வேண்டுமானால் அது ப்ராண்டாகத் தெரிந்ததோ என்னவோ, பெண்கள் அப்படி நினைக்கவில்லை. அந்த பைக்கும் விற்கவில்லை.

ப்ராண்டை உருவாக்கி, உருவம் கொடுத்து, வளர்த்து, ஆளாக்கி, மார்க்கெட்டில் வெற்றிகரமாக நிலைநாட்டத் தேவையான முக்கிய அம்சம் மார்க்கெட் ரிசர்ச். மார்க்கெட்டர்களில் எத்தனை பேர் அதை செய்கிறார்கள்? முதலில் பிசினஸ்மேன்களில் எத்தனை பேருக்கு அதில் நம்பிக்கை இருக்கிறது? கடைக்காரர்களில் எத்தனை பேர் சிரமேற் கொண்டு ரிசர்ச் செய்கின்றனர்?

பல கம்பெனிகளில், கடைகளில், தொழில்களில் மார்க்கெட் ரிசர்ச் என்பது லவலேசம் கிடையாது. அப்புறம் எப்படி வாடிக்கையாளர் யார் என்று தெளிவாகத் தெரியும்? அவருக்கு என்ன தேவை என்று எப்படி நமக்குப் புரியும்? நம் ப்ராண்டைப் பற்றி அவர் என்ன நினைக்கிறார் என்று எப்படி நம் மனம் அறியும்? எதுவுமே தெரியாது என்றால் நம் பொருள்தான் ப்ராண்டாக மார்க்கெட்டில் எப்படி விரியும்?

ஆக, வெற்றிக்கு முதற்படி ப்ராண்ட். அதை உருவாக்கி, உயிரூட்டத் தேவையானதைச் செவ்வனே செய்வது ப்ராண்டிங். இன்னமும்கூட

உங்களுக்குச் சந்தேகம் இருக்கிறதா? இதற்கு மேலேயும்கூட உங்களுக்கு நம்பிக்கை வரவில்லையா?

வாருங்கள், ப்ராண்ட் உலகின் மூன்றாவது கதவைத் திறந்து இன்னமும் கூட மூழ்கி முத்தெடுப்போம்.

3

ஈவன் மோர் அபவுட் ப்ராண்ட்ஸ்

ப்ராண்ட் பற்றிய புத்தகத்தை வாங்கிப் படித்தால் மட்டும் போதுமா? ப்ராண்ட் என்கிற ஆங்கிலப் பெயர் உருவானதன் கதையும் காரணமும் தெரியவில்லை என்றால் எப்படி. இதோ அந்த ப்ளாஷ்பேக்.

பழங்காலத்தில் ஐரோப்பிய நாட்டுச் சந்தைகளில் செங்கற்கள் அல்லது உயிருள்ள மாடு, ஆடு ஆகியவற்றை ஊரின் பொது இடத்துக்குக் கொண்டுவந்து விற்பார்களாம். அனைவரும் வந்து விற்கும் பொது இடத்தில் தங்கள் மாடு, ஆடு, செங்கல் தனியாகத் தெரியவேண்டும், பத்தோடு பதினொன்றாகத் தெரியக்கூடாது என்பதற்காக வியாபாரிகள் தாங்கள் விற்கும் மாடு, ஆடு, செங்கல்மீது தங்கள் பெயரையோ, இனிஷியலையோ பொறித்து வைப்பார்களாம்.

லத்தீன் மொழியில் அப்படிப் பொறிப்பதற்கு 'ப்ராண்டிர்' (Brandr) என்று பெயர். அதிலிருந்து தோன்றியதுதான் ப்ராண்ட் என்கிற வார்த்தை!

தரமான பொருட்களுக்கு மவுசு கூடத் தொடங்கி, வாங்குபவர்கள் அந்த வியாபாரியின் பெயர், இனிஷியல் இருக்கும் பொருட்களையே கேட்டு வாங்கினர். டுபாக்கூர் பொருட்களை விற்கும் வியாபாரியின் பெயர், இனிஷியல் பொறித்த பொருட்களை ஒதுக்கித் தள்ளினர்.

பொருளின் தரத்துக்கும் பயனுக்கும் ஏற்ப வாடிக்கையாளர்கள் அவர்களாகவே விருப்பப்பட்டு வலிய வந்து ப்ராண்டை வாங்கும் வழக்கம் இந்த ப்ராண்டிர் பழக்கத்தால் உருவானது. ப்ராண்ட் மற்றும் ப்ராண்டிங்கின் ஆதாரத் தத்துவம் அன்று தொடங்கி இன்றுவரை மாறாமல் அப்படியே தொடர்கிறது!

இந்தியாவில் ப்ராண்டுகள் காலகாலமாக இருந்து வந்தாலும் அவற்றுக்கு முக்கியத்துவம் ஓரளவேனும் வந்தது 1991-ம் ஆண்டுக்குப் பின்னர்தான். அதுவரை பத்து பைசாவுக்குப் பிரயோஜனப்படாத

சோஷலிச சித்தாந்தத்தில் மூழ்கி பொருள் பிரிவுக்கே பஞ்சப்பட்டு, ப்ராண்டுகளுக்கு வக்கற்று வாய் மூடித்தானே கிடந்தோம்.

அப்போது கடைத்தெரு சென்று பொருள் வாங்கிய நினைவு உங்களுக்கு இன்னமும் மிச்சம் மீதி இருந்தால் அதைக் கொஞ்சம் தூசி தட்டி, மீண்டும் நினைத்துப் பாருங்கள். அப்போது எத்தனை பொருள் பிரிவுகள் இருந்தன என்று. அதில் எத்தனை ப்ராண்டுகள் இருந்தன என்று.

இன்று அதே கடைதெருவுக்குச் செல்லுங்கள். அன்று நீங்கள் பார்த்த ப்ராண்டுகளில் எத்தனை இப்போது இருக்கின்றன. 'ஹார்லிக்ஸ்', 'ஐயோடெக்ஸ்', 'விக்ஸ்', 'லக்ஸ்', 'அம்ருதாஞ்சன்', 'சர்ஃப்', 'லைஃப்பாய்' என்று விரல்விட்டு எண்ணிவிடலாம். என்ன, கை விரலோடு கொஞ்சம் கால் விரலையும் சேர்க்கவேண்டும், அவ்வளவே!

இன்று புதியதாக முளைத்திருக்கும் ப்ராண்டுகளை விடுங்கள். அன்று பார்த்த எத்தனையோ ப்ராண்டுகள் இன்று காணாமல் போனதன் காரணம் என்ன? 'மர்ஃபி ரேடியோ' ஞாபகம் இருக்கிறதா? 'ஓவல்டின்' மனத்தில் தோன்றுகிறதா? 'ரீகல் சொட்டு நீலம்' நினைவில் நிழலாடு கிறதா? அப்படியே கொஞ்சம் உங்கள் நினைவுகளை இன்னமும்கூட மலர விடுங்கள். 'மால்டோவா', 'வீவா', 'கோல்ட் ஸ்பாட்', 'ரூஅஃப்ஸ்ஸா', 'ஹேலோ ஷாம்பு', 'டால்டா', 'ரேலீஸ் சைக்கிள்', 'லேம்ப்ரட்டா', 'யெஸ்டி பைக்', 'ப்ளைமூத்', 'ஃபோர்ஹேன்ஸ்', 'டபுள் செவன்' கோலா...

அன்று கொடி கட்டிப் பறந்த இத்தனை ப்ராண்டுகள் இன்று காலாவதியாகி, காலமாகி அரைக் கம்பத்தில் பறப்பது எதனால்? ஒரு காலத்தில் சக்கைப்போடு போட்ட இந்த ப்ராண்டுகள் சக்கையாகப் பிழியப்பட்டு, தூக்கி எறியப்பட்டது எப்படி?

எத்தனையோ காரணங்கள். முக்கியமான ஐந்து காரணங்களைத் தெரிந்துகொள்ள 'மார்க்கெட்டிங் பஞ்ச மாபாதகங்கள்' என்கிற புத்தகத்தைப் படித்துத் தெரிந்துகொள்ளலாம். அந்தப் புத்தகத்தை எழுதிய பாவமும் அடியேனையே சாரும்!

ப்ராண்டுக்கு சவால்

ப்ராண்டை உருவாக்க முட்டுக்கட்டை போடுவது எது? ப்ராண்டிங் செய்யச் சவாலாக இருப்பவை எவை? ப்ராண்டுக்கும் ப்ராண்டிங்குக்கும் வில்லன்கள் யார்?

முதல் சவால் வாடிக்கையாளர்கள். இன்று அவர்கள் ரொம்பவே விவர மானவர்களாக மாறிவிட்டார்கள். உஷார் பார்ட்டிகள் ஆகிவிட்டார்கள்.

முன்னைப்போல் அவர்களை அவ்வளவு எளிதில் ஏமாற்ற முடியாது. பொருளைப் பற்றித் தெளிவாகத் தெரிந்துகொள்ள அவர்களுக்கு மீடியாவோடு, இண்டர்னெட் இருக்கிறது. ப்ராண்டைப் பற்றி உடனுக்குடன் அறிந்துகொள்ள மொபைல் ஃபோன் இருக்கிறது. பிரச்னை என்றால் கன்ஸ்யூமர் கோர்ட் வரை செல்ல அவர்கள் தயாராக இருக்கிறார்கள். ப்ராண்டுகளைப் பற்றிய விஷய ஞானம் அவர்களுக்குக் கூடிவிட்டது.

ப்ராண்ட் வளர்ப்பில் அடுத்த சவால் பெருகிவரும் போட்டியும் போட்டியாளர்களும். எந்தப் பொருள் பிரிவை எடுத்துக்கொண்டாலும் அதில் புற்றீசல்போலப் புதிது புதிதாக ப்ராண்டுகள் பிறந்தவண்ணம் இருக்கின்றன. சோப்பில் மட்டும் இந்தியாவில் 720 ப்ராண்ட்கள் இருக்கிறதாம். இதைப் படிக்கும்போதே உங்களுக்கு பாதாதி கேசமும் குளித்த ஃபீலிங் வந்திருக்குமே!

ஜவுளிக் கடைகளை எடுத்துக்கொள்ளுங்கள். சென்னையில் ஒரு காலத்தில் 'நல்லி' அதை விட்டால் 'குமரன் சில்க்ஸ்' என்று இருந்த காலம் மலையேறி மலேஷியா போய்விட்டது. இன்று 'போத்தீஸ்', 'சென்னை சில்க்ஸ்', 'ஸ்ரீ கிருஷ்ணா கலெக்ஷன்ஸ்', 'ஆர்எம்கேவி', 'ஜெயச்சந்திரன், 'சரவணா ஸ்டோர்ஸ்', 'துளசி சில்க்ஸ்' என்று தடுக்கி விழுந்தால் ஜவுளிக் கடையில்தான் போய் விழவேண்டும்.

இது ஒருபுறம் என்றால், இன்னொரு புறம் உலகமயமான வர்த்தக உலகத்தில் வாழ்ந்து வருகிறோம். உள்ளூர்ப் போட்டியாளர்கள் போதாது என்று பன்னாட்டுப் போட்டியாளர்கள் வேறு. அதுவும் பத்தாது என்று வெளிநாட்டு இறக்குமதிகள் வேறு. இத்தனைக்கும் இடையே ப்ராண்டை உருவாக்கி வளர்ப்பது என்பது நம் திறமைக்கும் பொறுமைக்கும் விடப்படும் மிகப்பெரிய சவால்.

போட்டியை விடுங்கள். ப்ராண்டை உருவாக்கும் செலவு ஏகத்துக்கும் எகிறிக் கிடக்கிறதே, அதை என்னவென்று சொல்ல. ஆர்அண்டுடி செலவு எக்கச்சக்கம் என்றால் தயாரிப்புச் செலவோ ஏராளம். பேக்கேஜிங் செலவு ஏகத்துக்கும் என்றால் விற்பனை மேம்பாட்டுச் செலவோ எக்குத்தப்பாய். இத்தனை செலவழித்து ஒரு ப்ராண்டை உருவாக்கினால் அதன் வெற்றி கேரண்டியா என்றால் அதுவும் இல்லை. அப்புறம் எங்கிருந்து ஈசியாக ப்ராண்டை உருவாக்குவது, அதை எளிதாக வளர்ப்பது?

ப்ராண்ட் வளர்ப்பில் முக்கியப் பங்கு வகிப்பது விளம்பரங்கள். இன்று அதற்கு ஆகும் செலவில் பேசாமல் நாமே ஒரு டீவி சேனல் ஆரம்பித்துவிடலாம்! 'தி ஹிந்து'வில் முதல் பக்கம் விளம்பரம் கொடுக்கப் பல லட்சம் ஆகிறதே என்று 'தினமல'ரில் கொடுத்துத்

தொலைக்கலாம் என்றால் அதில் சில லட்சமாவது ஆகிறது. சரி, இத்தனை செலவழித்து ஹிந்துவிலும் தினமலரிலும் விளம்பரம் கொடுத்துத் தொலைப்போம் என்றால் வாடிக்கையாளர்கள் இந்த பேப்பர்களைத் தான் படிப்பார்கள் என்பதற்கு என்ன உத்தரவாதம்? அவர்கள் 'இந்தியன் எக்ஸ்பிர'ஸும் 'தினத்தந்தி'யும் படித்துத் தொலைத்தால்?

சரி, டீவியில் விளம்பரம் கொடுப்போம் என்றால் அதில் ஆயிரத்தெட்டு சேனல்கள். 30 வினாடி விளம்பரம் ஒன்று கொடுக்கலாம் என்றால் அதுவே குறைந்தது ஒரு லட்சம் ரூபாய் ஆகிறது. ஒழிந்து போகிறது என்று ரேடியோவில் விளம்பரம் கொடுத்துக் காரியத்தை முடிக்கலாம் என்றால் அங்கு ஒன்றுக்கு பத்து எஃப்எம் சேனல்கள். அந்தப் பத்தில் எந்த எஃப்எம் சேனலில் விளம்பரம் கொடுப்பது? ஆக, விளம்பர மேம்பாட்டுச் செலவை நினைத்தாலே ப்ராண்ட் வளர்க்கும் ஆசை பாதி போய்விடுகிறது.

இவையெல்லாம் வெளிக்காரணங்கள் என்றால் நமக்குள்ளேயே இருக்கும் தவறான மார்க்கெட்டிங் அணுகுமுறைகளும் ப்ராண்ட் வளர்ப்புக்குச் சவலாக அமைகின்றன. 'கல்யாண் ஜுவல்லர்ஸ்' சக்ஸஸ்ஃபுல்லான ப்ராண்ட்தான். நகைக்கடை என்றாலே பலருக்கும் கல்யாண்தான் ஞாபகத்துக்கு வரும். அதற்காக அதே பெயரை புடைவைக் கடைக்கும் வைத்து 'கல்யாண் சில்க்ஸ்' என்று அழைத்தால் அதுவும் அமோகமாக விற்கும் என்று நினைப்பது அறிவீனம்.

புடைவைக் கடை என்று சொன்னால் எத்தனை பேருக்கும் கல்யாண் ஞாபகத்துக்கு வரும்? முதலில் உங்களுக்கே வந்ததா? இந்த மார்க் கெட்டிங் பாவத்தைப் பல கம்பெனிகள் செய்து தங்கள் ப்ராண்டுக்குத் தாங்களே சவாலாக அமைகின்றனர்.

'வாசன்' என்றால் என்ன தோன்றுகிறது உங்களுக்கு? 'வாசன் ஐ கேர்' என்கிறீர்களா? வெரி குட்.

'வாசன் டெண்டல் கேர்' என்றும் தோன்றியதா? இல்லையே. அப்புறம் எங்கிருந்து வாசன் டெண்டல் கேர் விற்கப் போகிறது? பல்லில் சொத்தை இருக்கிறதோ இல்லையோ ப்ராண்ட் உத்தியில் சொத்தை. எங்கிருந்து விற்கப்போகிறது?

ஒரு ப்ராண்டின் பெயரை இன்னொரு பொருள்வகைக்கும் வைக்கும் இந்தக் கேடு கெட்டத் தனத்துக்கு ப்ராண்ட் எக்ஸ்டென்ஷன் என்று பெயர். பைசா பெயராத, குப்புறப் படுத்துக்கொண்டு குழி தோண்டும் இந்த கான்செப்டைக் கட்டிக்கொண்டு அழும் மார்க்கெட்டர் வர்க்கத்தை சேர்ந்தவர்களில் நீங்களும் ஒருவர் என்றால் என் 'மார்க் கெட்டிங் பஞ்ச மாபாதகங்கள்' புத்தகத்தைப் படித்துப் பாருங்கள்.

உங்கள் ப்ராண்டுக்கு நீங்களே வில்லனாக ஆகும் இந்தச் சித்தாந்தத்தின் தவறை எவ்வளவு சீக்கிரம் உணர்ந்து திருந்துகிறீர்களோ அவ்வளவுக்கு அவ்வளவு நல்லது, உங்களுக்கும் உங்கள் ப்ராண்டுக்கும்.

ப்ராண்டால் விளையும் பயன்கள்

ப்ராண்ட், ப்ராண்டிங் என்று ஏகத்துக்கும் பேசிவிட்டோம். இதனால் கண்டிப்பாகப் பயன் இருக்கிறதா என்று 'சீதைக்கு ராமன் என்ன வேண்டும்?' என்று ஒரு வேளை நீங்கள் இன்னமும் கேட்டால் என் பதில்: 'ப்ராண்டிங்தான் மார்க்கெட்டிங்கின் அடிநாதம்'.

ப்ராண்ட் என்பது வாடிக்கையாளரின் நேரத்தையும் எதை வாங்குவது என்கிற குழப்பத்தையும் மிச்சப்படுத்துகிறது. ஒரு முறை 'சிந்தால்' சோப்பை வாங்கி உங்களுக்கு அது பிடித்துவிட்டால் பிறகு எந்த சோப்பை வாங்குவது என்கிற கவலை உங்களுக்கு இல்லை. வேறெந்த சோப்பு வாங்குவது என்று நேரத்தைச் செலவழிக்கவும் போவதில்லை. எந்த ஊர் போனாலும் அந்த ஊரில் சிந்தால் கிடைக்கும் பட்சத்தில் கண்ணை மூடிக்கொண்டு அதே ப்ராண்டை வாங்குவீர்கள். கண்ணை மூடிகொண்டு வாங்கும்போது இன்னொரு சௌகரியமும் உண்டு. குளிக்கும் போது கண்ணில் நுரை விழாது பாருங்கள்!

ஒரு மார்க்கெட்டரின் இலக்கு என்ன? அதிக விற்பனை, அமோக லாபம். அதற்குத் தேவை தன் ப்ராண்டை மீண்டும் மீண்டும் வாங்கும் வாடிக்கையாளர்கள். அதாவது ப்ராண்ட் லாயல்டி. அந்த ப்ராண்ட் லாயல்ட்டிக்கு அத்தியாவசியத் தேவையே ப்ராண்ட்தானே! சிந்தித்துப் பாருங்கள். நாம் எத்தனை காலமாய் அதே சோப்பை, அதே டூத்பேஸ்ட்டை, அதே தேங்காய் எண்ணெயை, அதே சலூனைக் கட்டிக் கொண்டு அழுகிறோம். இந்த ப்ராண்ட் லாயல்ட்டிக்குக் காரணமே ப்ராண்டுகள்தானே!

நல்ல ப்ராண்ட் அதிக விற்பனை தருவதோடு அதிக லாபத்தையும் தரும் வல்லமை கொண்டது. நாம் ஏற்கெனவே பார்த்த 'ஹோம் லைட்ஸ்' ப்ராண்டை மீண்டும் நினைத்துப் பாருங்கள். அந்த ப்ராண்ட் தருவது அதிக விற்பனை மட்டுமல்ல. மற்ற தீப்பெட்டிகள் ஒரு ரூபாய்க்கு சல்லிசாகக் கிடைக்க, ஹோம் லைட்ஸின் விலையோ ஐந்து ரூபாய். அதாவது ஐந்து மடங்கு லாபம். எல்லாம் பரலோகத்தில் இருக்கும் பரம பிதா ப்ராண்டானந்தாவின் உபயம்தான், வேறென்ன!

வலிமையான ப்ராண்ட் என்றால் வாடிக்கையாளர்கள் அதற்கு என்ன விலை கொடுத்தும் வாங்குவார்கள். நீங்கள் உபயோகிக்கும் 'கோல் கேட்' என்ன விலை தெரியுமா? சரி, நீங்கள் தினம் படிக்கும் 'தி

ஹிந்து’வின் விலை என்ன தெரியுமா? அட, அதுவும் தெரியவில்லையா. நீங்கள் போட்டுக்கொண்டிருக்கும் ‘வேன் ஹ ுஜூசன்’ சட்டையாவது என்ன விலை கொடுத்து வாங்கினீர்கள் என்று தெரியுமா?

தெரியவில்லையா. காசு கொடுத்து வாங்கினீர்கள். ஆனால் விலை தெரியவில்லை. ஏனெனில் வெறும் விலையைப் பார்த்து அந்த ப்ராண்டுகளை நீங்கள் வாங்கவில்லை. அதனால்தான் அவற்றின் விலைகள் உங்களுக்குத் தெரியவில்லை. அவற்றின் விலை ஏறினாலும் நீங்கள் அவற்றை வாங்குவதை நிறுத்தப்போவதும் இல்லை.

பொருளாதாரச் சித்தாந்தத்தில் இதற்கு ‘ப்ரைஸ் எலாஸ்டிசிடி’ என்று பெயர். பொதுவாக விலை கூடும்போது பொருட்களின் டிமாண்ட் குறைகிறது. ஆனால் சில நல்ல ப்ராண்டுகளுக்கு, விலை ஏறினாலும் டிமாண்ட் குறைவதில்லை. அதாவது அதன் விலை இன்எலாஸ்டிக்காக அமைகிறது. எல்லாம் ப்ராண்டின் மகிமைதான்!

வலிமையான ப்ராண்டுகளின் மற்றொரு பெரிய பயன் பெரும் சிக்கலில் மாட்டிக்கொண்டாலும் அவை அதிலிருந்து மீண்டு எழும் சக்தி கொண்டவையாக இருக்கும். ‘சார்ம்ஸ்’ என்கிற சிகரெட் ப்ராண்ட் ஒரு காலத்தில் இருந்தது. அந்த ப்ராண்டை உபயோகித்தால் ஆண்மைத் தன்மை போய்விடும் என்று ஒரு புரளி கிளம்பியது. அதோடு அந்த சிகரெட்டை ஆண்கள் விட்டொழித்தார்கள்.

பின் என்ன, சிகரெட் பிடிப்பதே ஸ்டைலாய் இழுத்து ஒயிலாய் யாரையாவது கரெக்ட் செய்யத்தானே. பிடிப்பவனின் அடிவயிற்றி லேயே கையை வைத்தால்; கிட்டத்தட்ட அடிவயிற்றிலேயே குண்டை வைத்தால் எந்த ஆண் அந்த சிகரெட்டைப் பிறகு பிடிக்கப் போகிறான்? சார்ம்ஸ் அந்தச் சிக்கலிலிருந்து மீள முடியாமல் அதன் ஆண்மைத் தனமே ஆட்டம் கண்டது.

இதே போன்ற சிக்கல் ‘கேட்பரீஸ்’ சாக்லெட்டுக்கும் வந்தது. கேட்பரீஸில் பூச்சி இருந்தது என்று செய்தி அடிபட்டு தினசரிகளிலும் டீவியிலும் அமர்க் களப்பட்டது உங்களுக்கு நினைவிருக்கலாம். சில காலமேனும் அதன் விற்பனை குறைந்தாலும் வெகு விரைவிலேயே கேட்பரீசின் விற்பனை முன்னைக் காட்டிலும் ஸ்பீடாக, ஸ்வீட்டாக ஏறிவிட்டது. இந்தப் புரளி மட்டும் ஏன் காட்பரீஸை பாதிக்கவில்லை? காரணம் காட்பரீஸ் என்கிற ப்ராண்டின் வலிமை. மக்கள் மனத்தில் அதன்மீது இருந்த மதிப்பு. வாடிக்கையாளர்கள் அந்த ப்ராண்டின்மீது கொண்ட பற்று.

இதேபோல் கோலா ப்ராண்டுகளில் பூச்சிகொல்லி மருந்து கலந்திருக்கிறது என்று யாரோ கிளப்பிவிட்டனர். இதனால் ‘கோக்’, ‘பெப்சி’யின் விற்பனை பாதிக்கப்பட்டது. ஆனால் சில காலம் மட்டுமே. இரு

ப்ராண்டுகளும் அந்தப் புரளியை மறுத்து தங்கள் ப்ராண்டுகள் பாதுகாப்பானவை என்று வாடிக்கையாளர்களை ஒப்புக்கொள்ள வைத்தன. வெகு விரைவிலேயே இந்த ப்ராண்டுகளின் விற்பனை பிய்த்து கொண்டு பறக்க ஆரம்பித்துவிட்டது.

இன்று யாராவது கோலாவில் பூச்சிகொல்லி மருந்து இருக்கிறது என்று சொன்னால் நம்புகிறோமா? அப்படியே யாராவது சொன்னாலும், 'இருக்கட்டுமேய்யா, அதக் குடிச்சு வயித்துல இருக்கற பூச்சி செத்தா நல்லதுதானே' என்று மடக்கென்று குடித்துவிட்டு படக்கென்று போய்க்கொண்டிருப்போம்!

ப்ராண்ட் என்றால் என்ன என்பது முதல் ப்ராண்டின் பயன்கள் வரை இந்த சப்ஜெக்ட்டை சப்ஜாடாய் அலசிவிட்டோம். ப்ராண்ட் பற்றிப் பேசும்போது பலர் மனத்தில் எழும் கேள்வி ஒன்று உண்டு. பல பிசினஸ்மேன்களும் என்னிடம் கேட்கும் கேள்வியும் அதுவே. ஏன், உங்களுக்குக்கூட அந்தக் கேள்வி மனத்தில் இருக்கலாம். போன அத்தியாயத்தில் மேலோட்டமாக இதைப் பார்த்தோம்.

எல்லா பொருட்களையும் ப்ராண்ட் செய்ய முடியுமா?

இதற்கான பதிலைத் தேட உங்களை நான் இரு கேள்விகள் கேட்கிறேன். அதற்கு 'ஆம்' அல்லது 'இல்லை' என்று ஒரே வார்த்தையில் பதில் கூறுங்கள்.

முதல் கேள்வி: ப்ராண்ட் என்பது வாடிக்கையாளரின் மனத்தில் நாம் உருவாக்கும் ஒரு இமேஜ், ஒரு பிம்பம் என்பதை ஒப்புக்கொள்கிறீர்களா?

'ஆம்' என்று நீங்கள் கூறினால் அடுத்த கேள்விக்கு செல்லுங்கள். 'இல்லை' என்று கூறினால் இந்தப் புத்தகத்தின் முதல் பக்கதிலிருந்து மீண்டும் ஒரு முறை படிக்கவும்.

இரண்டாவது கேள்வி: ப்ராண்டிங் என்பதன் ஆதார சித்தாந்தமே வாடிக்கையாளர்கள் மனத்தில் ஒரு பொருளுக்கும் இன்னொரு பொருளுக்கும் வித்தியாசம் இருக்கிறது என்று அவர்களை உணர வைப்பதுதான் என்பதை நம்புகிறீர்களா?

இந்த கேள்விக்கும் 'ஆம்' என்பது உங்கள் பதில் எனில் நீங்கள் கேட்ட கேள்விக்கான பதில் இதோ: 'விற்கும் எதையும் ப்ராண்ட் செய்யலாம்; செய்யவேண்டும்; செய்தால்தான் விற்கவே முடியும்'. இதை நான் சொல்லவேண்டியதே இல்லை. இந்நேரம் அந்த பதில் உங்களுக்கே புரிந்திருக்கும்.

புரிந்திருக்க வேண்டும்!

பாகம் 2

ப்ராண்ட் திறனாய்வு

ஒரு கல்யாணத்தைச் செய்து முடிப்பது எத்தனை சிரமமானது. மேட்ரிமோனியல் சேவையை அணுகவேண்டும், தெரிந்தவர் களிடம் சொல்லிவைக்க வேண்டும், ஜாதகம் தேடவேண்டும், பெண் பார்க்கவேண்டும், குடும்பத்தைப் பற்றி விசாரிக்க வேண்டும்... இன்னமும் எத்தனையோ.

ஒரு வீடு கட்டி முடிப்பது என்பது லேசுப்பட்ட காரியமா. இடத்தை தேடவேண்டும், மனை வாங்கவேண்டும், ஆவணங் களைச் சரி பார்க்கவேண்டும், ப்ளான் அப்ரூவல் வாங்க வேண்டும், ஆர்கிடெக்ட் உதவி பெறவேண்டும், காண்ட்ராக்டர் தயவு புரியவேண்டும்... இன்னமும் ஏகப்பட்டது.

மார்க்கெட்டில் ஒரு புதிய ப்ராண்டை அறிமுகப்படுத்துவது மட்டும் என்னவாம். ஏகப்பட்ட விஷயங்களைப் பார்க்க வேண்டும், எக்கச்சக்க ஆய்வுகள் நடத்தவேண்டும், ஏராளமான விஷயங்களைச் சேகரிக்க வேண்டும்... இன்னமும் எவ்வளவோ.

ஒரு புதிய ப்ராண்டை அறிமுகப்படுத்த அவசியமான ஆராய்ச்சிகளையும், தேவையான திறனாய்வுகளையும் செவ்வனே செய்து முடிப்பது அவசியம். மார்க்கெட்டை எப்படி ஆய்வு செய்வது. வாடிக்கையாளரை எப்படி ஆரய்வது. போட்டியாளர்களை எப்படி புரிந்துகொள்வது. இந்த மூன்றையும் முழுவதும் இல்லையென்றாலும் முக்காலாவது தெரிந்துகொள்ளத்தான் இந்த இரண்டாம் பாகம்.

கல்யாணத்தை பண்ணிப் பார், வீட்டை கட்டிப் பார் என்பார்கள். அதோடு மூன்றாவதாக இதையும் சேர்த்துக்கொள்ளலாம். ப்ராண்டை அறிமுகப்படுத்திப் பார்!

4

மார்க்கெட் திறானாய்வு

கிரிக்கெட் மாட்ச் ஆடச் செல்கிறீர்கள் என்று வைத்துக்கொள்வோம். பேட், க்ளவுஸ், பாதுகாப்புக் கவசங்கள் எல்லாவற்றையும் பேக் செய்து கொண்டு ரெடி ஆகிவிட்டீர்கள். எதிரணி எப்படிப்பட்டது, அவர்கள் எப்படி ஆடுவார்கள் என்றும் அறிந்துகொள்கிறீர்கள். நெட்ஸில் பவுலிங் போட்டு, பேட்டிங் ஆடி ப்ராக்டீஸ் செய்கிறீர்கள். அதோடு கொஞ்சம் ஃபீல்டிங் ப்ராக்டிஸ் செய்துகொள்கிறீர்கள்.

எல்லாம் ஓகே, மேட்ச் ஆடவேண்டிய ஆடுகளம் எப்படிப்பட்டது என்று ஆராய வேண்டாமா? பிட்ச் எப்படி என்று புரிந்துகொள்ள வேண்டாமா? மேட்ச் நடக்கும் தினத்தில் சீதோஷ்ண நிலை எப்படி இருக்கும் என்று தெரிந்துகொள்ள வேண்டாமா? மேட்சின் போக்கையே மாற்றும் தன்மை படைத்த இவற்றைத் தெரிந்துகொள்ளாமல், ஆடப் போனால் உங்கள் வெற்றி வாய்ப்பே ஆட்டம் கண்டுவிடாதா?

அதே போல் மார்க்கெட்டிங் விளையாட்டுக்குத் தயாராகும்போதும் மார்க்கெட் எப்படிப்பட்டது, அதன் தன்மைகள் என்னென்ன, மார்க் கெட்டின் முக்கிய அம்சங்கள் எவை எவை என்பதை அறிந்து கொள்ளாமல் மார்க்கெட்டிங் விளையாட்டை விளையாடினால் சரிந்து விழவேண்டியதுதான்.

ப்ராண்டைப் பற்றிய திறனாய்வின் முதல் படி, முக்கியப் படி மார்க்கெட் திறனாய்வு. போட்டியிடும் மார்க்கெட்டைப் பிரித்து மேய்ந்து மார்க்கெட் டேட்டாவைத் தேடித் துருவி, பிய்த்துப் பீராய்ந்து, நெம்பி, நோண்டி, குத்தி, குடைந்து, கண்டுபிடித்து விரல் நுனியில் வைத்திருக்க வேண்டியது அவசியம். டேட்டாவை சும்மாவேனும் மேலோட்டமாக நுனிப்புள் மேயாமல் ஆழ உழுது அறிந்துகொள்வது வெற்றி வாய்ப்பை அதிகரிக்கும்.

மார்க்கெட் டேட்டாவைப் பிரதானமாக வைத்துத்தான் ப்ராண்ட் உத்திகளை வகுக்கப் போகிறீர்கள் என்பதை எப்போதும் நினைவில்

வையுங்கள். சேகரிக்கும் டேட்டாவை அலசி ஆராய்ந்து ஒரு முறைக்கு இரு முறை சரி பார்த்துக்கொள்வது உத்திகளின் வீரியத்தை அதிகரிக்கும்.

டேட்டா கலெக்‌ஷன் (தகவல் சேகரிப்பு) படிகள்

தகவல் சேகரிப்பின் முதல் படி மார்க்கெட்டின் அளவைக் கணிப்பது. நீங்கள் போட்டியிடப்போகும் அல்லது போட்டியிடும் மார்க்கெட்டின் அளவை, மதிப்பை துல்லியமாக இல்லாவிட்டாலும் தோராய மாகவாவது தெரிந்துகொள்ளவேண்டும்.

உதாரணத்துக்கு இந்தியாவின் சோப்பு மார்க்கெட்டின் மதிப்பு 11,500 கோடி ரூபாய். டூத்பேஸ்ட் மார்க்கெட்டின் மதிப்பு 7,000 கோடி ரூபாய். மார்க்கெட்டின் மதிப்பைக் கணக்கிடுவதோடு அதன் அளவையும் தெரிந்துகொள்வது அவசியம். சோப் மார்க்கெட்டின் அளவு 5,30,000 டன்கள்.

மார்க்கெட் சைஸோடு மார்க்கெட் வளர்ச்சி விகிதத்தையும் தெரிந்து கொள்ளுங்கள். சில மார்க்கெட்டுகள் சின்ன சைஸாக இருந்தாலும் அசுர வேகத்தில் வளர்ந்துகொண்டிருக்கும். உதாரணத்துக்கு இந்தியாவில் டியோடரண்ட் மார்க்கெட்டின் மதிப்பு வெறும் 2,500 கோடி ரூபாய்தான். ஆனால் அந்த மார்க்கெட் வருடத்துக்கு சுமார் 20% வளர்ச்சி கண்டு வருகிறது. இந்த வளர்ச்சி விகிதம் அழகு சாதனப் பொருட்களின் வளர்ச்சி விகிதத்தைவிட இரண்டு மடங்கு அதிகம். அதனால்தான் பல கம்பெனிகள் புதிய டியோடரண்ட் ப்ராண்டுகளை அறிமுகப்படுத்திய வண்ணம் இருக்கின்றன.

மார்க்கெட் சைஸ் மற்றும் அதன் வளர்ச்சியோடு நீங்கள் சேகரிக்க வேண்டிய இன்னொரு தகவல், வாடிக்கையாளரின் 'சராசரி உபயோக அளவு'. இதை ஆங்கிலத்தில் பெர் கேபிடா கன்சம்ஷன் (Per capita consumption) என்பார்கள். உதாரணத்துக்கு ஷாம்பு மார்க்கெட்டை எடுத்துக்கொள்வோம். இந்தியாவில் 68% மக்கள் ஷாம்பு உபயோகிக் கிறார்கள் என்று மார்க்கெட் ஆய்வறிக்கை கூறுகிறது. இதை மேலோட்ட மாகப் பார்க்கும்போது இந்த மார்க்கெட்டில் அப்படி ஒன்றும் பெரிய ஸ்கோப் இல்லை, ஏற்கெனவே பலரும் உபயோகிக்கும் பொருள் வகையாக இருப்பதால் இந்த மார்க்கெட்டில் நுழைவது பயன் தராது என்பதுபோல் தெரியும்.

இந்த மார்க்கெட்டின் பெர் காபிடா கன்சம்ஷன் டேட்டாவைப் பார்த்தால் நிலைமையே வேறு விதமாகத் தெரியும். ஒரு சராசரி இந்தியன் ஆண்டுக்கு 13 மில்லி ஷாம்புதான் உபயோகிக்கிறான் என்று புள்ளிவிவரம் கூறுகிறது. ஒரு சாஷேவில் சராசரியாக 8 மில்லி உள்ள

பட்சத்தில் வருடத்துக்கு ஒன்றரை சாஷேக்களை மட்டுமே ஒரு சராசரி இந்தியன் பயன்படுத்துகிறான் என்று அர்த்தம். ஒரு முறை குளிப்பதற்கு ஒரு சாஷேயை ஒருவன் பயன்படுத்துகிறான் என்று பார்த்தால், சராசரி இந்தியன் வருடத்துக்கு இரண்டு முறைதான் ஷாம்பு போட்டுக் குளிக்கிறான் என்றாகிறது.

இதை வளர்ந்த நாடுகளோடு கூட வேண்டாம், வளரும் அண்டை நாடுகளோடு ஒப்பிட்டுப் பார்ப்போம். இந்தோனேசியா நாட்டுக்காரன் சராசரியாக வருடத்துக்கு 160 மில்லி ஷாம்பு உபயோகிக்கிறான். தாய்லாந்து நாட்டுக்காரன் வருடத்துக்கு 330 மில்லி ஷாம்பு உபயோகிக்கிறான்.

அதாவது இந்தியர்களில் 68% பேர் ஷாம்பு உபயோகிப்பவராக இருக்கலாம். ஆனால் அவர்களுடைய சராசரி உபயோகத்தின் அளவு அந்த ஷாம்பு சாஷேக்களை விடவும் சிறியதாக இருக்கிறது! ஆக, இந்தியாவில் ஷாம்பு மார்க்கெட் அபரிதமான வளர்ச்சி காண வழி இருக்கிறது. அதன் மார்க்கெட் பொடென்ஷியல் அக்கிரமத்துக்கும் அதிகம் என்பதும் அமர்க்களமாகத் தெரிகிறது.

இதனாலேயே பல கம்பெனிகள் புதிதுபுதிதாக முளைத்து வருகின்றன; தினுசுதினுசாக ஷாம்புக்களை அறிமுகப்படுத்தி வருகின்றன. கோடிக் கணக்கில் விளம்பரத்துக்குச் செலவு செய்துகொண்டிருக்கின்றன.

மார்க்கெட்டின் மொத்த அளவையும் வளர்ச்சி விகிதத்தையும் கணக்கிடும் அதே நேரத்தில் மார்க்கெட்டில் உள்ள வெவ்வேறு பிரிவு களையும் அவற்றின் வளர்ச்சி விகிதத்தையும் கணக்கிடுவதும் அவசியம். ஒரு மார்க்கெட்டின் மொத்த வளர்ச்சி விகிதம் குறைவாகத் தெரியலாம். ஆனால் அதே மார்க்கெட்டின் ஒரு பிரிவின் வளர்ச்சி மட்டும் அபரிமித மாக இருக்கலாம்.

உதாரணத்துக்கு இந்தியாவில் சோப்பு மார்க்கெட்டின் வளர்ச்சி 0.5% முதல் 1% வரை என்று ஈனஸ்வரத்தில் உள்ளது. ஆனால் சோப்பு மார்க்கெட்டை நுணுக்கமாக ஆராயந்தால் அதே சோப்பு மார்க் கெட்டில் விலை உயர்ந்த ப்ரீமியம் சோப்புப் பிரிவு 15% வளர்ச்சி கண்டு வருவது தெரியும். அதனால்தான் பல கம்பெனிகள் புதிய ப்ரீமியம் சோப்புகளை அறிமுகப்படுத்தி வருகின்றன. இந்துஸ்தான் யூனிலீவரின் ‘டவ்’, ஐடிசியின் ‘ஃபியாமா டிவில்ஸ்’ போன்றவை அறிமுகப்படுத்தப் பட்டு அந்த ப்ராண்டுகளுக்குக் கோடி கோடியாகச் செலவழிக்கப்படு வதன் காரணம் இதுதான்.

புழக்கத்தில் உள்ள பொருள்வகையைப் பற்றித் தெரிந்துகொள்ள இதெல்லாம் ஓகே. இதுவரை மார்க்கெட்டில் இல்லாத ஒரு புதிய

பொருள்வகையை அறிமுகப்படுத்த முனையும்போது இல்லாத மார்க்கெட்டின் அளவையையும் மதிப்பையும் எப்படி மதிப்பிடுவது? எதைக்கொண்டு கணக்கிடுவது?

வழி இருக்கிறது. இல்லாத பொருள்வகையை உதாரணமாகக் கொண்டு தெரிந்துகொள்வோம். இந்தப் பொருள்வகை நாம் இருக்கும்போது இருக்கும். ஆனால் நாம் போனதற்குப் பிறகுதான் நமக்குத் தேவைப்படும். தெளிவாகக் குழப்பிவிட்டேனா!

ஃப்யூனரல் அண்ட் பரியல் சர்வீசஸ் (Funeral and Burial Services) என்று மேலை நாடுகளில் உள்ள பொருள்வகைதான் அது. இறப்பு என்பது சோகமானது மட்டுமல்ல, குடும்பத்தையே ஸ்தம்பிக்க வைப்பதும் கூட. ஒரு புறம் பிரிந்த உயிருக்காக வருத்தப்பட்டு உணர்ச்சிகளை கொட்டவேண்டும். அதே சமயம் பிரிந்த உடலைத் தகனம் செய்யவோ அடக்கம் செய்யவோ தேவையான சகல ஏற்பாடுகளையும் கவனிக்க வேண்டும்.

ஒன்றுக்கொன்று எத்தனை முரணான செயல்கள் பாருங்கள். அழுவதா, அடக்கம் செய்யத் தேவையான ஏற்பாடுகளைக் கவனிப்பதா. நண்பர்கள் உறவினர்கள் உதவி செய்கிறார்களோ எதோ எல்லா ஏற்பாடு களும் ஒரு வழியாக நடந்துவிடுகின்றன. உறவுகளும் நண்பர்களும் குறைந்து வரும் இக்காலத்தில் கூடமாட ஒத்தாசை செய்ய ஆள் இல்லை எனும்போது என்ன செய்வது? எங்கு போவது? யாரைக் கேட்பது? செத்தவரே தானாக எலெக்ட்ரிக் சுடுகாட்டுக்குச் சென்று ஸ்விட்சைப் போட்டுப் படுத்துக்கொண்டால்தான் உண்டு!

அதற்குத்தான் தேவை ஃப்யூனரல் அண்ட் பரியல் சர்வீசஸ். குடும்பத்தில் ஒரு இறப்பு ஏற்படும்போது அவர்கள் இந்தப் பொருள் பிரிவைச் சேர்ந்த ஒரு கம்பெனியைத் தொடர்பு கொண்டால் அந்த கம்பெனிக்காரர்கள் வந்து இறந்தவரின் மதம், ஜாதி, உட்பிரிவு, அடக்கம் செய்யும் முறை, பட்ஜெட் போன்றவற்றை முதலில் தெரிந்து கொள்வார்கள். அதன்பின் அந்திம காரியத்துக்குத் தேவையான அனைத்து ஏற்பாடுகளையும் அவர்களே இழுத்து போட்டுக்கொண்டு கவனித்துக்கொள்வார்கள். பந்தல் போடுவது முதல் பாடை கட்டுவது வரை, மயானத்தில் புக்கிங் செய்வது முதல் அடக்கம் செய்து ரசீது பெறுவது வரை சகலத்தையும் அவர்களே செய்து முடிப்பார்கள். பிரிந்த வரை நினைத்து வாடும் குடும்பத்தினர் தங்கள் சோகத்தைத் தடையின்றிக் கொட்டித் தீர்க்கலாம். கொஞ்சம் ப்ரேக் எடுத்துக் கொண்டு அந்த கேப்பில் கம்பெனிக்கு உண்டான ஃபீசை செட்டில் செய்துவிட்டு துக்கத்தை விட்ட இடத்திலிருந்து தொடங்கிக் கொள்ளலாம்.

சரி, விஷயத்துக்கு வருவோம். இப்படிப்பட்ட ஒரு கம்பெனி இந்தியாவில் இதுவரை பெரிய அளவில் இல்லை. அப்படிப்பட்ட ஒரு கம்பெனியை நீங்கள் ஆரம்பிக்க நினைத்தால் அந்த மார்க்கெட்டின் அளவைக் கணக்கிட முடியுமா? மார்க்கெட்டின் வளர்ச்சி விகிதத்தைக் கணிக்க முடியுமா? மார்க்கெட்டின் உட்பிரிவுகளைத் தெரிந்துகொள்ள முடியுமா?

பேஷாய் முடியும்!

எந்த ஊரில் இந்தத் தொழிலைத் தொடங்கப் போகிறீர்களோ அந்த ஊரின் கார்ப்பரேஷன் அலுவலகத்துக்குச் சென்றால் அந்த ஊரில் கடந்த பத்து வருடங்களில் எத்தனை இறப்புச் சான்றிதழ்கள் வழங்கப் பட்டிருக்கின்றன என்கிற புள்ளி விவரம் கிடைக்கும். அதை அலசினால் அந்த ஊரின் இறப்பு விகிதம், இறந்தவர்களின் மதம், ஜாதி போன்ற சகலவிதமான தகவல்களும் கிடைக்கும். அந்த டேட்டாவைக் கொண்டு மார்க்கெட்டைப் பற்றி முழுவதும் தெரிந்துகொள்ளலாமே!

இதெல்லாம் சாத்தியமா, இப்படிப்பட்ட கம்பெனி இருக்குமா என்றெல்லாம் யோசிக்கவே வேண்டாம். சீனாவில் 'ஃப்பூ ஷூ யுவான்' என்கிற சர்வதேச கம்பெனி இந்தத் தொழிலைத்தான் ஜோராகச் செய்து வருகிறது. உயிரெடுக்கும் கஸ்டமர்களை சாவுகிராக்கி என்பார்கள். இந்த கம்பெனிக்கு மட்டும் உயிர் போனவர்கள் அனைவருமே கிராக்கி!

ஹாங் காங் பங்குச் சந்தையில் இந்த சீனாக்கார கம்பெனியின் மதிப்பு மட்டும் சுமார் 1.2 பில்லியன் அமெரிக்க டாலர். இதைக்கேட்டு மலைத்து மூர்சையாகிவிடாதீர்கள். அந்த கம்பெனிக்காரர்கள் உங்கள் வீடு தேடி வந்து விடுவார்கள் 'இன்னொரு கிராக்கி சிக்கினான்' என்று!

டேட்டா சேகரிப்பில் வித்தியாசப்படும் விஷயங்கள் சில உண்டு. அதில் ஒன்று நகர மற்றும் கிராமச் சந்தைகளின் மாறுபடும் தன்மை. இந்திய ஒருமைப்பாடு, கலாசார ஒற்றுமை என்றெல்லாம் பேசலாம். ஆனால் நகரங்களில் வாழ்பவர்களின் வாங்கும் தன்மை, ப்ராண்டுகளைப் பற்றிய விழிப்புணர்வு, பொருட்களை வாங்கும் சக்தி போன்றவை கிராமப் பகுதிகளில் வாழ்பவர்களோடு ஒப்பிட்டுப் பார்க்கும்போது கண்டமேனிக்கு வித்தியாசப்படும்.

நகர்ப் பகுதிகளில் 64% வீடுகளில் டீவி இருக்கிறது என்றால் கிராமப் பகுதிகளில் வெறும் 19% வீடுகளில் மட்டுமே டீவி இருக்கிறது. (இது இந்தியப் புள்ளிவிவரம். தமிழ்நாட்டில் ஒவ்வொரு வீட்டுக்கும் இலவச கலர் டீவி கொடுக்கப்பட்ட காரணத்தால் இந்த எண்ணிக்கை வேறு மாதிரியாக இருக்கும்.) இதனால் டீவிக்கு கிராமங்களில் நல்ல மவுசு

இருக்கும், அங்கு சென்று விற்கலாம்' என்று ஒரு புறம் இருந்தாலும் உங்கள் ப்ராண்டை ரூரல் மக்களிடம் அறிமுகப்படுத்த டீவி விளம்பரங்களை நம்பிப் பிரயோஜனம் இல்லை என்பதும் வாஸ்வதம்தானே.

கிராமப் பகுதி வீடுகளில் ஓவர்ஹெட் டாங்க், அதிலிருந்து பைப் மூலம் தண்ணீர் சப்ளை என்பதெல்லாம் பெரும்பாலும் கிடையாது. அதற்காக அந்தப் பகுதிகளில் வாழ்பவர்கள் எல்லாம் பிச்சைக்காரர்கள் என்றும் அர்த்தமில்லை. அங்கு வாழ்பவர்களில் பலருக்கும் வாஷிங் மெஷின் வாங்கி உபயோகிக்கும் அளவுக்கு வசதி இருக்கலாம். ஆனால், நகர்ப் பகுதிகளில் வாழ்பவர்களுக்கு விற்கும் ஃபுல்லி ஆட்டமெட்டிக் வாஷிங் மெஷின்களைப்போல் அவர்களுக்கு விற்க முடியாது. குழாய்த் தண்ணீர் வசதி இல்லாததால் அவர்களால் செமி ஆட்டமெடிக் வாஷிங் மெஷின் மட்டுமே வாங்கிப் பயன்படுத்த முடியும். இதில் தண்ணீரை நாமே எடுத்து உள்ளே கொட்டவேண்டியிருக்கும்.

டேட்டாவும் மனத்தில் வைக்கவேண்டியவையும்

மார்க்கெட் டேட்டாவைச் சேகரிக்கும்போது மனத்தில் நிறுத்திக்கொள்வதற்கு என்று சில விஷயங்கள் உண்டு. அவற்றை இப்போது பட்டியலிட்டுப் பார்ப்போம்.

மார்க்கெட் சைஸ், அதன் வளர்ச்சி விகிதம், பெர் கேபிடா கன்சம்ஷன் போன்றவற்றை கணக்கிடும்போது இந்தியா முழுவதும் தகவல் சேகரிக்கவேண்டுமா அல்லது குறிப்பிட்ட மாநிலங்களின் தகவல்கள் மட்டும் போதுமானவையா என்று தெரிந்துகொண்டு அதன்பின் கணக்கிடுவது சிறந்தது.

உதாரணத்துக்கு, ஆரஞ்சு பானங்களை எடுத்துக்கொள்வோம். இந்தியாவில் ஆரஞ்சு பானங்கள் அதிகம் விற்பது தமிழகத்தில்தான். இந்தியாவில் விற்கப்படும் ஆரஞ்சு பானங்களில் சுமார் 20% தமிழ்கூறு நல்லுலகத்தில் மட்டுமே விற்கப்படுகின்றன. இன்னும் சொல்லப் போனால் இந்தியாவில் பல மாநிலங்களில் ஆரஞ்சு பானங்களின் விற்பனை சொல்லிக்கொள்ளும்படி இல்லை.

நீங்கள் ஒரு வேளை 'மிரிண்டா', 'ஃபேண்டா' போன்ற ஆரஞ்சு பானத்தை விற்பவர் எனில் இந்திய மார்க்கெட்டின் டேட்டாவை பரிசோதிக்கும் அதே வேளையில் தமிழக டேட்டாவை மிக உன்னிப்பாகக் கவனிக்கவேண்டும். ஏன் என்றால், தமிழகத்தின் மார்க்கெட் அளவு, வளர்ச்சி விகிதம், பெர் கேபிட்டா கன்சம்ஷன் போன்ற டேட்டா இந்தியா முழுவதும் கிடைக்கும் டேட்டாவோடு பெருமளவு மாறுபடும்.

மார்க்கெட் திறனாய்வில் மற்றொரு முக்கிய அம்சம் சீசனாலிடி. எல்லாப் பொருள்வகைகளிலும் விற்பனை ஆண்டுதோறும் ஒரே சீராக அமைவதில்லை. மழை சீசனில் குடை அதிகம் விற்கும், வெயில் காலத்தில் ஐஸ்க்ரீம் அதிகம் விற்கும் என்பது குழந்தைக்குக்கூடத் தெரிந்த விஷயம். அதே லாஜிக் எல்லாப் பொருள்வகைகளுக்கும் பொருந்தும்.

ஒவ்வொரு பொருள்வகைக்கும் அதற்கென்று பிரத்யேக சீசன் இருக்கும். அந்த சீசனில் மட்டும் அந்தப் பொருள்வகையின் விற்பனை அதிகம் இருக்கும். மற்ற காலங்களில் விற்பனை சற்றே குறைவாகத்தான் இருக்கும்.

சீசனாலிடி என்பது அன்றாடம் உபயோகிக்கும் பொருட்களுக்குக்கூடப் பொருந்தும். உதாரணத்துக்கு சோப்பு விற்பனை வெயில் காலத்தில் அதிகம் இருக்கும். மற்ற காலங்களில் நாம் சோப்பு போட்டுக் குளிப்பதில்லையா என்று கேட்காதீர்கள். வெயில் காலத்தில் பலர் ஒரு வேளைக்கு இரண்டு வேளைகூடக் குளிப்பார்கள். வெயிலில் வெளியே சென்று திரும்பினாலும் முகத்தை சோப்பு போட்டு அலம்பு வார்கள். அதிகம் உபயோகிப்பதால் சோப்பு சீக்கிரமே தீர்ந்து மீண்டும் சோப்பு வாங்கவேண்டிய நிலைமை. அப்போது சோப்பு விற்பனை ஆட்டோமேடிக்காக ஏறாதா?

சீசனாலிடி என்பது ஏதோ சீதோஷ்ன நிலையால் வரும் பாதிப்புகள் மட்டுமே என்று நினைத்துவிடாதீர்கள். நம்மூரில் வருடம்தோறும் பலவிதமான சீசன்கள் உண்டு. ஒவ்வொரு சீசனுக்கும் தனித்தன்மைகள் உண்டு. அந்த சீசனில் ஃபேஷனாகச் சில பொருள்வகைகள் ஷேமமாக விற்கும். அதே சீசனில் ரீசனே இல்லாமல் மற்ற சில பொருள்வகைகள் விற்க முடியாமல் தொண்டையிலேயே விக்கும்.

பண்டிகைக் காலம், அதாவது ஃபெஸ்டிவல் சீசன். இந்தியாவில் அக்டோபர் முதல் டிசம்பர் வரை விழாக்களுக்கும், விசேஷங்களுக்கும், பண்டிகைகளுக்கும் பஞ்சமே இல்லை. தமிழ்நாட்டில் நவராத்திரி என்று தொடங்கி வங்காளத்தில் துர்கா பூஜை என்று வளர்ந்து குஜராத்தில் தாண்டியா என்று டான்ஸோடு முடியும்.

வந்ததுதான் வந்தது என்று கடைக்கும் வீட்டு சாமான்களுக்கும் ஆயுத பூஜை செய்து அம்மாடி என்று கொலு பொம்மைகளை எடுத்துப் பெட்டியில் கட்டிப் பரணில் ஏற்றி வைப்பதற்குள் வீட்டு வாசலில் வந்து நிற்கும் தீபாவளி. அதற்குத் திரி கிள்ளி தீபம் வைத்து அது வெடித்து அந்தப் புகை போவதற்குள் கார்த்திகை தீபம் காலிங் பெல்லை அடிக்கும். சரி என்று அதற்கு வீடு முழுவதும் விளக்கேற்றி, தெருவெங்கும் சொக்கப்பனை கொளுத்திப் போட்டு பொரிகடலை

கொறித்து பொட்டலத்தைத் தூக்கிப் போடுவதற்குள் கிறிஸ்துமஸ் தாத்தா வந்து நிற்பார். அவரை வரவேற்று வழியனுப்பிவிட்டு புது வருடத்துக்கு ஆரத்தி எடுத்து வரவேற்று அக்கடா என்று உட்கார் வதற்குள் பொங்கல் வந்து சேரும். அதற்குப் பானை வைத்து, பாலைப் பொங்க வைத்து, கரும்பை எடுத்துக் கடித்து வைத்தபிறகுதான் பண்டிகைக் காலம் பேக் செய்துகொண்டு புறப்பட்டுச் செல்லும்!

இந்தப் பண்டிகை சீசனில் புடைவை மார்க்கெட் பளபளக்கும், புது ஜவுளி ப்ராண்டுகள் பரிமளிக்கும், பட்டாசுப் பொருட்களின் சந்தை பரபரக்கும். ஸ்வீட் கடைகளில் சேல்ஸ் படபடக்கும். பட்சணங்களின் விற்பனை பறபறக்கும். 'ப்பூ! இவ்வளவுதானே' என்று அசால்டாக நினைக்காதீர்கள்.

இந்தப் பண்டிகை சீசனுக்குத்தான் காத்திருப்பார்கள் மார்க்கெட்டர்கள். எலக்ட்ரானிக்ஸ் பொருள் தயாரிப்பாளர்கள் முதல் கம்ப்யூட்டர் கம்பெனிகள் வரை, ஆட்டோமொபைல் டீலர்கள் முதல் அப்பேரல் கடைகள் வரை இந்தப் பண்டிகை சமயத்தில்தான் விற்பனையில் தீபாவளி பார்ப்பார்கள். ஆண்டு விற்பனையில் 40% முதல் 50% வரை பண்டிகைக் காலத்தில்தான் அள்ளுவார்கள்.

அதோடு கல்யாண சீசன் என்று ஒன்று வரும் பாருங்கள், தை தொடங்கி ஆடி முன்பு வரை. அடேங்கப்பா, பட்டுப் புடைவைக் கடைகளா கட்டும், ஜவுளி வியாபாரமாகட்டும், நகைக்கடைகள் ஆகட்டும், இவர்கள் காட்டில் அடை மழைதான். சாதாரண அடை மழை இல்லை, அவியலோடு, வெல்லமும் சேர்ந்த வெங்காய அடை மழைதான்!

மழை என்றதும் ஞாபகத்துக்கு வருகிறது. தெலுங்குப் பட பாட்டு சீன்களில் ஹீரோயின் வெள்ளைப் புடைவை கட்டிக்கொண்டு வரும் போதே நமக்குத் தெரியுமே அடுத்தது மழை சீன்தான், மஜா சீன்தான் என்று, நான் அதைச் சொல்லவில்லை! நான் சொல்ல வந்தது ரெகுலர் மழைக்காலம். அப்போது சில பொருட்களுக்கு சீசன் காலம். அலுப்பு மருந்து, ஜலதோஷ நிவாரணிகள், பாம்கள், ஜுர மாத்திரைகள் போன்ற பொருள்வகைகளுக்கு ஏகப்பட்ட கிராக்கி இருக்கும். மழைக்காலத்தில் இவர்கள் காட்டில்தான் பெரிய மழை!

இந்த மே மற்றும் ஜூன் மாதங்கள் ஸ்கூல் சீசன். புத்தகங்கள், சீருடைகள், ஷூக்கள், ஸ்கூல் பைகள், லஞ்ச் பாக்ஸ், வாட்டர் பாட்டில் போன்ற ப்ளாஸ்டிக் சாமான்களின் விற்பனை இறக்கை கட்டிப் பறக்கும்.

ஆடி மாதம் என்றால் கேட்கவே வேண்டாம். ஆடித் தள்ளுபடிக்கு அலைந்துகொண்டு கடைகடையாகச் சென்று வேண்டியது வேண்டாதது, இருப்பது இல்லாதது என்று விலை கம்மியாகக் கிடைக்கிறது என்று

விஷத்தைக்கூட வாங்கிக் குடிப்பார்கள் வாடிக்கையாளர்கள். ஆடி சீசனுக்கு என்றே சில வியாபாரங்கள் ஆடாமல் காத்திருக்கும். அவை எவை என்று நான் தனியாக வேறு சொல்லவேண்டுமா?

இவ்வளவு ஏன், சபரிமலை சீசன் வரட்டுமே, மீன்கடை வைத்திருப்பவர் முதல் மாமிசம் விற்பவர் வரை, வைன் ஷாப் முதல் நான்வெஜ் ஓட்டல் வரை ஒரு பாடு ஒப்பாரி வைப்பார்கள். அதுதான் கருப்பு வேட்டி கட்டிக்கொண்டு ஊரில் பாதி பேருக்கு மேல் ஐயப்பனிடம் ஐக்கியமாகிவிடுவார்களே. எங்கிருந்து மீனோடு மாமிசமும், சரக்கோடு சைனீஸ் ஃப்ரைட் ரைசும் சாப்பிடப் போகிறார்கள். ஆக, வாடிக்கை யாளர்களோடு சேர்ந்து இவர்களுக்கும் சபரிமலை சீசன் முழுவதும் பத்தியச் சாப்பாடு; சத்திய சோதனை; நித்திய கண்டம்!

மார்க்கெட் டேட்டாவும் பொருளாதார மேட்டரும்

வருடத்துக்கு விதவிதமான சீசன்கள் இருப்பதுபோல் பொருளா தாரத்தை பாதிக்கும் விதவிதமான ரீசன்களும் இருக்கத்தான் செய்கின்றன. பிசினெஸ்மேனாய் லட்சணமாய் இவற்றையும் நீங்கள் ஆரய்ந்து அறிவது அவசியம்.

எடுத்துக்காட்டாக ஜீடீபியை எடுத்துக்கொள்வோம். இதன் ஏற்ற இறக்கத்தால் பல தொழில்கள் பாதிக்கப்படும். இதன் தாக்கத்தால் பல வியாபாரங்கள் ஏறி இறங்கும்.

ஒரு வருடத்தில் ஒரு நாட்டில் உற்பத்தி செய்யப்படும் பொருட்கள் மற்றும் சேவற்றின் மொத்த மதிப்புக்கு Gross Domestic Product (GDP - ஜீடீபி) என்று பெயர். ஜீடீபி என்பது ஒரு நாட்டின் பொருளாதார அளவுகோல். அதன் ஏற்ற இறக்கத்தால், அதன் வளர்ச்சி விகிதத்தால் பல தொழில்கள் நேரடியாகவும் மறைமுகமாகவும் பாதிக்கப்படும்.

கல், மண், சிமெண்ட், ஸ்டீல் கம்பிகள், ஜல்லி, பெயிண்ட் போன்ற கட்டுமானத் தொழிலைச் சேர்ந்த பொருள்வகைகள் ஒரு நாட்டின் ஜீடீபியால் நேரடியாக பாதிக்கப்படும். ஃபர்னிச்சர், எலக்ட்ரிக்கல் சாமான்கள், வீட்டு அழகு சாதனப் பொருட்கள் போன்ற பொருள் வகைகள் மறைமுகமாக பாதிக்கப்படும்.

ஜீடீபி போலவே மார்க்கெட்டையும், அதன் அளவையும், வளர்ச்சி யையும் பாதிக்கும் மற்றொரு விஷயம் நாட்டின் ஃபிஸ்கல் மற்றும் மானிடரி கொள்கைகள். வட்டி விகிதத்தை எடுத்துக்கொள்வோம். ரிசர்வ் பேங்க் (ஆர்பிஐ) வகுக்கும் கொள்கைகளால் பேங்குகள் அளிக்கும் கடனுக்கான வட்டி விகிதம் பாதிக்கப்படும். வட்டி விகிதம் அதிகமாகும்போது அதனால் கடனில் வாங்கும் பொருட்களான வீடு,

கார், பைக் போன்றவற்றின் விற்பனை பாதிக்கப்படும். வட்டி கூடும் போது இந்தப் பொருட்களை வாங்க ஈஎம்ஐ கூடும். அதனால் பலர் இப்பொருட்களைப் பிறகு வாங்குவோம் என்று முடிவு செய்வார்கள். இதனால் இந்தப் பொருட்களை விற்பவர்களுக்கு பாதிப்புதானே.

இதைப் படித்துக்கொண்டிருக்கும் உங்களுக்கு ஒரு சந்தேகம் வரலாம். நான் வைத்திருப்பது ஒரு சின்ன பிசினஸ், இதற்குப் போய் இந்த டேட்டாவைச் சேகரிக்க மெனெக்கெட வேண்டுமா என்று.

டேட்டாவுக்குச் சின்னது பெரியது என்று எதுவும் கிடையாது. இந்தத் தொழிலுக்குத்தான் தேவை அந்தத் தொழிலுக்குத் தேவையில்லை என்றெல்லாம் டேட்டாவுக்குப் பாகுபாடு கிடையாது. நீங்கள் வைத்திருப்பது ப்ராண்ட் எனில், நீங்கள் நடத்திக்கொண்டிருப்பது பிசினஸ் எனில், உங்களுக்குத் தேவை வெற்றி என்னும்போது, ப்ராண்ட் திறனாய்வு அவசியம். டேட்டா கலெக்ஷன் முக்கியம்.

சுருக்கமாக, உங்களுக்கு புரியும் பாஷையிலேயே சொல்கிறேன்: 'உங்கள் கல்லா கலெக்ஷன் கூட டேட்டா கலெக்ஷன் தேவை'!

டேட்டா ரிசோர்ஸஸ்

'இந்த டேட்டா சமாசாரம் எல்லாம் கேட்க, படிக்க நல்லாத்தான் இருக்கு, ஆனா இத்தனை டேட்டாவையும் எங்க போய் தேடறது, எவன் வச்சிருப்பான், என்ன செலவாகுமோ' என்று அசட்டையாக, அஜாக்கிரதையாக, அசால்ட்டாக இருந்து தொலைக்காதீர்கள். இது போன்ற டேட்டாவை சேகரிப்பதற்கென்று பிரத்யேக நிறுவனங்கள் இருக்கின்றன. 'ஓஆர்ஜி மார்க்', 'ஏ.சீ. நீல்சன்', 'என்சீஏஆர்', 'எம்ஆர்யூசி' என்று இந்திய மற்றும் பன்னாட்டு கம்பெனிகள் ஏகப்பட்டவை இருக்கின்றன. அதோடு மார்க்கெட் ரிசர்ச் நிறுவனங்களான 'இந்தியன் மார்க்கெட் ரிசர்ஸ் ப்யூரோ', 'க்வாண்டம் ரிசர்ச்' போன்ற ஏகப்பட்ட கம்பெனிகள் சைஸ் வாரியாக இருக்கின்றன.

இந்த கம்பெனிகள் நூற்றுக்கும் மேற்பட்ட பொருள்வகைகளின் டேட்டாவைத் துல்லியமாகக் கணக்கிட்டு வைத்திருக்கிறார்கள். அவர் களைத் தொடர்ப்பு கொள்ளுங்கள். என்ன, டேட்டா வாங்க கொஞ்சம் சில்லறை செலவாகும், அவ்வளவே.

பணம் கொடுத்து அந்த டேட்டாவை வாங்க முடியவில்லையா, இருக்கவே இருக்கிறது ஓசியில் ஈசியாய் டேட்டாவைக் கண்டு பிடிக்கும் வழி. 'பிசினஸ் லைன்', 'எகனாமிக்ஸ் டைம்ஸ்', 'மிண்ட்', 'பிசினஸ் ஸ்டாண்டர்ட்' போன்ற பொருளாதார தினசரிகளை நாள் தவறாமல் படியுங்கள். 'பிசினஸ்வர்ல்ட்', 'பிசினஸ் இந்தியா',

'அவுட்லுக் பிசினஸ்', 'பிசினஸ் டுடே' போன்ற பத்திரிகைகளை விடாமல் பாருங்கள். அதில் மார்க்கெட் பற்றிய ஆய்வறிக்கைகள், புள்ளி விவரங்கள், ரிப்போர்டுகள் என்று ஏகத்துக்கும் இருக்கும். என்ன, உங்களுக்கு தேவையானது எல்லாமே இருக்கும் என்று சொல்ல முடியாது. ஆனால் ஓசியில் டேட்டாவைத் தேடும் உங்களுக்கு, கிடைத்தவரை லாபம்தானே!

'எல்லாம் சரி, இந்த டேட்டாவை எல்லாம் தேடிப் பிடித்துப் படித்துக் கொண்டிருந்தால் பிசினிஸை எப்போது பார்ப்பது, தொழிலை எங்கிருந்து கவனிப்பது, கடையை எவ்வாறு நடத்துவது' என்று வியாக்கியானம் பேசாதீர்கள். இந்த டேட்டாவை தேடிப் பிடித்துப் படிப்பதே உங்கள் பிசினஸை முன்னேற்றுவதற்குத்தான்!

அதனால் மேலே குறிப்பிட்ட பத்திரிகைகளில் சிலவற்றையாவது சிரமேற்கொண்டு படியுங்கள். உங்களால் படிக்க முடியாத மீதியை உங்கள் நிறுவன ஊழியர்களைப் படிக்கச் சொல்லுங்கள். உங்களுக்கு தேவையான தகவல்களைக் குறிப்பெடுத்து உங்களிடம் தரச் சொல்லுங்கள்.

அமெரிக்க மார்க்கெட்டர்களிடம் ஒரு பழமொழி உண்டு. 'கடவுளை மட்டுமே கண்ணை மூடிக்கொண்டு நம்புகிறேன். மற்றதை நம்ப எனக்கு டேட்டா வேண்டும்'. In God I trust. For everything else give me data!

இதை வேதவாக்காக நினைத்து தகவல்களைச் சேகரியுங்கள். சேகரித்த தகவல்களைச் சரியாக ஆராய்ந்து உத்திகளை வகுக்கப் பழகுங்கள். தகவல்களின் உதவியோடு வகுக்கப்படாத உத்திகள் உத்திகளாகவே இருக்க முடியாது. அதனால் வெற்றியும் வராது.

'சரி, இந்தத் தகவல்களையெல்லாம் சேகரிக்கிறேன். அவற்றைக் கொண்டு என் உத்தியை அமைக்கிறேன். அப்படிச் செய்தால் வெற்றி நிச்சயம்தானே' என்று நீங்கள் கேட்டால் என் பதில்...

'வெற்றி நிச்சயமில்லை'.

'அப்புறம் எதுக்குய்யா இத்தனை மெனெக்கெட்டு தகவல்கள் சேகரித்துக் கஷ்டப்படவேண்டும்' என்று நீங்கள் என்னைக் கேட்டால் என் பதில்...

'டேட்டாவின் உதவியில்லாமல் உத்தி அமைத்தால் தோல்வி கேரண்டி'

எப்படி வசதி?

5

வாடிக்கையாளர் திறனாய்வு

எந்தத் தொழிலுக்கும் தேவை லாபம். லாபத்துக்குத் தேவை அமோக விற்பனை. விற்பனைக்குத் தேவை நன்றாக விற்கும் பொருள்வகை. அந்தப் பொருள்வகையில் தேவை ஒரு நல்ல ப்ராண்ட். அந்த ப்ராண்டுக்குத் தேவை அதை விரும்பி வாங்கும் வாடிக்கையாளர்கள். வாடிக்கையாளரைப் பற்றி இந்த அத்தியாயத்தில் மீண்டும் ஒரு முறை அலசப் போகிறேன்.

'மீண்டுமா? நாம் இதுவரை இந்த புத்தகத்தில் வாடிக்கையாளரைப் பற்றிப் படித்ததாக ஞாபகமே இல்லையே, சரியாகப் படிக்காமல் விட்டு விட்டோமோ' என்று மீண்டும் முதலிலிருந்து படிக்கத் தொடங் காதீர்கள்.

மீண்டும் ஒரு முறை அலசப் போகிறேன் என்று சொன்னால் இந்தப் புத்தகத்தில் இதற்குமுன் அலசியிருக்கிறேன் என்று அர்த்தமில்லை. என் முந்தைய புத்தகங்களான 'மார்க்கெட்டிங் மாயாஜாலம்', 'விளம்பர மாயாஜாலம்', 'மார்க்கெட்டிங் பஞ்ச மாபாதகங்கள்' என்று மூன்று புத்தகங்களிலும் வாடிக்கையாளர்களைப் பற்றி எழுதி அதுவும் போதாது என்று என் கடைசி வெளியீடான 'போட்டுத் தள்ளு' என்கிற புத்தகத்தில்கூட ஏராளமாக எழுதியிருக்கிறேன். வாடிக்கையாளர் களைப் பற்றி விலாவரியாக விவரித்திருக்கிறேன்.

இத்தனை புத்தகங்களில் எழுதும் அளவுக்கு வாடிக்கையாளர் முக்கிய மானவரா என்றால், 100% முக்கியமானவர். இன்னும் சொல்லப் போனால் முதன்மையானவர். மார்க்கெட்டிங் என்னும் கோயிலில் மூலவர்.

வாடிக்கையாளர் பிஹேவியர் அனாலிசிஸ்

'வாடிக்கையாளர் நடத்தைத் திறனாய்வு' (Consumer Behaviour Analysis) என்பது எல்லா நிர்வாகக் கல்லூரிகளிலும் கற்றுத்தரப்படும் முக்கியமான பாடம். வாடிக்கையாளரைப் பற்றியும், அவர் வாங்கும்

முறைகள் பற்றியும், அவரைப் பாதிக்கும் காரணிகளைப் பற்றியும் முழுவதுமாக எழுத ஒரு குறள் பத்தாது. ஒரு திருக்குறளே எழுத வேண்டும்! திருக்குறள் வேண்டாம். அட்லீஸ்ட் இந்த அத்தியாயத்தில் ஒரு சிறு குறள் எழுதுவோம்!

தொழிலுக்கு லாபம், லாபத்துக்குப் பொருள்வகை, பொருளுக்கு ப்ராண்ட், அந்த ப்ராண்டுக்கு வாடிக்கையாளர் என்றால் அவரை எப்படி மயக்கி, மன்றாடி, மடியில் மல்லாக்கப் போட்டுத் தாலாட்டி தாஜா செய்வது? அதற்கு முதலில் நம் வாடிக்கையாளர் யார் என்று தெளிவாக நாம் தெரிந்துகொள்ள வேண்டும்.

இதற்கு இன்றியமையாதது வாடிக்கையாளர் திறனாய்வு. இந்த ஆய்வில் யார் நம் வாடிக்கையாளர் என்பது முதல், அவர் எப்படிப் பொருள்வகையைத் தேடுகிறார், தேடிய பொருள்வகையில் குறிப் பிட்ட ப்ராண்டை எப்படித் தேர்ந்தெடுக்கிறார், தேர்ந்தெடுத்த ப்ராண்டை எப்படி வாங்குகிறார், வாங்கிய ப்ராண்டை எப்படி உபயோகிக்கிறார், அந்த ப்ராண்டை உபயோகிப்பதன் மூலம் எவ்வாறு தன் தேவையைப் பூர்த்தி செய்துகொள்கிறார் என்பதுவரை மார்க் கெட்டருக்கு முழுவதுமாகப் புரியும்.

மார்க்கெட்டிங்கின் இலக்கே வாடிக்கையாளர்களின் தேவைகளை அறிந்து, அந்தத் தேவைகளைப் பூர்த்தி செய்து அவரை மகிழ்விப்பது தான். அப்படி என்றால் வாடிக்கையாளர் யார், அவருடைய குணாதி சயங்கள் என்னென்ன ஆகியவை பற்றிய தெளிவான சிந்தனை அவசியம்.

வாடிக்கையாளர் திறனாய்வில் மார்க்கெட்டர்கள் ஆராயவேண்டிய, ஆழமாகத் தேடவேண்டிய சில அதி முக்கியமான ஐட்டங்களை, அவசியமான மேட்டர்களைப் பத்தி பிரித்து இப்போது பார்ப்போம்.

கஸ்டமர் செக்மெண்டேஷன்

என்னிடம் ஆலோசனை பெற விழையும் தொழிலதிபர்களிடம் நான் கேட்கும் கேள்விகளில் ஒன்று: 'யார் உங்கள் வாடிக்கையாளர்?'

பொதுவாகவே பலரும் எனக்களிக்கும் பதில்: 'இதென்ன சார் கேள்வி, எல்லாருமே என் வாடிக்கையாளர்கள்தான்.'

நான் அவர்களை கேட்கும் அடுத்த கேள்வி: 'உங்கள் மணைவி யார் என்று கேட்டால் இப்படித்தான் பதில் கூறுவீர்களா?'

இப்படி நான் கேட்பது அவர்கள் சிரிப்பதற்காக அல்ல, சிந்திப்பதற்காக. அனைவரும் நம் வாடிக்கையாளர்களாக இருந்தால் நன்றாகத்தான்

இருக்கும். ஆனால் அப்படி இருப்பதில்லை. இருக்கவும் முடியாது. ஏனெனில், எல்லா வாடிக்கையாளர்களின் தேவைகளும் ஒரே மாதிரியாக இருப்பதில்லை. இருக்கவும் முடியாது.

நாம் தினமும் உபயோகிக்கும் சாதாரண சோப்பை எடுத்துக் கொள்வோம். அனைவரும் உபயோகிக்கும் ஒரு ஆர்டினரி பொருள். ஆஃப்டர் ஆல் குளியல் சமாசாரம். ஆனால், நாம் அனைவரும் ஒரே ப்ராண்ட் சோப்பைத்தான் உபயோகிக்கிறோமா? இல்லையே.

இந்தியாவில் மட்டும் 720 ப்ராண்டு சோப்புகள் இருக்கிறது என்று ஏற்கெனவே சொல்லியிருந்தேன். இத்தனை சோப்பு ப்ராண்டுகள் எதற்கு? ஏனெனில் பக்கெட்டிலிருந்து மொண்டு குளித்தாலும் சரி, ஷவரின்கீழ் நின்று குளித்தாலும் சரி, நம் தேவைகள் மாறுபடுகின்றன. அதனால்தான் இத்தனை சோப்புகள்.

ஒரு சாராருக்குப் புத்துணர்ச்சிதான் பூரணமாகத் தேவை.

சிலருக்கு சருமம் மிருதுவாக மின்னவேண்டும் என்கிற தேவை.

வேறு சிலருக்கோ ஆரோக்கியமான சருமம் வேண்டும் என்கிற தேவை.

இன்னொரு கூட்டத்துக்கோ கெமிக்கல் இல்லாத ஹெர்பல் சோப் தேவை.

வேறொரு வர்கத்துக்கு க்ளாமராகத் தெரியவேண்டும் என்கிற தேவை.

ஆக, குளிப்பது என்னவோ ஒன்றுபோல்தான்; தண்ணீரில்தான்; பக்கெட்தான்; பாத்ரூம்தான். ஆனால் சோப் என்று வரும்போது மட்டும் நமக்கு 720 தேவைகள்!

அப்படி என்றால் சோப்பு கம்பெனிகள், 'எல்லாருமே என் வாடிக்கை யாளர்கள்' என்று எப்படிக் கருத முடியும்? அப்படிக் கருதி எப்படி ஒரு சோப்பைத் தயாரிக்க முடியும்? 'இதோ எங்கள் புதிய சோப். இது புத்துணர்ச்சி தந்து, சருமத்தை மிருதுவாக மிளிரச் செய்வதோடு, ஆரோக்கியமாகத் திகழச் செய்து, கெமிக்கலே இல்லாத ஹெர்பல் சோப்பாக உங்கள் சருமத்தை க்ளாமராக ஆக்கும்' என்று ஒரு சோப்பைத் தயாரித்து விற்க முனைந்தால் குளிப்பவர்கள் எல்லாரும் சேர்ந்து நம்மை வாயில் நுரை தள்ளும்வரை துரத்தி பக்கெட்டாலேயே அடிக்க வருவார்கள்!

ஆக, பொருள்வகைகள் பல பிரிவுகள் கொண்டதாக இருக்கும். இதற்கு செக்மெண்ட் என்று பெயர். மார்க்கெட்டை இப்படி செக்மெண்ட்களாக வகைப்படுத்துவதைத்தான் செக்மெண்டேஷன் என்று அழைக்கிறார்கள்.

மார்க்கெட் செக்மெண்ட் என்பது ஒரே விதமான தேவைகளும் குணாதிசயங்களும் கொண்ட ஒத்த வாடிக்கையாளர்களின் குழுமம். மார்க்கெட்டர்கள் இப்பிரிவுகளை உருவாக்குவதில்லை. அவற்றை இனம் கண்டுகொள்வது மட்டுமே அவர்கள் வேலை. ஒரு மார்க் கெட்டை எதைக்கொண்டு எப்படி வகைப்படுத்துவது என்பதை விலாவரி யாக அறிய 'மார்க்கெட்டிங் மாயாஜாலம்' என்கிற புத்தகத்தைப் படியுங்கள்.

வெற்றி பெற ஒரு மார்க்கெட்டர் தான் போட்டியிட நினைக்கும் மார்க் கெட்டைத் தேர்ந்தெடுத்து அதில் உள்ள செக்மெண்ட்களில் எந்த செக்மெண்ட்டைச் சேர்ந்த வாடிக்கையாளர்களைத் திருப்தி செய்ய முடியும் என்பதைக் கண்டறிந்து அதற்கு ஏற்ப ஒரு ப்ராண்டை வடிவமைத்து விற்பனை செய்யவேண்டும்.

சந்தைப் போக்குகள்

வாடிக்கையாளர் திறனாய்வின்போது அவர்களைப் பாதிக்கும் காரணி களையும் சேர்த்து ஆராயவேண்டும். அந்தக் காரணிகளில் ஒன்று சந்தைப் போக்கு. சந்தைப் போக்கு என்பது ஒரு தீர்க்கமான திசையை நோக்கி நகரும் வாடிக்கையாளர்களின் மனப்பாங்கு என்று கூறலாம். அது எங்கேயோ தொடங்கி, எப்படியோ வளர்ந்து வாடிக்கையாளர் களைப் பாதிக்கிறது. அவர்கள் எண்ணங்களையும், வாழும் முறை களையும், அவர்கள் வாங்கும் பொருட்களையும், அவர்கள் தேர்ந் தெடுக்கும் ப்ராண்டுகளையும் பாதிக்கிறது.

ஒரு உதாரணத்தைக் கொண்டு இதைப் பார்ப்போம். கடந்த பத்து, பதினைந்து வருடங்களாகத் பெண்கள் வேலைக்குப் போவது அதிகரித் திருக்கிறது. இருபது வருடங்களுக்குமுன் பெண்கள் வேலைக்குப் போவது கொஞ்சம் அரிதான சமாசாரம்தான். இத்தனை ஏன், மணமகள் தேவை விளம்பரங்களில் பெண் சிவப்பாக இருக்கவேண்டும், அழகாக இருக்கவேண்டும் என்பதோடு மட்டுமின்றி, 'கண்டிப்பாக வேலைக்குப் போகும் பெண்ணாக இருக்கக்கூடாது' என்று கண்டிஷன் போடும் சமூகத்தில் ஒரு காலத்தில் வாழ்ந்து வந்தோம்.

இன்று அப்படியா? வீட்டில் படித்துவிட்டு ஒரு பெண் வேலைக்குப் போகவில்லை என்றால் உடனேயே 'ஏன் போகாம இருக்கா' என்று கேட்கும் நிலைக்கு வந்திருக்கிறோம். இது வளர்ச்சியா, இகழ்ச்சியா, தளர்ச்சியா, மகிழ்ச்சியா என்பதை பட்டிமன்றக்காரர்களுக்கு விட்டு விடுவோம். பெண்கள் வேலைக்குப் போவது ஒரு சந்தைப் போக்கு. அதனால் மார்க்கெடிங் வெகுவாக பாதிக்கப்பட்டிருக்கிறது. வாடிக்கை யாளர்கள் வாங்கும் பொருட்கள் பாதிக்கப்பட்டிருக்கின்றன. அவர்கள்

வாங்கும் ப்ராண்டுகளில் மாற்றங்கள் ஏற்பட்டிருக்கின்றன. எப்படி என்று பார்ப்போம்.

பெண்கள் வேலைக்கு போவதால் 'ஸ்கூட்டி' போன்ற ப்ராண்டுகளின் விற்பனை வெகுவாகக் கூடியிருக்கிறது. யோசித்துப் பாருங்கள். எண்பதுகளில் கூட 'டிவிஎஸ் 50, 'டிவிஎஸ் சேம்ப்' போன்ற சின்ன சைஸ் டூவீலர்கள் இருக்கத்தான் செய்தன. ஆனால் அதை வாங்கி ஓட்டியவர்கள் பெரும்பாலும் ஆண்கள். ஆனால் இன்று ஸ்கூட்டி போன்ற டூவீலர்களை ஓட்டுவது பெரும்பாலும் பெண்கள்தான். ஏன்?

ரொம்ப சிம்பிள். அந்தக் காலத்தில் பெண்களுக்கு தனியே வெளியே செல்லத் தேவை அதிகம் இருக்கவில்லை. இன்று இருக்கிறது. வேலைக்குப் போவதால்.

பெண்கள் வேலைக்குப் போவதால் எத்தனை தேவைகள் பெருகியிருக்கின்றன் என்று பாருங்கள். சமையலை எடுத்துக்கொள்ளுங்கள். பெண்கள் வேலைக்குப் போவதால் விஸ்தாரமாய், விலாவரியாய்ச் சமைக்க எங்கே நேரம் இருக்கிறது. அதனால் வளர்ந்து வருகின்றன ரெடிமேட் சமையல் ஐட்டங்கள்.

ரசப்பொடி முதல் சாம்பார் பொடி வரை பாதாம் பால் மிக்ஸ் முதல் குலாப் ஜாமூன் மிக்ஸ் வரை விற்பனை செய்து ஜமாய்த்து வரும் 'எம்டீஆர்' செய்ததெல்லாம் இந்த சந்தைப் போக்கை மற்றவர்களுக்கு முன் கண்டுபிடித்து அதற்கேற்ப ஒரு ப்ராண்டை உருவாக்கியதுதான்.

வேலைக்குப் போகும் அவசரத்தில் இட்லி, தோசைக்கு மாவை ஆட்டுக் கல்லிலும், அம்மிக்கல்லிலும், மிக்ஸியிலும், கிரைண்டரிலும் போட்டு அரைத்துக் கொண்டிருக்க நேரமில்லாத பெண்களுக்கு ரெடிமேடாக மாவைப் பாக்கெட்டில் போட்டு விற்கும் 'தாயார்' ப்ராண்ட் செய்ததது என்ன? வேலைக்குப் போகும் பெண்கள் அதிகரித்துவரும் இந்த சந்தைப் போக்கைச் சந்தடி சாக்கில் தங்களுக்குச் சாதகமாகச் செய்து கொண்டதுதான்.

அதேபோல் இந்த சந்தைப் போக்கால் உங்கள் அடுத்த ப்ராண்டுக்கு வேறு ஏதாவது ஐடியா வருகிறதா என்று சிந்தியுங்களேன். அடுத்த எம்டீஆர், தாயார் போன்ற சக்சஸ் உங்கள் ப்ராண்டாக இருக்கலாமே.

சந்தைப் போக்கு என்றால் பெண்கள் வேலைக்குப் போவது மட்டுமே அல்ல. சந்தைப் போக்கு என்கிற ஒரு பானை சோற்றுக்கு வேலைக்கு போகும் பெண்கள் அதிகரித்திருப்பது ஒரு பதம்தான்.

ஆண்களும் இந்த சந்தைப் போக்குக்கு விதிவிலக்கல்ல. கடந்த ஒரு எட்டு, பத்து வருடங்களாக ஆண்களிடையே அழகாக இருக்கவேண்டும் என்கிற ஆசை அளவுக்கு அதிமாக அதிகரித்து வருகிறது.

இருபது வருடங்களுக்கு முன்புவரைகூட ஆண்கள் தலைக்கு எண்ணெய் தடவி, ஸ்கேல் வைத்து வரையாத குறையாக ஒரு வகிடெடுத்து, மீதி முடியை ஸ்டைலாக வாரி, முகத்துக்கு பவுடர் போட்டு, கிடைத்த சட்டையை பேண்டுக்குள் இன்சர்ட் செய்து தாங்கள் அழகாக இருப்ப தாகத் தாங்களாகவே நினைத்துக்கொண்டு பெண்களை ஒரு மார்க்க மாகப் பார்த்து வந்தார்கள்.

ஆனால் இன்றோ அதெல்லாம் பத்தமாட்டேன் என்கிறது. சிவப்பாகத் தெரிய 'ஃபேர் அண்டு ஹேண்ட்சம்' வேண்டியிருக்கிறது. சருமம் மிருது வாக அமைய 'நிவியா ஃபார் மென்' தேவைப்படுகிறது. தலைமுடி நட்டுக்கொண்டு கொடிக் கம்பம் போல் நிற்க 'ப்ரில்க்ரீம்' ஜெல் கேட்கிறது. ஓடுகிறோமோ இல்லையோ 'நைக்கி' இல்லை என்றால் கால்கள் நடக்க மாட்டேன் என்கிறது. இது போதாது என்று ஆண்களுக்கென்று ப்யூட்டி பார்லர்கள் திறக்கப்பட்டிருக்கின்றன. நினைத்துப் பார்த்திருப்போமா இருபது வருடங்களுக்கு முன்னால் இவற்றையெல்லாம்.

அது மட்டுமே? முடி கொட்டி வழுக்கை ஆனால் 'ஹேர் ட்ரேன்ஸ் ப்ளான்டேஷன்' க்ளினிக்குகள் வந்துவிட்டன. வாழ்க்கையில் வழுக்கி விழலாம், தலையில் வழுக்கை விழலாமோ என்று கேட்க ஆரம்பித்து விட்டார்கள் ஆண்கள்.

தொப்பையைக் குறைக்க 'ஸ்லிம்மிங் செண்டர்' தேடுகிறார்கள் தொந்திக்காரர்கள். மிடில் ஏஜ் என்றால் என்ன, மிடில் க்ளாஸ்தான் என்றால் என்ன, ஒல்லியாக, அழகாகத் தெரிந்தால்தானே பிறந்த பயனை அடைய முடியும் என்று அலைய ஆரம்பித்துவிட்டார்கள் ஆண்கள்.

இந்த சந்தைப் போக்கைச் சல்லடை போட்டுத் தேடிக் கண்டுபிடித்துப் பல கம்பெனிகள் புதிய ப்ராண்டுகளை அறிமுகப்படுத்தி சில்லறையை சேர்த்துக்கொண்டிருக்கின்றன. 'ரெக்ஸோனா ஃபார் மென்', 'கார்னியர் ஃபார் மென்', 'ஸ்பின்ஸ் ஃபார் மென்' என்று பெண்களைக் குறி வைத்த ப்ராண்டுகள் எல்லாம் ஃபார் மென் என்று ஆண்களை அரவணைக்கத் தொடங்கியிருக்கின்றன. இந்த சந்தைப் போக்கை உங்களுக்குச் சாதகமாக்கி, சப்ஜாடாய் ஒரு ப்ராண்டை உருவாக்க என்ன வழி என்று ஆராயலாமே.

இதுபோல் பல சந்தைப் போக்குகள் உண்டு. வாடிக்கையாளர்களைப் பாதிக்கும் இவற்றை இனம் கண்டு அதற்கேற்ப ப்ராண்டை உருவாக்குவது வெற்றி தரும்.

சந்தைப் போக்கைச் சந்திக்கும் வழிகள்

சந்தைப் போக்குகளை எப்படிக் கண்டறிவது? நாம் கண்டதை சந்தைப் போக்குதான் என்று எப்படி அறுதியிட்டுச் சொல்வது? சந்தைப்

போக்குகளுக்கு என்று சில விசேஷ குணங்களும் தன்மைகளும் உண்டு. அவற்றை உதாரணங்கள் கொண்டு பார்ப்போம்.

முதலாவது, சந்தைப் போக்குகள் நாளுக்கு நாள் மாறுபவை அல்ல. அவை பல காலம் நிலைத்து நிற்கும் தன்மை கொண்டவை. எடுத்துக் காட்டாக சில வருடங்களாக மக்களுக்கு ஆரோக்கியத்தின்மீது அதிக நாட்டம் வரத் தொடங்கியிருக்கிறது. நம் எண்ணங்களில், நம் செயல்களில், நாம் வாழும் முறையில், நாம் வாங்கும் பொருள்களில் ஆரோக்கியத்துக்கு அதிகக் கவனம் செலுத்த ஆரம்பித்துள்ளோம்.

இதைக் கணக்கில் கொண்டுதான் பல மார்க்கெட்டர்கள் ஆரோக்கியத்தை வளர்க்கும் புதிய பொருள்வகைகளையும், ப்ராண்டுகளையும் அறிமுகப்படுத்தி வெற்றி பெற்று வருகின்றனர். 'லைஃப்பாய்', 'சஃபோலா' போன்ற ப்ராண்டுகள் பெற்றிருக்கும் வெற்றி சொல்வது இதைத்தானே. பெருகி வரும் ஜிம், யோகா செண்டர் போன்றவை பறைசாற்றுவதும் இந்த சந்தைப் போக்கின் மகிமையைத்தானே.

ஆரோக்கியத்தின் மீதுள்ள இந்தப் பற்று நாளையே மாறிவிடாது. மாறவே மாறாது என்று சொல்ல முடியாது என்றாலும் நீண்ட காலம் நிலைத்து நிற்கும் தன்மை கொண்டதாக இருப்பதால்தான் இது சந்தைப் போக்கு என்று சொல்லக்கூடிய தகுதியைப் பெறுகிறது.

இரண்டாவது, சந்தைப் போக்குகள் ஃபேஷன் சமாசாரங்கள் அல்ல. ஃபேஷன் இன்று வரும், நாளை போகும். சந்தைப் போக்குகள் நீண்ட காலம் நிலைத்து நிற்கும். ஆண்கள் காலாகாலமாக சட்டை அணிந்து வருகிறார்கள். அந்தக் காலத்தில் சட்டை என்பது தொடை வரை இருக்கும் சமாசாரம். ஆனால் இன்று இளைஞர்கள் போடும் சட்டையைப் பாருங்கள். இடுப்புவரைகூட வருவதில்லை. பேண்டின் மேற்பகுதிவரை வந்தாலே அதிகம் என்று கிட்டத்தட்ட 'நாயுடு ஹால்' ரேஞ்சுக்குக் குறைந்திருக்கிறது!

கடைக்குச் சென்றால் பெரும்பாலும் இது போன்ற சட்டைகள்தான் இருக்கின்றன. 'எங்கய்யா மீதி சட்டை' என்று கடைக்காரரைக் கேட்டால் 'இவ்வளவுதான் இருக்கு. இருக்கறத வச்சு அட்ஜஸ்ட் செஞ்சுக்குங்க' என்கிறார். கேட்டால் இதுதான் இப்போது ஃபேஷனாம். ஆனால் கவலை வேண்டாம், இன்னும் ஓரிரு வருடங்களில் இந்த ஃபேஷன் போய்விடும். சட்டையும் வளர்ந்துவிடும். சொல்ல முடியாது, ஒரு வேளை சட்டையின் அளவு இன்னமும் சிறிதாகக்கூட ஆகலாம். யார் கண்டது! ஆக, இந்த சட்டை விவகாரம் சந்தைப் போக்கில் சேர்த்தி இல்லை. இது ஃபேஷன் சமாசாரம். அடிக்கடி ஏறும்; மாறும்; குறையும்; மறையும்.

மூன்றாவது, சந்தைப் போக்குகள் நம் எண்ணங்களையும் வாழும் முறைகளையும் பாதிப்பதால் அவை ஒரு பொருள்வகையை மட்டுமே பாதிக்காமல் பல பொருள்வகைகளைப் பாதிக்கின்றன. சமீப காலமாக நம்மில் சிலரிடம் சுற்றுப்புறச் சூழலைப் பற்றிய விழிப்புணர்வும் அக்கறையும் வளர்ந்து வருகிறது. பரவலாக இல்லை என்றாலும் படித்தவர்களிடத்தில், அதுவும் குறிப்பாக மாணவர்களிடத்தில் இது ஓரளவேனும் காணப்படுகிறது.

இந்தச் சந்தைப் போக்கால் பல பொருள்வகைகள் பாதிக்கப் படுகின்றன. ஒரு காலத்தில் தீபாவளியின்போது பட்டாசுச் சத்தமும் புகையும் காதையும் மூக்கையும் துளைக்கும். ஆனால் சுற்றுச்சூழல் மாசு படுவதாகக் கூறி இன்று பல மாணவர்கள் பட்டாசு வெடிப்பதை அறவே நிறுத்திவிட்டனர். கடந்த சில தீபாவளிகளாக பட்டாசு விற்பனை வெகுவாகக் குறைந்து வருகிறது. ஒரு காலத்தில் பட்டாசுதான் நமுத்துப்போகும். இப்போது பட்டாசு விற்பனையே நமுத்து வருகிறது!

சுற்றுப்புறச் சூழல் பற்றிய விழிப்புணர்வால் ப்ளாஸ்டிக் பொருட்களின் உபயோகம்கூடக் குறைந்துவருகிறது. பொருட்களை வாங்கும்போது சிலர் அந்தப் பொருள் சுற்றுப்புறச் சூழலை மாசுபடுத்தும் தன்மை கொண்டதா என்று பார்த்துவிட்டுத்தான் வாங்குகின்றனர். ஆக, சுற்றுப் புறச் சூழல் பற்றிய விழிப்புணர்வு சந்தைப் போக்கு என்று கூறக் காரணம் அது பல பொருள்வகைகளை பாதிக்கும் தன்மை கொண்டிருப்பதால்.

நான்காவது, சந்தைப் போக்கை மார்க்கெட்டர்கள் தொடங்கு வதில்லை. தொடங்கவும் முடியாது. அவை காலத்தின் கோலங்கள். மக்கள் மத்தியில் மெதுவாகத் தோன்றி அவர்கள் வாழும் முறைகளை வெகுவாகப் பாதிக்கும் மாற்றங்கள். நாம் இதுவரை பார்த்த சந்தைப் போக்குகளை மீண்டும் ஒரு முறை எண்ணிப் பாருங்கள். வேலைக்குப் பெண்கள் அதிகம் போவது என்பது 1988-ம் வருடம் ஜூன் மாதம் 15-ம் தேதி தொடங்கியது என்று சொல்ல முடியுமா? இல்லை, மக்களுக்கு ஆரோக்கியத்தின் மீதான பற்றுதலை சுவாமிமலை சுவாமிநாத ஐயரும் அவரது மனைவியுமான சங்கரி அம்மாளும் தொடங்கிவைத்தனர் என்றுதான் கூற முடியுமா?

ஆக, சந்தைப் போக்குகளை மார்க்கெட்டர்கள் தொடங்குவதில்லை. மார்க்கெட்டர்கள் வளர்ப்பதுமில்லை. ‘உன்னைச் சொல்லிக் குற்றமில்லை, என்னைச் சொல்லிக் குற்றமில்லை, காலம் செய்த கோலமடி, கடவுள் செய்த குற்றமடி’ என்று பாடிக்கொண்டு சந்தைப் போக்கைத் தேடிக்கொண்டு போகவேண்டியதுதான்!

பூர்த்தி செய்யப்படாத தேவைகள்

வாடிக்கையாளர் திறனாய்வின் மற்றுமொரு முக்கிய அம்சம் வாடிக்கை யாளர்களின் 'பூர்த்தி செய்யப்படாத தேவைகளை' கண்டறிவது. இதை ஆங்கிலத்தில் அன்மெட் நீட்ஸ் (Unmet needs) என்பார்கள். மார்க் கெட்டராக நீங்கள் தேடுவது அடுத்த ப்ராண்டுக்கான ஐடியாவை. அதற்குச் சுலபமான வழி வாடிக்கையாளர்களின் தேவைகள் என்ன, அவை பூர்த்தி செய்யப்பட்டிருக்கிறதா என்று பார்ப்பதுதானே. உங்கள் ஆய்வின்போது பூர்த்தி செய்யப்படாத தேவைகள் இருப்பது தெரிந்தால் சட்டென்று அதைப் பூர்த்தி செய்ய ஒரு ப்ராண்டை உருவாக்கி, பட்டென்று அதைத் தயாரித்து சூட்டோடு சூடாக அறிமுகப்படுத்தலாமே.

அன்மெட் நீட்ஸ் என்பவை சொல்லிக்கொண்டு வருவதில்லை. வாடிக்கையாளர்கள் அவற்றைத் தாங்களே கண்டறிந்து மார்க்கெட்டர் களிடம் சொல்வதும் இல்லை. இன்னும் சொல்லப் போனால் தங்களுக்கு இந்தத் தேவை இருக்கிறது என்பதே அவர்களுக்கு தெரிவதில்லை. இருந்தும் அதைக் கண்டிப்பாகக் கணித்து, உன்னிப் பாக உணர்ந்து மார்க்கெட்டர்களே தேடிப் பார்த்துதான் அதற்கு ஒரு பரிகாரம் தேடவேண்டும். அதற்கேற்ப ஒரு புது ப்ராண்டை உருவாக்க வேண்டும். அதை வாடிக்கையாளர்களுக்கு உணர்த்தி அவர்களை வாங்க வைக்கவேண்டும்.

ஒரு காலத்தில் ஃபிக்சட் லைன் தொலைபேசி ஒரே இடத்தில் இருந்து நாம் அதனிடம் சென்று பேச வேண்டியிருந்தது. அப்போது நமக்கு அது குறையாகத் தெரியவில்லை. பையோடு வைத்துக் கையோடு போகும் இடமெல்லாம் பேச ஏதுவாக செல்ஃபோன்கள் வந்தன. அப்போதுதான் ஓரிடத்தில் வைக்கப்பட்டிருக்கும் தொலைபேசியின் குறை நமக்கு பெரிதாகத் தெரிந்தது.

'சே, இந்தக் கருமாந்திரத்தைக் காசு கொடுத்து வாங்கி நாம் தேடிச் சென்று இதை எடுத்துப் பேச வேண்டியிருக்கிறது. இருந்த இடத்தி லேயே இருந்துகொண்டு நம்மை அதனிடம் வரவைக்கிறதே இந்த சனியன், என்ன திமிர் இதற்கு' என்று தொலைபேசியை தொலைத்து விட்டு செல்ஃபோனை 'வாடி என் செல்லம், என் பட்டு, வந்து மனசுகிட்ட இருக்கற சட்டைப் பையில உக்காருடி என் குஜிலி' என்று வைக்கப் பழகிவிட்டோம்.

அதாவது ஒரே இடத்தில் இருந்த தொலைபேசியின் குறையை நம் கூடவே வந்து பூர்த்தி செய்தது செல்ஃபோன். பூர்த்தி செய்யப்படாத தேவை செல்ஃபோனால் பூர்த்தி செய்யப்பட்டது. அதனால் அது வெற்றியும் பெற்றது. இன்று ஃபிக்சட் லைன் தொலைபேசிகள் குறைந்து போனதன் காரணமும் இது தான்.

இன்னொன்றையும் நீங்கள் கவனிக்கவேண்டும். 'ஒரே இடத்தில் இருக்கிறது, அதனிடம் போய்ப் பேச வேண்டியிருக்கிறதே' என்று எந்த வாடிக்கையாளரும் தொலைபேசியைக் குறை சொல்லவில்லை. அதேபோல் 'நான்போகும் இடமெல்லாம் என் கூடவே வரும் தொலைபேசி இருந்தால் தேவலை, அப்படி ஒன்று செய்து கொடுங்களேன்' என்றும் மார்க்கெட்டர்களிடம் கேட்கவும் இல்லை.

பூர்த்தி செய்யப்படாத தேவைகளைக் கண்டறிய முனையும் மார்க்கெட்டர் முக்கியமாகத் தெரிந்துகொள்ள வேண்டிய பாடம் இது. தங்களுக்குப் பூர்த்தி செய்யப்படாத தேவை இருப்பதை வாடிக்கையாளர்கள் உணர்வதில்லை. ஆனால் அவர்களுக்குத் தேவை இருக்கிறது. அந்தத் தேவையைப் பூர்த்தி செய்யும் ப்ராண்டில் குறையும் இருக்கிறது. என்ன, அது தெரிவதில்லை. அந்தத் தேவையை, பூர்த்தி செய்யப்படாத அந்தக் குறையைக் கண்டுபிடிப்பதில்தான் மார்க்கெட்டரின் திறமையும் சாதுர்யமும் அடங்கியிருக்கிறது.

ஒரு காலத்தில் ஊரெங்கும் 'பிசிஓ' பூத்துகள் பூத்துக் குலுங்கின. மஞ்சள் வண்ணத்தில், கிட்டத்தட்ட பாத்ரூம் சைசில், நண்டும் சிண்டுமாக குருவிக்கூடுகள் போன்ற பிசீஓ பூத்தில் எத்தனை முறை சென்று நாம் ஃபோன் பேசியிருக்கிறோம். போகும் இடமெல்லாம் ஏதாவது அவசரமாக யாருடனாவது பேச பூத்களை நாடினோம்.

வீட்டில் ஃபோன் வைத்திருப்பவர்கள்கூட எதற்கு பூத்துக்குச் சென்று பேசினோம்? நம் ஃபோன் வீட்டில்தானே இருந்தது. நம் கூடவேவா வந்தது? அதனால்தான் வெளியே இருக்கும்போது யாருடனாவது பேச பிசிஓ பூத்களை நாட வேண்டிய நிலை. அதாவது தொலைபேசி என்பது பேசுவேண்டும் என்ற நம் தேவையைப் பூர்த்தி செய்தது. ஆனால் வீட்டில் மட்டும்தான் இந்தத் தேவையப் பூர்த்தி செய்தது. வெளியில் இருக்கும்போது நம் வீட்டு ஃபோன் நம்மிடம் இல்லை.

கூடவே ஒரு ஃபோன் இருந்தால் எப்படி இருக்கும் என்று மார்க்கெட்டர்கள் யோசித்ததன் விளைவுதான் நீங்கள் சட்டைப் பையில் வைத்து சதா காதோடு உறவாடும் செல்ஃபோன். பூர்த்தி செய்யப்படாத ஒரு தேவையை பூர்த்தி செய்ததால்தான் இன்று இந்தியாவில் 95 கோடி செல்ஃபோன்கள் புழக்கத்தில் உள்ளன. வீட்டில் நாய்க்கும் பூனைக்கும்கூட செல்ஃபோனை வாங்கிக் கொடுக்கலாமா என்று யோசித்துக் கொண்டிருக்கிறார்கள் மக்கள்!

ஆக, வாடிக்கையாளர் திறனாய்வை திறம்படச் செய்தால் வாடிக்கையாளர்களை வக்கணையாக வகைப்படுத்த முடியும். நம் வாடிக்கையாளர் யார் என்பது தெளிவாகத் தெரியும். அவர்களைப் பாதிக்கும்

சந்தைப் போக்குகள் சந்தடி சாக்கில் விளங்கும். அவர்களின் பூர்த்தி செய்யப்படாத தேவைகள் பூரணமாகப் புரியும்.

அதன் பின் ஜோராகப் புதிய பாதை தெரியும். பேஷாக அதில் புதிய ப்ராண்ட் விரியும். வெற்றி வேட்டியை வரிந்து கட்டிக்கொண்டு உங்கள் வீட்டு வாசலில் வந்து நிற்கும்.

என்ஜாய்!

6

போட்டியாளர் திறனாய்வு

'சென்னையிலிருந்து மதுரைக்கு ரயிலில் போகனும்னா லேசுப்பட்ட காரியமாவா இருக்கு. அடேங்கப்பா, அதில் தான் எத்தன சிக்கலும் சிரமமும்.'

'ஏன், டிக்கெட விலை அதிகமோ'?

'அதெல்லாம் இல்லீங்க, கட்டுபடியாற விலைதான்.'

'ரயில் உங்களுக்கு ஒத்துக்காதா'?

'அப்படி எல்லாம் இல்ல. ஏறிப் படுத்தா மதுரை ஸ்டேஷன்ல யாராவது என் மேலே ஏறி நின்னாத்தான் தூக்கமே கலையுது.'

'பின் என்னதான் ப்ராப்ளம்'?

'பாழாய்ப்போன டிக்கெட் கிடைக்க மாட்டேங்குது சார். நாமே ஒரு ரயிலை வாங்கி ஏறி உக்காந்து போனாத்தான் உண்டுன்னு இருக்கே கூட்டம்,'

கூட்டம். கும்பல். போட்டி. போட்டியாளர்கள்!

நீங்கள் செல்லும் அதே மதுரைக்கு அதே ரயிலில் அதே டிக்கெட் எடுத்து அதேபோல் தூங்கிக்கொண்டு போக ரெடியாக இருக்கிறது ஒரு கூட்டம். நீங்கள் இடம் பிடிக்க நினைக்கும் அதே நேரத்தில் உங்களுக்கு முன் அதே இடத்தைப் பிடிக்கத் தயாராக இருக்கிறது ஒரு கும்பல். டிக்கெட் எடுக்கப் போட்டி. உங்களை டிக்கெட் எடுக்கவிடாமல் தடுக்கும் போட்டியாளர்கள்!

மார்க்கெட்டிங்கிலும் இதே கதைதான். நீங்கள் மார்க்கெட்டை ஆழமாக ஆய்வு செய்து, வாடிக்கையாளரை விரிவாக ஆராய்ந்து, சிரமப்பட்டு, கஷ்டப்பட்டு, கடும் முயற்சிக்குப் பின் அவர்கள் தேவையைக் கண்டுபிடித்து அதைத் திறம்படப் பூர்த்தி செய்ய ஒரு ப்ராண்டை உருவாக்கி அதை

மார்க்கெட்டில் அறிமுகப்படுத்துவதற்குள் அதே பயனை இன்னும் சிறப்பாகத் தரத் தயாராகப் போட்டியாளர்கள். உங்களை வாட்டி வதைக்கும் இவர்களை வாட்டியாளர்கள் என்று சொன்னாலும் தப்பில்லை!

என்ன செய்வது? எப்படி இவர்களை முந்திச் செல்வது? எவ்வாறு இவர்களை நெம்பித் தள்ளி மார்க்கெட்டில் முன்னேறுவது?

இதற்குத் தேவை போட்டியாளர் திறனாய்வு.

போட்டியாளர் என்பவர் யார்?

போட்டியாளர் திறனாய்வின் முதல் படி போட்டியாளர் யார் என்று புரிந்துகொள்வது. உங்கள் ப்ராண்டைப் போலவே இருக்கவேண்டும் என்று போட்டியாளருக்குத் தலையெழுத்தில்லை. உங்கள் பொருள் வகையைச் சேர்ந்தவராக இருக்கவேண்டிய கட்டயாமும் இல்லை. நீங்கள் விற்கும் பொருள் தரும் அதே பயனைத் தருபவராக இருந்தால் அவர் உங்கள் போட்டியாளர்.

வீட்டின் ஹாலைச் சுத்தம் செய்ய உங்கள் மனைவி 'லைசால்' உபயோகிக் கலாம். அதே ஹாலைச் சுத்தம் செய்ய 'டோமெக்ஸ்' கூடப் பயன் படுத்தலாம். ஏன், 'ஃபினாயில்' கூடப் பயன்படுத்தலாம். அப்படி என்றால் ஃப்ளோர் க்ளீனர் என்னும் பொருள்வகையை சேர்ந்த லைசாலின் போட்டியாளர் டோமெக்ஸ் மட்டும் அல்ல, ஃபினாயிலும்தானே.

தினமும் ஆபீஸ் போக சௌகரியமாக பைக் வேண்டும் என்றால் நீங்கள் 'பேஷன் ப்ளஸ்' வாங்கலாம். இல்லை 'டிஸ்கவர்' வாங்கலாம். இரண்டுமே வேண்டாம் என்று 'ஹோண்டா ஆக்டிவா' ஸ்கூட்டரைக் கூட வாங்கலாம். ஆக, பைக் என்னும் பொருள்வகையை சேர்ந்த பேஷன் ப்ளஸ்ஸுக்குப் போட்டியாளர் டிஸ்கவர் மட்டும் அல்ல, ஹோண்டா ஆக்டிவா என்கிற ஸ்கூட்டரும்தானே.

ப்ளஸ் டூ முடித்த உங்கள் மகள் என்ஜினியரிங் படிப்பைத் தேர்ந்தெடுத்து 'அம்ரிதா யூனிவர்சிடியில்' சேரலாம். இல்லை 'அண்ணா யூனிவர் சிடியில்' சேரலாம். என்ஜினியரிங் வேண்டாம் என்று ஃபேஷன் டெக்னாலஜி படிக்க 'நேஷனல் இன்ஸ்டிட்யூட் ஆஃப் ஃபேஷன் டெக்னாலஜி'யில்கூடச் சேரலாம். அப்படிப் பார்க்கும்போது என்ஜினியரிங் காலேஜுகளுக்குப் போட்டி மற்ற என்ஜினியரிங் காலேஜ்கள் மட்டும் இல்லாமல் ஃபேஷன் டெக்னாலஜி காலேஜ்களும் தானே.

இப்படித்தான் போட்டியாளர்கள் அமைவார்கள் என்று சொல்ல வில்லை. இப்படியும் அமையலாம் என்று சொல்கிறேன். நேருக்கு நேர்

மோதும் 'பெப்சி - கோக்' போல் 'பார்லே - பிரிட்டானியா' போல் 'ஹார்லிக்ஸ் - காம்ப்ளான்' போல்தான் போட்டியாளர்கள் அமைவார்கள் என்று சட்டம் ஏதுமில்லை. போட்டி எந்த வழியிலும் அமையும், போட்டி யாளர்கள் எந்த ரூபத்திலும் வருவார்கள் என்று சொல்கிறேன்.

போட்டி அமையும் அத்தனை வழிகளையும் போட்டியாளர்கள் வரும் அத்தனை ரூபங்களையும் தெளிவாக ஆராய்ந்து தற்காத்துக்கொள்ளத் தயாராக இருப்பது நல்லது. அப்போதுதான் நம் போட்டியாளர்கள் தற்சமயம் யார் என்பதும் தெளிவாகத் தெரியும். வருங்காலத்தில் எந்த உருவத்தில் போட்டியாளர்கள் வரலாம் என்பதும் தெளிவாகப் புரியும்.

போட்டியாளர் யார், அவர் எந்தெந்த வகையில் வருவார், அதை எப்படிப் பட்டியலிட்டுப் புரிந்துகொள்வது என்பதை விரிவாகத் தெரிந்துகொள்ள 'போட்டுத் தள்ளு' என்ற என் முந்தைய புத்தகத்தை நேரம் கிடைத்தால் படியுங்கள். குறிப்பாக இரண்டாவது அத்தி யாயத்தில் இதை விலாவரியாக விவரித்திருக்கிறேன்.

வேகமாக மாறும் மார்கெட் யுகத்தில் 'போட்டியாளர் வரட்டும், ஒரு கை பார்க்கிறேன்' என்று எருமை மாடுபோல் பொறுமை காக்கக் கூடாது. வருமுன் காப்பதே விவேகம். எங்கிருந்து போட்டியாளர் முளைப்பார். எந்தத் திசையிலிருந்து போட்டி வரும் என்று 360 டிகிரியில் பார்வையை மேய விடவேண்டும். 'போட்டியாளர் என்ன செய்கிறார் பார்ப்போம், பதிலடி கொடுப்போம்' என்று காத்துக் கொண்டிருக்கக்கூடாது..

அதே போல் எதிராளியும் நாம் செய்யும் செயல்களுக்குப் பதிலடி கொடுக்கத் தயாராகக் காத்திருப்பார். நமக்கு பதிலடி கொடுக்கக் காலம் தாழ்த்த மாட்டார். நாம் ஒன்று செய்தால் அதன் பயன் நமக்கு வருவதற்குமுன் போட்டியாளர் நாம் செய்ததை முறியடிக்க முயற்சிப்பார். இதற்காகவும் தேவைப்படுகிறது போட்டியாளர் திறனாய்வு.

போட்டியாளர் பலமும் பலவீனமும்

போட்டியாளர் திறனாய்வின் அடுத்த படி போட்டியாளரின் பலத்தையும் பலவீனத்தையும் பட்டியலிடுவது. நம் பிரதான போட்டி யாளர்களைப் பட்டியலிட்டு அவர்களின் பலம் என்ன, பலவீனங்கள் என்ன என்பதை புரிந்துகொள்ள வேண்டும். நீங்கள் எவ்வளவு பெரிய 'அப்பாடக்கராக' இருந்தாலும் போட்டியாளர்களின் பலத்தோடு மோதாமல் அவர்கள் பலவீனத்தோடு மோதுவதுதான் பலன் தரும்.

நீங்கள் 'சரவணா ஸ்டோர்ஸ்' அருகே டிபார்ட்மெண்ட் ஸ்டோர் திறக்கிறீர்கள் என்று வைத்துக்கொள்வோம். சரவணா ஸ்டோர்ஸின்

பலம் அவர்களின் குறைந்த விலை. அவர்களைவிடக் குறைந்த விலையில் பொருட்களை விற்கவேண்டும் என்றால் ஃப்ரீயாகக் கொடுத்தால்தான் உண்டு! அந்த பலத்தோடு போட்டி போடுவேன் என்று நீங்களும் குறைந்த விலையில் விற்க முயற்சித்தால் கட்டியிருக்கும் பேண்ட் சட்டைகூட உருவப்பட்டு 'முருகா நீ ஏன் கோமணத்துடன் ஆண்டி ஆனாய்' என்று மற்றவர் உங்களைப் போற்றிப் பாட வேண்டி வரும்!

அதற்காக சரவணா ஸ்டோர்ஸோடு போட்டி போடக்கூடாது என்று சொல்லவில்லை. கோமணத்துடன் நிற்க வேண்டுமா என்றுதான் கேட்கிறேன். சரவணா ஸ்டோர்ஸின் பலத்தோடு போட்டி போட வேண்டாமே என்றுதான் சொல்கிறேன். அவர்கள் பலவீனத்தைத் தேடி அங்கு அடிக்கலாமே என்றுதான் அட்வைஸ் செய்கிறேன்.

சரவணா ஸ்டோர்ஸ்டின் பலவீனம் என்ன?

அவர்கள் கடையில் சதா சர்வ காலமும் இருக்கும் அசாத்தியமான கூட்டம். விலை குறைவு என்பதால் அவர்கள் கடையில் சேரும் மத்திய வர்க்க மக்கள் கும்பல். இதை எப்படி உங்களுக்குச் சாதகமாக மாற்றிக் கொள்ள முடியும்?

சிம்பிள். உங்கள் கடையை மேல்மட்ட வாடிக்கையாளர்களை மயக்கும் வகையில் மாற்றுங்கள். காரில் வரும் கஸ்டமர்களுக்குத் தோதாக பார்க்கிங் வசதி செய்து கொடுங்கள். பரப்பரப்பில்லாமல் மெதுவாக நடந்து சென்று ஷாப்பிங் செய்யும் வகையில் கடையை விஸ்தாரமாக டிசைன் செய்யுங்கள். சரவணா ஸ்டோர்ஸில் இல்லாத கஸ்டமர் சர்வீஸை நீங்கள் உங்கள் டிபார்ட்மெண்ட் ஸ்டோரில் தாராளமாகத் தாருங்கள்.

நீங்கள் கவர் செய்யவேண்டிய வாடிக்கையாளர்கள் ஆடித் தள்ளுபடிக்கும் 'எது வாங்கினால் எது ஃப்ரீ' என்று தேடி ஓடி வரும் கூட்டம் இல்லை என்பதைப் புரிந்துகொள்ளுங்கள். அவர்கள் தகுதிக்கேற்ப, அவர்கள் ஆசைக்கேற்ப ஓர் உலகத்தர ஷாப்பிங் அனுபவத்தை அளிக்க முயலுங்கள். வெற்றி பெறுவீர்கள்.

'நீல்கிரீஸ்' டிபார்ட்மெண்ட் ஸ்டோர் இதைத்தான் செவ்வனே செய்கிறது. சரவணா ஸ்டோர்ஸின் பலத்தோடு மோதாமல் அதன் பலவீனத்தைப் பயன்படுத்தித் தங்கள் பலத்தை கூட்டிக்கொண்டு படு சௌக்கியமாக வாழ்ந்து வருகிறது.

அதேபோல் போட்டியாளர்கள் புதிதாக என்ன பலத்தைச் சேர்க்க முயற்சிக்கிறார்கள், தங்கள் பலவீனங்களைப் போக்க என்னென்ன

நடவடிக்கைகள் மேற்கொண்டு வருகிறார்கள் என்பதையும் அறிந்து கொள்வது புத்திசாலித்தனம்.

எப்பேர்ப்பட்ட பெரிய ப்ராண்டாக இருந்தாலும் அதற்கும் ஒரு பலவீனம் இருக்கவே செய்யும். எப்பேர்ப்பட்ட பலவீனமான ப்ராண்டாக இருந்தாலும் அதற்கும் ஏதோ ஒரு பலம் இருக்கத்தான் செய்யும்.

'ஐயோடக்ஸ்' பெரிய ப்ராண்ட்தான்; சுளுக்கிலிருந்து மலுக்கென்று ஆறுதல் தரும் எக்ஸ்பர்ட்தான். ஆனால் அந்த பலமான ப்ராண்டுக்கும் ஒரு பலவீனம் இருக்கிறதே. அழுக்குக் கலரில் தைலம் போன்ற ஐயோடக்ஸை தடவிக்கொண்டால் அது, நாம் போட்டிருக்கும் துணியில் பட்டு அந்த இடமே அழுக்காக, அசிங்கமாக, கரையாகத் தெரியும். அந்த பலவீனத்தை பயன்படுத்தித்தானே 'மூவ்' ஜெல் வடிவில் வந்து அந்த ஐயோடெக்ஸை அட்டாக் செய்தது!

இன்னொன்றையும் நினைவில் கொள்ளுங்கள். பல சமயங்களில் ஒரு ப்ராண்டின் பலத்தில்தான் அதன் பலவீனமும் அடங்கியிருக்கும். யோசித்துப் பாருங்கள். சரவணா ஸ்டோர்ஸின் பலமே அந்தக் கடையைத் தேடி வரும் அசாத்தியமான கூட்டம்தான். அதனால்தான் அவர்களால் குறைந்த விலையில் விற்க முடிகிறது. ஆனால் அந்தக் கூட்டமேதான் சரவணா ஸ்டோர்ஸின் பலவீனமும். அதே கூட்டத்தால் தான் அவர்களால் வாடிக்கையாளர்களுக்குக் கனிவான சேவையைக் கொடுக்க முடிவதில்லை!

போட்டியாளர் பற்றிய புரிதல்

போட்டியாளர் திறனாய்வின்போது நீங்கள் செய்யவேண்டிய இன்னொன்று, வாடிக்கையாளர்களிடம் அவர்கள் உங்கள் போட்டி ப்ராண்டுகளைப் பற்றி என்ன நினைக்கிறார்கள் என்று கேட்டுத் தெரிந்து கொள்வது. பலர், வாடிக்கையாளர்கள் தங்கள் ப்ராண்டைப் பற்றி என்ன நினைக்கிறார்கள் என்பதைத்தான் தெரிந்துகொள்கிறார்கள். இது முக்கியம்தான். அதேபோல் வாடிக்கையாளர்கள் போட்டியாளர் ப்ராண்டுகளைப் பற்றி என்ன நினைக்கிறார்கள் என்பதைத் தெரிந்து கொள்வதும் முக்கியம்.

உங்கள் ப்ராண்டுக்கு மாற்று உங்கள் போட்டியாளர்கள். உங்களை விட்டால் உங்கள் வாடிக்கையாளர்கள் போவது அவர்களிடத்தில். அப்படி என்றால் அவர்கள் அங்கு போவதைப் பற்றி என்ன நினைக்கிறார்கள், எந்த காரணங்களுக்காகப் போவார்கள், எப்போது போவார்கள், எப்படிப் போவார்கள் என்று தெரிந்துகொள்ள வேண்டாமா.

திருடன் தப்பித்துப் போக எத்தனை வழிகள் உண்டு என்று தெரிந்தால் தானே அந்த வழிகளை எப்படி அடைப்பது என்று திட்டமிட முடியும். வாடிக்கையாளரும் நம்மிடம் அடைபட்டிருக்கிறார், அவர் எந்த வழி மூலம் தப்பித்துச் செல்ல முடியும், யாரிடம் தப்பித்துச் செல்ல முடியும் என்று அவரிடத்திலேயே கேட்டுத் தெரிந்துகொள்ளும் வசதி நம்மிடத்தில் இருக்கும்போது அதைச் செய்யாமல் இருப்பது மடமை அல்லவா.

போட்டியாளர் ப்ராண்டை வாங்குபவர்களிடம் பேசுங்கள். அதோடு போட்டியாளர் ப்ராண்டை வாங்காதவர்களிடமும் பேசுங்கள். பொது வாகவே, ப்ராண்டை வாங்குபவர்கள் அதைப் பற்றி ஓர் அபிப்ராயம் வைத்திருப்பார்கள். அந்த ப்ராண்டை வாங்காதவர்களின் அபிப்ராயம் வேறு விதமாக அமையலாம்.

'ஓரல் பீ' டூத்பிரஷை எடுத்துக்கொள்வோம். மார்க்கெட் ஆய்வுகளில் ஓரல் பீ பயன்படுத்துபவர்கள் 'ஓரல் பீ சொல்வதைச் செய்யும், அதிகப் பலன் தரும், கொடுக்கும் பணத்துக்கு முழுப் பயனை அளிக்கும் டூத்பிரஷ் இது' என்று கூறுகிறார்கள். ஆனால் ஓரல் பீ பயன்படுத் தாதவர்கள் 'விலை அதிகமான டூத்பிரஷ், பந்தா செய்பவர்களுக்குத் தான் இது லாயக்கு' என்று கூறுகிறார்கள். எத்தனை வேறுபட்ட அபிப்ராயங்கள் பாருங்கள்.

போட்டி ப்ராண்டோ உங்கள் ப்ராண்டோ, வாடிக்கையாளர்களிடம் பேசித் தெரிந்து கொள்ள முற்படும்போது உபயோகிப்பவர்களிடம் பேசுங்கள். அதோடு அந்த ப்ராண்டுகளை இதுவரை உபயோகிக்காமல் இருப்பவர்களிடமும் பேசுங்கள்.

காம்படிடிவ் இண்டெலிஜன்ஸ்

போட்டியாளர் திறனாய்வில் அடுத்து செய்யவேண்டியது, போட்டி யாளரின் குறிக்கோள் என்ன, அவர்கள் பயன்படுத்தும் உத்திகள் என்னென்ன, அவர்களுடைய அடுத்த மூவ் என்னவாக இருக்கும் போன்றவற்றை அனுமானிப்பது.

இதையெல்லாம் போட்டியாளர்களையே ஒரு எட்டு சென்று நேரடியாகக் கேட்டுத் தெரிந்துகொள்வதுதான் சுலபமான வழி. ஆனால் இதற்குப் போட்டியாளர்கள் சம்மதிப்பார்களா என்பது சந்தேகம்தான். விலாவரியாகத் தங்கள் திட்டங்களை உங்களிடம் சொல்வார்களா என்பது டவுட்தான்!

ஒழிந்து போகட்டும் விடுங்கள். அவர்கள் சொல்லாவிட்டாலும் போட்டியாளர்களைப் பற்றியும் அவர்களுடைய திட்டங்களைப்

பற்றியும் தெரிந்துகொள்ள ஒரு வழி இருக்கிறது - காம்படிடிவ் இண்டெலிஜன்ஸ். எதோ ஹாலிவுட் பட டைட்டில் போல இருக்கிறதே என்று மலைக்காதீர்கள்.

கொஞ்சம் முயற்சி செய்தால் போதும்; இது பெரிய விஷயமல்ல என்பது புரியும். போட்டியாளர்களைக் கூர்ந்து பார்ப்பது; அவர்கள் செய்வதையெல்லாம் தெளிவாகத் தெரிந்துகொள்வது; அவர்களுடைய ப்ராண்ட் பேக்கேஜிங் முதல் விளம்பரங்கள் வரை எல்லாவற்றையும் சேகரித்து உன்னிப்பாகப் படிப்பது; அவர்களை சதா சர்வகாலமும் கண்கொத்திப் பாம்பாகக் கண்காணிப்பது. கிடைத்த தகவல்களை அலசுவது. சேகரித்த விஷயங்களை ஆராய்ந்து அதன் அர்த்தத்தை அறுதியிடுவது. என்ன நடந்தது என்பதிலிருந்து அது ஏன் நடந்தது, அடுத்து என்ன நடக்கலாம் என்று அனுமானிப்பது. இதுதான் காம்படிடிவ் இண்டெலிஜன்ஸ்.

போட்டியாளர்கள் யார் என்பதைத் தெளிவாகத் தெரிந்துகொண்டபின் அவர்களைப் பற்றிய எல்லா விவரங்களையும் சேகரியுங்கள். ஒரு தரம், இரு தரம் அல்ல; ஓராயிரம் தரம்; சதா சர்வகாலமும். கடைகளில் கேளுங்கள். மார்க்கெட்டில் தேடுங்கள். பத்திரிகைகளில் பாருங்கள். வல்லுனர்களிடம் விசாரியுங்கள். அவர்ளைப் பற்றி அவர்கள் புரிந்து கொண்டதற்கு மேலாக நீங்கள் உங்கள் போட்டியாளர்களைப் புரிந்து கொள்ள முயற்சி செய்யுங்கள்.

அடுத்து, போட்டியாளர்களின் உத்தியைத் தெரிந்துகொள்ள அந்த ப்ராண்டுகளை வாங்குங்கள். அதில் உள்ள பேக்கேஜிங்கில் என்ன சொல்கிறார்கள் என்பதைப் படியுங்கள். அவர்கள் விளம்பரங்களை ஒன்று விடாமல் பாருங்கள்; கேளுங்கள்; படியுங்கள். அதில் என்ன சொல்கிறார்கள் என்பதைப் புரிந்துகொள்ளுங்கள். அவர்களுடைய ப்ரோஷர், பிட் நோட்டீஸ், போஸ்டர், ஹோர்டிங், விளம்பரப் பலகைகள் என எல்லாவற்றையும் சேகரியுங்கள். அனைத்தையும் முழுமையாகப் புரிந்துகொள்ள முயலுங்கள்.

எல்லாவற்றையும் செய்து முடிக்கும்போது உங்கள் போட்டியாளரின் உத்திகள் என்ன, அவர்கள் குறிக்கோள்கள் என்னென்ன, அவர்கள் திட்டம் எவையெவை என்பதெல்லாம் தெளிவாகப் புரிந்துவிடும்.

விளம்பரம் என்பது உண்மையில் என்ன? மார்க்கெட்டர் வடிவமைக்கும் உத்திகளின், திட்டங்களின் தொகுப்பு. குறிக்கோளின் விளைவு. விளம்பரத்தை முழுமையாகப் புரிந்துகொண்டால் அதன் பின்னால் உள்ள உத்திகளும், திட்டங்களும், குறிக்கோள்களும் தெளிவாகத் தெரிந்துவிடுமே!

போட்டியாளர்கள் என்ன செய்கிறார்கள், எப்படிச் செய்கிறார்கள் என்பதைத் தெரிந்துகொள்வதோடு அதை ஏன் செய்கிறார்கள் என்பதையும் புரிந்துகொள்வது அவசியம். கிரிக்கெட் ஆடும்போது வேகப்பந்து வீச்சாளர் ஃபைன் லெக் பீல்டரையும் ஸ்கொயர் லெக் ஃபீல்டரையும் முப்பது அடி வளையத்துக்குள் நிற்க வைத்து பவுலிங் செய்கிறார் என்றால் என்ன அர்த்தம்? பந்தை பேட்ஸ்மனின் லெக் சைடில் போடாமல் ஆஃப் ஸ்டம்ப்புக்கு வெளியே போடப்போகிறார் என்றுதானே அர்த்தம். அதற்கேற்ப பேட்டிங் உத்தியை பாட்ஸ்மென் அமைத்து கொள்ளலாமே!

போட்டியாளர்கள் தற்சமயம் எப்படி வாடிக்கையாளர்களால் பார்க்கப் படுகிறார்கள் என்று புரிந்துகொள்ளவேண்டியது ஒரு புறம் என்றால் அவர்கள் எப்படித் தாங்கள் பார்க்கப்படவேண்டும் என்று விரும்பு கிறார்கள் என்று தெரிந்துகொள்வதும் அவசியம். போட்டியாளர் ப்ராண்டைப் பற்றி வாடிக்கையாளர்கள் மனத்தில் தற்சமயம் ஒரு எண்ணம் இருக்கும். ஆனால் போட்டியாளர் அந்த எண்ணத்தை விரும்பாமல் அதை மாற்றுவதற்குச் சில உத்திகளை, திட்டங்களை வகுத்துக்கொண்டிருக்கலாம். அதையும் புரிந்துகொள்வதுதான் சிறந்த போட்டியாளர் திறனாய்வு.

ப்ராண்ட் க்ரூப்பிங்

போட்டியாளர் திறனாய்வின்போது செய்யவேண்டிய அடுத்த அதிமுக்கிய சமாசாரம் நீங்கள் நுழைய நினைத்திருக்கும் பொருள்வகை ப்ராண்டுகளை க்ரூப் செய்வது. பொருள் பிரிவுகளைப் புரிந்து கொள்வது.

உதாரணத்துக்கு ஷாம்பு மார்க்கெட்டை எடுத்துக்கொள்வோம். 'க்ளினிக் ப்ளஸ்', 'சன்சில்க்', 'க்ளினிக் ஆல் க்ளியர்', 'பேண்டீன்', 'ஹெட் அண்ட் ஷோல்டர்ஸ்', 'ரிஜாய்ஸ்', 'சிக்', 'நைல்', 'மீரா', 'லோரியல்', 'டவ்', 'கார்னியர்' போன்றவை வெகு முக்கியமான ப்ராண்டுகள். 'இத்தனை ப்ராண்டுகளையும் இப்போது அவற்றின் பயன் களுக்கு ஏற்ப, தன்மைகளுக்கு ஏற்ப வகைப்படுத்த முயற்சி செய்வோம்.

க்ளினிக் ப்ளஸ், பேண்டீன் இரண்டும் ஆரோக்கியமான கூந்தலை தருகிறேன் என்று கூறுகின்றன. இந்த இரண்டும் ஒரு க்ரூப்.

சன்சில்க், கார்னியர், லோரியல், டவ் ஆகியவை அழகான கூந்தலைத் தருகிறேன் என்கின்றன. இவற்றை இன்னொரு க்ரூப் ஆக்கலாம்.

ரிஜாய்ஸ், சிக் இரண்டும் விலை குறைவு என்று கூறி விற்பதால் இவற்றைத் தனி க்ரூப்பாக வைக்கலாம்.

மீரா தன்னை சீயக்காய் ஷாம்புவாக விற்பதால், இதனைத் தனியாக வகைப்படுத்தலாம்.

இத்தனை க்ரூப்கள் இருக்கின்றன ஷாம்பு மார்க்கெட்டில். இந்த மார்கெட்டில் நுழையவேண்டும் என்றால் என்ன செய்வீர்கள்?

முதல் காரியமாக எந்த க்ரூப்பில் போட்டி அதிகமில்லை என்று பார்க்கலாம். மீரா தன்னந்தனியாக இருக்கிறாள். அந்த க்ரூப்பில் புதிய ப்ராண்டை அறிமுகப்படுத்த முயற்சிக்கலாம். அது ஒருவேளை பயனும் தரலாம்.

இல்லை, வாடிக்கையாளரின் தேவைகளைப் புரிந்துகொண்டு ஏதேனும் 'அன்மெட் நீட்ஸ்' இருக்கிறதா என்று தெரிந்துகொண்டு அதற்கேற்ப இதுவரை இல்லாத ஒரு க்ரூப்பை உருவாக்கி அதில் ப்ராண்டை அறிமுகப்படுத்த முயற்சி செய்யலாம்.

உதாரணத்துக்கு, ஹெர்பல் ஷாம்பு க்ரூப்பில் அதிக ப்ராண்டுகள் இல்லை. அதோடு ஹெர்பல் மற்றும் ஆயுர்வேதப் பொருட்கள்மீது மக்களுக்கு அபிமானமும் நம்பிக்கையும் அதிகரித்து அது ஒரு சந்தைப் போக்காகவே மாறியிருக்கும் காலம் இது. ஆக, ஷாம்பு மார்க்கெட்டில் ஒரு புதிய ஷாம்புவை அறிமுகப்படுத்தவேண்டும் என்றால் அது ஹெர்பல் ஷாம்புவாக இருக்கும் பட்சத்தில் அதற்கு அதிகப் போட்டியும் இருக்காது; சந்தைப் போக்குக்கு ஏற்றபடியும் இருக்கும். வாடிக்கையாளர்களின் தேவை இடைவெளியைப் பூர்த்தி செய்யும் வகையிலும் அமையும். மார்க்கெட்டில் வெற்றி பெற இதைவிட வேறு என்ன வேண்டும்!

போட்டியாளரின் அடுத்த நகர்வை அனுமானிப்பது

போட்டியாளருடைய நடவடிக்கைகள், ரகசியங்கள், திட்டங்கள் போன்றவற்றைத் தெரிந்துகொள்வது ஒரு பக்கம். அதோடு அவர்களின் அடுத்த நகர்வு என்னவாக இருக்கும், அவர்கள் அடுத்து செய்யப் போவது என்ன என்பதை அனுமானிப்பதும் மார்க்கெட்டரின் முக்கிய வேலை.

இது லேசுப்பட்ட காரியம் இல்லை. எளிதில் பெறக்கூடிய சக்தியும் இல்லை. ஆனால் போட்டியாளர்களின் செயல்களை ஊகிக்கவில்லை என்றால் ஆச்சரியங்களுக்கும் அதிர்ச்சிகளுக்கும் ஆயுத்தமாக வேண்டிவரும்.

போட்டியாளர்களின் அடுத்த நகர்வை எப்படிக் கணிப்பது என்பதைச் சில உதாரணங்கள் கொண்டு பார்ப்போம். ஒரு பெரிய கம்பெனியின் சோப் அல்லது தேங்காய் எண்ணெய் ப்ராண்ட் மார்க்கெட்டில் திடீர் என்று சப்ளை இல்லை; பல கடைகளில் ஸ்டாக் அவுட், அதிகம்

கிடைக்கவில்லை என்று ஒரு நிலைமை வருகிறது என்று வைத்துக் கொள்வோம். இதைப் பார்த்து 'எதோ தயாரிப்புப் பிரச்னையாக இருக்கலாம்' என்று அசால்ட் ஆறுமுகமாக இருந்துவிடாதீர்கள். இங்குதான் போட்டியாளரின் அடுத்த மூவ் என்ன, எதற்காக இந்த ஸ்டாக் அவுட் சிச்சுவேஷன் என்பதைத் தெரிந்துகொள்வதும் அவர் களுடைய அடுத்த நகர்வைக் கணிப்பதும் அவசியமாகிறது.

ஒரு வேளை அவர்களுடைய ப்ரொடக்ஷனில் ஏதேனும் பிரச்னை இருந்திருக்கலாம். அதனால் சப்ளை சரியாக இல்லாமல் இருக்கலாம். ஆனால் நீங்களே அதைக் கற்பனை செய்துகொண்டு விட்டுவிடாதீர்கள். உங்கள் ப்ரொடக்ஷன் டீமைக் கொண்டு என்ன பிரச்னையாக இருக்கும் என்று தெளிவாகத் தெரிந்துகொள்ள முயற்சி செய்யுங்கள். ஏனெனில் உங்கள் போட்டியாளர் தன் ப்ராண்டை மாற்றியமைத்து புதிய அவதாரத்தில் ரீலாஞ்ச் செய்ய ஆயத்தமாகியிருக்கலாம். ப்ராண்டில் ஏதேனும் புதுமை செய்ய, பேக்கேஜிங்கைப் புதுவிதமாக வடிவமைக்க, அல்லது விலையை ஏற்றக்கூடத் திட்டமிட்டிருக்கலாம்.

மார்க்கெட்டில் பழைய ஸ்டாக்கை க்ளியர் செய்து புதிய சரக்கை இறக்க ஏதுவாக அவர்கள் வேண்டுமென்றே செயற்கையான ஸ்டாக் அவுட் நிலையை உருவாக்கியிருக்கலாம். பழைய ஸ்டாக்கை முடிந்த மட்டும் விற்றவுடன் புதிய ஸ்டாக்கை மார்க்கெட்டில் இறக்கி மார்க் கெட்டையே ஒரு கலக்குக் கலக்கத் திட்டமிட்டிருக்கலாம். இதை அவர்கள் ரகசியமாகச் செய்தாலும் நீங்கள் சமர்த்தாக இருந்தால், சாமர்த்தியமாக மார்கெட்டை கவனித்து வந்தால், அவர்களுடைய திட்டம் வெட்ட வெளிச்சமாகும். அவர்களுக்குப் பதிலடி கொடுப்பது எப்படி, எவ்வாறு அவர்களுடைய ரீலாஞ்ச்சைச் சமாளிப்பது, எத்தகைய வியூகங்களை அமைத்து அவர்களை வீழச்செய்வது என்று திட்டமிட உங்களுக்கு நேரமும் கிடைக்கும். ஆச்சரியம் அளிக்க ரெடியாக இருக்கும் உங்கள் போட்டியாளருக்கு அதிர்ச்சியை அளிக்க முடியும் உங்களால்!

போட்டியாளர் திறனாய்வின் நோக்கமே அது தானே!

பாகம் 3

ப்ராண்ட் உருவாக்கம்

மனையைத் தேடி, தேர்வு செய்து அதை ரிஜிஸ்டர் செய்து விட்டோம். இனி ப்ராண்ட் என்னும் வீடு கட்ட ஆரம்பிக்க வேண்டியதுதான்.

மேஸ்திரியைக் கூப்பிட்டு பொசிஷனிங் என்னும் அஸ்தி வாரத்தைப் போடச் சொல்லவேண்டும். ஸ்ட்ராங்காக, காலா காலத்துக்கும் நிலைத்து நிற்க வீட்டுக்கு அஸ்திவாரம் அவசியம். ப்ராண்டுக்கு பொசிஷனிங் முக்கியம்.

அடுத்து வீடு விஸ்தாரமாக அமைய ஆர்கிடெக்ட்டைக் கொண்டு ப்ளானை ரெடி செய்யவேண்டும். ப்ராண்ட் பாஷையில் இதை ப்ராண்ட் பர்சனாலிடி என்று சொல்லலாம். வீட்டின் விஸ்தாரத்துக்கு ஆர்கிடெக்ட் ப்ளான் உதவுவது போல் ப்ராண்டுக்கு பர்சனாலிடி உதவும்.

அதன்பின் பெயிண்ட் அடிப்பது முதல் கன்சீல்ட் வயரிங் வரை, வுட் வர்க் முதல் மாடுலர் கிச்சன் வரை, வெளியே லேண்ட்ஸ் கேபிங் முதல் உள்ளே இண்டீரியர் டெகரேஷன் வரை பார்த்துப் பார்த்து வீட்டை அழகாக்க வேண்டாமா? வீட்டுக்கு முத்தாய்ப் பாக ஒரு பெயர் வைக்க வேண்டாமா? இதையே ப்ராண்டுக்குச் செய்யத் தேவை ப்ராண்ட் எலிமெண்ட்ஸ்.

ப்ராண்ட் என்னும் வீடு கட்டி, பொசிஷனிங் என்னும் ப்ளான் செய்து, அந்த வீட்டை அழாக்க ப்ராண்ட் எலிமெண்ட்ஸை வடிவமைக்கும் வழிகளை தெரிந்துகொள்ளத்தான் மூன்றாவது பாகம்.

7

ப்ராண்ட் பொசிஷனிங்

வாழும் வாழ்க்கைக்கு அர்த்தம் இருக்கவேண்டும் என்று பெரியவர்கள் அட்வைஸ் செய்துகொண்டே இருக்கிறார்கள். அப்படிச் செய்கிறோமா, நம் வாழ்க்கைக்கு அர்த்தம் தரும்படி வாழ்கிறோமா என்று எனக்குத் தெரியாது. ஆனால் ஒன்று தெரியும். நாம் விற்கும் ப்ராண்டுக்கு அர்த்தம் இருந்தே தீரவேண்டும். அது என்ன என்பதை நாம்தான் தீர்மானிக்க வேண்டும். அதை வாடிக்கையாளர் மனத்தில் ஆழப் பதிக்கவேண்டும்.

நாம் விற்கும் பொருள், ப்ராண்ட் என்கிற தகுதியைப் பெற அதற்கு ஓர் அர்த்தத்தைத் தந்தே ஆகவேண்டும். ப்ராண்ட் என்கிற அந்தஸ்தை ஒரு பொருள் பெறுவது, அது வாடிக்கையாளர் மனத்தில் தெளிவான ஓர் அர்த்தத்தைக் குறிக்கும் போதுதான்.

ப்ராண்டுக்கு நாம் தரும் அர்த்தம்தான் பொசிஷனிங். விற்கப்படும் பொருளுக்கு ப்ராண்ட் என்கிற அங்கீகாரம் தருவது பொசிஷனிங். பொசிஷனிங் என்பது வாடிக்கையாளர் மனத்தில் ப்ராண்டைப் பற்றி மார்க்கெட்டர் நிலைநிறுத்தும் ஓர் எண்ணம். ஓர் இமேஜ். ஒரு பயன். ஓர் அர்த்தம்.

'சரவணா ஸ்டோர்ஸ்' என்றால் உங்கள் மனத்தில் என்ன தோன்றுகிறது?

'குறைந்த விலை' என்பதுதானே.

அதுதான் அந்த ப்ராண்டின் பொசிஷனிங். அதுதான் வாடிக்கையாளர் மனத்தில் அந்த ப்ராண்ட் பற்றிய எண்ணம். அந்த ப்ராண்ட் பிரதான மாகத் தரும் பயன். அந்த ப்ராண்டுக்குத் தரப்பட்டிருக்கும் அர்த்தம்.

சரவணா ஸ்டோர்ஸ் என்றால் கூட்டம் அதிகம் என்று தெரியும். சரவணா ஸ்டோர்ஸ் என்றால் பிரம்மாண்டமான கடை என்று தெரியும். சரவணா ஸ்டோர்ஸ் என்றால் சகலவிதமான சாமான்களும் கிடைக்கும் கடை என்பதும் தெரியும். இத்தனை தெரிந்தும் சரவணா ஸ்டோர்ஸ்

என்றால் 'குறைந்த விலை' என்பதுதானே முதலுமாய், முடிவுமாய், முழுவதுமாய்த் தெரிகிறது? இதுதான் பொசிஷனிங்கின் ஆதாரத் தத்துவம். ப்ராண்டுக்கு நாம் தரும் ஒரே அர்த்தம்தான் பொசிஷனிங்.

ஆல் ரீஸ், ஜாக் ட்ரவுட் இருவரும் அமெரிக்காவில் விளம்பரத் துறையில் இருந்தவர்கள். இருவரும் 1969-ல் ஓர் ஆராய்ச்சியில் இறங்கினர். மார்க்கெட்டில் வெற்றி பெற்ற ப்ராண்டுகளின் பட்டியலைத் தயாரித்தனர். அதேபோல் தோல்வியுற்ற ப்ராண்டுகளையும் பட்டிய லிட்டனர். ப்ராண்டுகளின் வெற்றி தோல்விக்கு என்ன காரணம் என்று அலசி ஆராய்ந்து, தோண்டித் துருவி, பிரித்து மேய்ந்தனர்.

அந்த ஆராய்ச்சியில் அவர்களுக்கு ஒரு காரணம் பளிச்சென்று புலப் பட்டது. வெற்றி பெற்ற ப்ராண்டுகள் வாடிக்கையாளர் மனத்தில் ஒன்றை மட்டும் தெளிவாகக் குறித்தன. தோல்வியுற்ற ப்ராண்டுகள் அவ்வாறு செய்யவில்லை. வாடிக்கையாளர் மனத்தில் இருந்த அந்த 'ஒன்றை', அவர்கள் மனத்தில் விதைக்கப்பட்ட அந்த 'ஒன்றை', அவர் களுக்குப் பயன்தரும் அந்த 'ஒன்றை' பொசிஷனிங் என்று பெயரிட்டு அந்தத் தத்துவத்தை விவரமாக விளக்கி 'இண்டஸ்ட்ரியல் மார்க் கெட்டிங்' என்ற ஆராய்ச்சி இதழில் 'The Positioning Era Cometh' என்று பெயரிட்டு கட்டுரைகளாக எழுதினார்கள். மார்க்கெட்டிங் உலகையே திருப்பிப் போட்டன வரலாற்றுச் சிறப்புமிக்க அந்தக் கட்டுரைகள்.

பொசிஷனிங் என்பது ப்ராண்ட் பற்றிய ஓர் அழுத்தமான அர்த்தத்தை வாடிக்கையாளர் மனத்தில் பதிய வைப்பது; அவருக்குப் புரிய வைப்பது. ப்ராண்ட் வாடிக்கையாளருக்கு அளிக்கும் பயன்தான் பொசிஷனிங் என்றனர் அந்த மார்க்கெட்டிங் இரட்டையர்கள்.

பொசிஷனிங் என்பது வாடிக்கையாளருக்கு அளிக்கும் பயன். அது அவர் வலியைப் போக்குவதாக இருக்கலாம். கவலையை நீக்குவதாக இருக்கலாம். அவர் வாழ்க்கையை மேம்படுத்துவதாக இருக்கலாம். அவரைப் பற்றி உலகுக்குப் பறை சாற்றுவதாகக்கூட இருக்கலாம். எது எப்படி இருந்தாலும் பொசிஷனிங் என்பது வாடிக்கையாளருக்கு ப்ராண்ட் அளிக்க நினைக்கும் ஒரு பயன். வாடிக்கையாளர் மனத்தில் ப்ராண்டைப் பற்றி இருக்கும் ஒரு அர்த்தம். ஒரே அர்த்தம்.

ஒரு ப்ராண்ட், வாடிக்கையாளருக்கு ஆயிரம் பயன் அளிக்கலாம். ஆனால் பொசிஷனிங் என்பது ஓராயிரம் அர்த்தம் கொடுக்கும் முயற்சி அல்ல. ஒரே ஒரு அர்த்தம். வாடிக்கையாளர் மனத்தில் நச்சென்று அடித்து அவர் புத்தியில் சட்டென்று ஒட்டிக்கொள்ளக் கொடுக்கப்படும் ஒரு அர்த்தம். ஒரே அர்த்தம். சரவணா ஸ்டோர்ஸைப் பற்றி எத்தனையோ தெரிந்தாலும் 'குறைந்த விலை' என்று மட்டுமே குறிப்பிட்டுச் சொல்கிறோமே, அந்த சூட்சமம்.

வாடிக்கையாளர் ஒரு பொருளை எதற்கு வாங்குகிறார்? அந்தப் பொருளை வாங்குவதால், அதை உபயோகிப்பதால் தனக்கோ தன் குடும்பத்துக்கோ ஏதோ ஒரு பயன் இருக்கிறது என்று நம்புகிறார். அந்தப் பயன்தான் பொசிஷனிங். பொசிஷனிங் இல்லை என்றால் அந்த பொருளை வாங்கிப் பயனில்லை என்றுதானே அர்த்தம் ஆகிறது. பொசிஷனிங் சரியாக இல்லை என்றால் அந்த ப்ராண்டினால் பெரிதாக ஏதும் பிரயோஜனமில்லை என்றுதானே பொருளாகிறது.

பொசிஷனிங் இல்லாத எந்தப் பொருளும் ப்ராண்ட் என்ற அந்தஸ்தைப் பெறுவதில்லை. விற்கும் பொருளுக்குத் தெளிவான, வேறு யாரும் தெரிவிக்காத பொசிஷனிங்கை நிர்ணயிப்பதுதான் மார்கெட்டரின் முக்கியப் பொறுப்பு. இதைச் சரிவரச் செய்தால் வெற்றி பெறுவது ஏறத்தாழ கேரண்டி. இதை ஒழுங்காகச் செய்யவில்லை என்றால் தோல்வி அடைவது கண்டிப்பாக கேரண்டி!

ரீஸூம் ட்ரவுட்டும் இந்த சூட்சமத்துக்கு 'பொசிஷனிங்' என்று பெயர் வைத்ததற்குக் காரணம் உண்டு. வாடிக்கையாளரை மயக்கி, மற்ற போட்டியாளர்களிடமிருந்து வித்தியாசப்படுத்திக் காட்ட உதவும் இந்த உத்திக்கு என்ன பெயர் வைக்கலாம் என்று யோசித்து 'ஸ்ட்ரேடஜி' என்கிற வார்த்தைக்கு அகராதியில் அர்த்தம் தேடினார்கள். Strategy என்பது Finding the most advantageous *position* against the enemy என்று இருந்ததைப் பார்த்தனர். எதிராளியை வெற்றி பெறத் தோதான நிலை, களம் அல்லது பொசிஷன்.

உத்தி என்பதே எதற்கு? போட்டியாளரைப் போட்டுத் தள்ள நாம் தேடும் தோதான இடம்தானே. பார்த்தார்கள் இந்த இரட்டையர்கள். ஆஹா, மார்க்கெட்டில் போட்டியாளர்களிடமிருந்து ப்ராண்டை வித்தியாசப்படுத்திக் காட்டும் பிரதான ஆயுதமான தங்கள் சித்தாந் தத்துக்குப் பிரமாதமான பெயர் 'பொசிஷன்'தான் என்று தீர்மானித்தனர். அதையே சற்றுத் திருத்தி 'பொசிஷனிங்' என்றாக்கி தங்கள் உத்திக்கு பெயராக வைத்தனர். அன்றிலிருந்து இன்றுவரை வெற்றி பெற நினைக்கும் மார்க்கெட்டர்கள் தங்கள் பொருளை ப்ராண்ட் ஆக்க பொசிஷனிங் என்கிற இந்த சித்தாந்தத்தைச் சிரமேற்கொண்டு செய்யத் தொடங்கினர்.

பொசிஷனிங் என்ற வெற்றி ஈட்டித் தரும் இந்த சூப்பர் சித்தாந்தத்தின் தந்தைகள் என்று ஆல் ரீஸையும் ஜாக் ட்ரவுட்டையும் மார்க்கெட்டிங் உலகம் இன்றும் நன்றியுடன் நினைவுகூர்கிறது.

பொருளுக்கும் ப்ராண்டுக்கும் உள்ள வித்தியாசம்தான் பொசிஷனிங். பொருள் என்பது கடையில் அதன் இயல்பான குணத்துக்காக

வாங்கப்படும் பெயர் இல்லாத ஒரு ஐடம். கிட்டத்தட்ட ஒரு ஐடம் என்றே சொல்லலாம். அந்தப் பொருளுக்கு ஓர் அர்த்தத்தைக் கொடுத்து அதற்குத் தோதான பெயரை அளிக்கும்போதுதான் அது ப்ராண்ட் என்கிற அங்கீகாரத்தைப் பெறுகிறது. போட்டியாளர்களிடமிருந்து வித்தியாசப்படுகிறது. வாடிக்கையாளரின் மனதை கவர்கிறது. கடைகளில் கேட்டு வாங்கப்படுகிறது.

'பூஸ்ட்' என்றால் 'எனர்ஜி'.

'பல்ஸர்' என்றால் 'ஸ்டைல்'.

'லைஃப்பாய்' என்றால் 'ஆரோக்கியம்'.

'டெட்டால்' என்றால் 'பாதுகாப்பு'

'கல்யாண்' ஜுவல்லர்ஸ் என்றால் 'நாணயம்'.

கடைக்கு வரும் தாய் 'ஏதாவது ஹெல்த் ட்ரிங் கொடுங்க' என்று கேட்பதில்லை. தன் குழந்தைகள் சுறுசுறுப்பாக இருக்கவேண்டும் என்று நினைத்தால் 'பூஸ்ட் கொடுங்க' என்று பெயர் சொல்லிக் கேட்டு வாங்குவார். இதுதான் பொசிஷனிங்கின் மகிமை.

அனைவர் கண்களுக்கும், குறிப்பாக பெண்கள் கண்களுக்கு, ஸ்டைலாகத் தெரியவேண்டும் என்று ஆசைப்படும் இளைஞன் ஏதோ ஒரு பைக்கை வாங்க மாட்டான். 'பல்ஸர்'தான் வேண்டும் என்று வைராக் கியத்துடன் அடம்பிடித்து வாங்குவான். இதுதான் பொசிஷனிங் செய்யும் மாயம்.

பொசிஷனிங் செய்வது எப்படி

ப்ராண்டை இப்படித்தான் பொசிஷனிங் செய்யவேண்டும் என்று எந்த ஒரு வழியும் நிர்ணயிக்கப்படவில்லை. பொசிஷனிங்கைப் பல வழிகளில் செய்யலாம். செய்ய முடியும். அது பொசிஷனிங் செய்ப வரைப் பொருத்தது.

ஒரு வகையில் பார்த்தால் பொசிஷனிங் செய்வது என்பது சமையல் செய்வதைப் போல. என்னதான் ஒரு பதார்த்தத்தைச் சமைக்கத் தேவை யான எல்லா காய்கறிகளும் சாமான்களும் இருந்தாலும், என்னதான் மயக்கும் மாட்யூலர் கிச்சனையே கட்டிக் கொடுத்தாலும் பதார்த்தத்தின் சுவையை நிர்ணயிப்பது அதைச் சமைப்பவரின் கைப்பக்குவம்தானே! நம் பாட்டிகள் மாட்யூலர் கிச்சனிலா சமைத்தார்கள்? மாட்டுத் தொழுவம் போன்ற இருட்டுச் சமயலறையில்தானே வக்கனையாய், வாசனையாய், வாய்க்கு ருசியாகச் சமைத்து நம் நாக்கை பத்தமடைப்

பாயைப்போல் தொங்க வைத்து, அதில் மூடாத கார்ப்பரேஷன் குழாயைப்போல் ஜொல்லு கொட்ட வைத்தார்கள்!

ப்ராண்ட் பொசிஷனிங்கும் அவ்வண்ணமே.

மார்க்கெட்டை அலசி ஆராய்ந்தபின், வாடிக்கையாளரை வகைப் படுத்தி விவரித்தபின், போட்டியாளர்களைப் பிரித்து மேய்ந்தபின்தான் பொசிஷனிங் விளையாட்டைத் தொடங்கவேண்டும். மார்க்கெட் ஆய்வைச் செய்யாமல் பொசிஷனிங் செய்ய நினைப்பது தப்பாட்டம். பாத்திரங்கள் இல்லாமல் சமைப்பதுபோல!

வாடிக்கையாளர்களை வகைப்படுத்தி எந்த வகை வாடிக்கையாளருக்கு என்ன தேவை என்பதைப் புரிந்துகொண்டு அதில் எந்த வாடிக்கை யாளர் பிரிவைக் குறிவைத்து உறியடிப்பது என்பதைத் தீர்மானித்துக் கொண்டபின் கீழ்க்கண்ட கேள்விகளுக்கான விடைகளைத் தெளிவாகத் தெரிந்துகொள்வது அவசியம்.

நாம் குறிவைக்கும் வாடிக்கையாளர் யார்?

அவர் எங்கிருக்கிறார், என்ன செய்கிறார், எப்படிப்பட்டவர், என்ன சம்பாதிக்கிறார் மற்றும் அவரைப் பற்றிய இன்ன பிற விஷயங்கள் என்னென்ன?

அவர் தேவைகள் என்ன?

அவை முழுவதும் பூர்த்தி செய்ய்யபடுகிறதா? நீட் கேப்ஸ் உண்டா?

அவர்தான் நமக்குத் தோதான வாடிக்கையாளர் என்று எதைக்கொண்டு அறுதியிடுவது?

இந்தக் கேள்விகளுக்கு விடை தேடியபின், இன்னார்தான் நம் வாடிக்கை யாளர் என்று இனம் கண்டுகொண்டபின் நாம் ஒரு இடத்துக்க்ச் செல்ல வேண்டியிருக்கிறது. அது ஒரு சின்ன சைஸ் இடம். இருண்ட பிரதேசம். அடித்துப் பிடித்து, தடுக்கி விழுந்து, தேடிப் பிடித்து, உள்ளே நுழைவது சிரமம். அப்படி அதைச் சென்று பார்த்தவர்கள் வெகு சிலரே. அப்படியே போய்ப் பார்த்தாலும் அதைப் புரிந்து கொள்வதும் லேசுப் பட்ட காரியமல்ல.

அந்த இடம்... வாடிக்கையாளரின் ஆழ்மனம்!

அங்கு சென்று அழகாக, ஆழமாக, ஆணித்தரமாக அவரை அறிய வில்லை என்றால் பொசிஷனிங் விளையாட்டை விளையாட முடியாது. வாடிக்கையாளர் ஆழ்மனத்தையும் அதில் உள்ள தேவைகளை, ஆசைகளை, நிறைவேறாத கனவுகளை, கற்பனைகளை, பயங்களை, எண்ணங்களை, குறிக்கோள்களைப் புரிந்துகொள்ளாமல் பொசிஷனிங்

செய்ய முற்படுவது முட்டாள்தனம். தோல்வியைத் தேடித் தழுவ நாம் செய்யும் தொலைபேசி அழைப்பு!

ஒரு மார்க்கெட்டராக வாடிக்கையாளரை இனங்கண்டு, ஒரு சோஷியாலஜிஸ்ட்டாக அவரைத் தெரிந்துகொண்டு, ஒரு சைக்காலஜிஸ்ட்டாக அவர் ஆழ்மனத்தைப் புரிந்துகொண்டு அவரை முழுவதுமாக அறிந்துகொள்ளவேண்டியது போட்டி நிறைந்த இந்த பொசிஷனிங் காலத்தின் கட்டாயம். அதைத் தெளிவாகச் செய்வதே மார்க்கெட்டிங். அதைத் திறமையாகச் செய்பவரே மார்க்கெட்டர்.

கீ இன்சைட்

வாடிக்கையாளருக்கு நிறைவேறாத தேவைகள் உண்டு. அந்த தேவைகளின் வீரியம் என்ன? அந்தத் தேவைகள் பூர்த்தி செய்யப்பட்டால் அவர் வாழ்க்கை எவ்வாறு மேம்படும்? அவர் தேவைகள் பூர்த்தி செய்யப்படுவதைத் தடுப்பது எது? தேவைகள் நிறைவேறாமல் போனால் அவருக்கு ஏற்படும் பாதிப்புகள் என்னென்ன? அவற்றை அவர் எப்படி உணர்கிறார்? அவற்றைப் பற்றிய அவருடைய கவலைகள் என்னென்ன? அவை நிறைவேறும்போது அவர் எப்படி உணர்வார்? அப்போது அவருடைய மனநிலை எப்படி இருக்கும்?

இது போன்ற கேள்விகளுக்கான பதில்களில்தான் பொசிஷனிங் ஒளிந்திருக்கிறது. சுருக்கமாகச் சொன்னால் நம் வாடிக்கையாளர் மனத்தில் நாம் தேடுவது ஒரு ‘கீ இன்சைட்’ (Key Insight). இதை சில கம்பெனிகள் ‘அக்செப்டட் கன்ஸ்யூமர் பிலீஃப்’ (Accepted Consumer Belief) என்கிறார்கள்.

கீ இன்சைட் என்பது வாடிக்கையாளர் ஆழ்மனத்தில் இருக்கும் தேவையின் முழு வடிவம். அந்தத் தேவை என்ன என்பதுமுதல், அந்தத் தேவையை அவர் எப்போது உணர்கிறார், அந்தத் தேவையால் எப்படி உடல்ரீதியாகவும் மனரீதியாகவும் பாதிக்கப்படுகிறார், அந்தத் தேவைக்கான தீர்வு அவருக்கு உடல்ரீதியாகவும் மனரீதியாகவும் எவ்வாறு அமைகிறது என்ற ஆழ்மன ஆராய்ச்சி அதிமுக்கியம்.

இன்சைட்டை சரியாகப் புரிந்துகொண்டு தேவையைத் தீர்க்கும் வகையில் ஒரு பொருளை உருவாக்கி அதை ஒரு ப்ராண்டாக வாடிக்கையாளருக்கு அளித்து ‘இதுதான் நீங்கள் இந்த ப்ராண்டை வாங்க வேண்டியதன் காரணம்’ என்று நாம் கொடுக்கும் பயன்தான் ப்ராண்ட் பொசிஷனிங்!

கீ இன்சைட்டைச் சரியாகக் கணித்து, சரிவரப் புரிந்துகொண்டீர்கள் என்றால் தீர்ந்தது கவலை. இன்சைட் கொண்டு சரியான பொசிஷனிங்கை

வடிவமைத்துவிட்டீர்கள் என்றால் திறந்தன வெற்றியின் கதவுகள். கீ இன்சைட் கொண்டு வாடிக்கையாளரை கீ கொடுத்த பொம்மைபோல உங்கள் ப்ராண்டை சுற்றி வரச் செய்யலாம். 'இந்த ப்ராண்ட்போல் வேறில்லை' என்று அவரை சூடம் ஏற்றிச் சத்தியமடிக்கச் செய்யலாம். அதன்பின் அந்த வாடிக்கையாளர் உங்கள் ப்ராண்டே கதி என்று அதன் மயக்கத்திலேயே மந்திரித்ததுபோல் மல்லாக்கக் கிடப்பார்.

சுவாரசியமான ஓர் உதாரணம் கொண்டு இன்சைட் சமாசாரத்தை இன்னும் விளக்கமாகப் பார்ப்போம். பொதுவாகவே பெண்களுக்கு அழகாக இருக்கவேண்டும் என்கிற ஆசை அபரிமிதமாக உண்டு. கன்னி முதல் கிழவி வரை யாரும் இதற்கு விதிவிலக்கில்லை. அதோடு இப்போது பெண்களுக்கு ஏதாவது சாதிக்கவேண்டும் என்கிற ஆசை ஏகத்துக்கும் சேர்ந்துவிட்டது.

தாங்கள் தேர்ந்தெடுத்த துறையில் வெற்றி பெற, சாதனைகள் புரிய தங்கள் அழகு ஒரு கூடுதல் ஆயுதமாகப் பயன்படும் என்பதையும் அவர்கள் தெளிவாக உணர்கின்றனர். சரி இருந்துவிட்டுப் போகட்டும் என்றால், ஒருவேளை அழகாக இல்லை என்றால் என்ன செய்வது? அழகாக இருக்க ஆசை இருந்தால், அதற்குத் தடையாக இருப்பது எது?

வேறு என்ன, நிறம்தான்!

தொன்றுதொட்டே நம் நாட்டில், தெரிந்தோ தெரியாமலோ ஒரு நம்பிக்கை உண்டு. 'அழகு என்றாலே சிவப்பழகுதான்' என்ற அசைக்க முடியாத, அசாத்திய நம்பிக்கை. 'கருப்புதான் எனக்குப் பிடிச்ச கலரு' என்ற பாட்டைக் கேட்க வேண்டுமானால் பெண்கள் பிரியப் படுவார்களே ஒழிய 'சிவப்புதான் எனக்கு ஏற்ற கலரு' என்று பாடவே ஆசைப்படுவார்கள். சிவப்பழகு பெற சிவபூஜை செய்யக்கூடச் சித்தமாக இருப்பார்கள்.

ஆனால் ஒரு வேளை கருப்பாகப் பிறந்துவிட்டால் என்ன செய்வது? கருப்பென்றால் சிவப்பில்லை. சிவப்பில்லை என்றால் அழகில்லை. அழகில்லை என்றால் எங்கிருந்து கண்ட கனவைச் சாதிப்பது?

இதுதான் பல பெண்களின் ஆழ்மனத்தில் உள்ள கவலை. நாம் மேலே பார்த்த அந்த கீ இன்சைட்!

இது சாதாரணக் கவலை இல்லை. பெண்களை வாட்டி வதக்கி வறட்டி ஆக்கும் கவலை. பைத்தியம் பிடித்துப் பாயைப் பிராண்டவைக்கும் ப்ராப்ளம். இந்த கீ இன்சைட்டின் பலம் உங்களுக்கு தெரிகிறதோ இல்லையோ, இதை தெளிவாகத் தெரிந்துகொண்டது 'இந்துஸ்தான் லீவர்' (இப்போது அதன் பெயர் இந்துஸ்தான் யூனிலீவர்).

தான் புரிந்துகொண்ட இன்சைட்டுக்கு விடையைத் தேடியது இந்துஸ்தான் லீவர். தேடியதன் விளைவாக ஒரு க்ரீமைத் தயாரித்தது. அந்தக் க்ரீமுக்கு 'சிவப்பழகு தந்து முகத்தை அழகாக்கி நீங்கள் நினைக்கும் துறையில் சாதிக்க வைக்கும்' என்று பொசிஷனிங் செய்து அமர்க்களமான ப்ராண்டாக்கியது. அந்த ப்ராண்டுக்குப் பொருத்தமாக ஒரு பெயரும் வைத்தது.

அதோடு நில்லாமல் இந்த ப்ராண்டை அருமையான விளம்பரங்கள் மூலம் பிரபலப்படுத்தியது. 'இந்த க்ரீமை தடவிக்கொண்ட கரிய நிறப் பெண்கள் சிவப்பழகு பெற்று கிரிக்கெட் காமெண்ட்டேட்டர் ஆவதையும், விமானப் பணிப்பெண்ணாக மாறுவதையும், நடிகையாக ஜொலிப்பதையும், இவ்வளவு ஏன், உலக அழகி பட்டத்தையே வெல்வதையும் விளம்பரங்கள் மூலம் விலாவரியாக விளக்கியது.

தன் இத்தனை நாள் 'ட்ரீமுக்கு' கிடைத்த 'க்ரீம்' இது என்று அதோடு 'டீம்' செய்து பெண்கள் அந்த 'க்ரீமை' தங்கள் வாழ்வை வளமாக்க வந்த 'ஓம் க்ரீம் க்ரீம்' என்கிற மந்திரமாகவே ஜபித்து கன்னத்தில் போட்டுக் கொண்டனர். லட்சோபலட்சம் பெண்கள் விரும்பத் தொடங்க இன்று இந்த ப்ராண்டின் விற்பனை ஆண்டுக்கு ஆயிரம் கோடி ரூபாய்க்கும் மேலே சிவப்பாய்ச் சிரிக்கிறது. சிவப்பழகு க்ரீம் ப்ராண்டுகள் மத்தியில் ராணித் தேனியாக ஆள்வதும் இந்த ப்ராண்ட்தான்.

அந்த ப்ராண்ட்தான் 'ஃபேர் அண்டு லவ்லி'!

வக்கனையாக வாடிக்கையாளரை வகைப்படுத்தி, கில்லாடியாக கீ இன்சைட்டை இனம்கண்டு, ஃபோர்ஸ்ஃபுல்லாக பொசிஷனிங் செய்வது எப்படி என்பதற்கும், அப்படி பொசிஷனிங் செய்தால் சந்தேகத்துக்கு இடமில்லாமல் சக்சஸ்தான் என்பதற்கும் ஃபேர் அண்டு லவ்லி ப்ராண்ட் ஒரு ஜோர் அண்டு லவ்லி பாடம்!

கீ இன்சைட்டின் தன்மைகள்

ஒரு ப்ராண்ட் வெற்றி பெற இன்றியமையாதது கீ இன்சைட். இன்சைட்டைக் கொண்டுதான் எந்த ப்ராண்டையும் பொசிஷனிங் செய்யவேண்டும். அப்பேர்ப்பட்ட இன்சைட்டை எப்படி இனம் கண்டு கொள்வது? அது இன்சைட்தான் என்பதை எதைக் கொண்டு அறுதியிடுவது?

இன்சைட்டுக்கு என்று சில முக்கியத் தன்மைகளும் அடையாளங்களும் உள்ளன. அவற்றை உதாரணங்கள் கொண்டு உணர்வோம்.

இன்சைட் என்பது ஆழ்மனது சமாசாரம் என்பதால் பொதுவாகவே மாறாத தன்மை கொண்டது. ஃபேஷன் தேவைகள்போல மாறும்

தன்மை கொண்டவை அல்ல இன்சைட்டுகள். வாடிக்கையாளர்கள் மனத்தில் நீங்காமல், நீக்கமற, நீண்ட காலம் நிலைத்து நிற்கும் தன்மை கொண்டவை இன்சைட்டுகள்.

நியூஸ்பேப்பரை எடுத்துக்கொள்வோம். பேப்பர் படிக்கவும், உலக விஷயங்களைத் தெரிந்துகொள்ளவும், செய்திகளை அறிந்துகொள்ளவும் நமக்கு முக்கியமாகப் படுவது எது?

நாம் தெரிந்துகொள்ளும் செய்தி நம்பகத்தன்மை வாய்ந்ததாக இருக்க வேண்டும்; அதை அளிக்கும் நிறுவனம் விருப்பு வெறுப்பின்றி அதைத் தெளிவாக நமக்கு அளிக்கவேண்டும் என்பதுதானே. இந்த இன்சைட்டைச் சரியாகப் புரிந்துகொண்ட 'கஸ்தூரி அண்ட் சன்ஸ்' நிறுவனம், தெளிவான நடை, நம்பகத்தன்மை வாய்ந்த நியூஸ் என்று பொசிஷனிங் செய்து ஆரம்பித்த பேப்பர்தான் 'தி இந்து'. இன்றல்ல நேற்றல்ல, சுமார் 140 வருடங்கள் முன்பு. இன்றும் இந்த பேப்பர் சக்கை போடு போடுவதன் ரகசியம் இதுதான். இந்துவில் ஒரு செய்தி இருந்தால் அது உண்மை, உண்மையைத் தவிர வேறில்லை என்று சாமி சத்தியமாக நாம் நம்புவது இதனால்தான்.

ஒரு பொருள்வகையை ஆழமாக அறிந்துகொள்ள வாடிக்கையாளர் ஆழ்மனத்தை ஆராயும்போது பல இன்சைட்டுகள் கிடைக்கலாம். கிடைக்கும். கிடைக்கவேண்டும். பலதரப்பட்ட வாடிக்கையாளர்கள் இருப்பதனால், அவர்களுடைய தேவைகள் பலவகைப்பட்டதால் அவர்கள் ஆழ்மனத்திலிருந்து பல இன்சைட்டுகள் கிடைக்கும். அதில் எந்த இன்சைட்டைக் கொண்டு பொசிஷனிங் செய்தால் நமக்குத் தோதாக இருக்கும் என்று முடிவுசெய்து அந்த இன்சைட்டைத் தேர்ந்தெடுக்கவேண்டும்.

பாத்திரங்களை சுத்தம் செய்யும் பொருள்வகையை எடுத்துக்கொள் வோம். பாத்திரம் அலம்பப் பெண்களுக்குப் பல தேவைகள் இருக்கும். சிலருக்குக் குறைவான விலையில் ஒரு பொருள் கிடைத்தால் போதும் என்ற எண்ணம். இதை இன்சைட்டாக மாற்றி, 'குறைந்த விலை' என்று பொசிஷனிங் செய்து விற்கிறது 'சபீனா'.

சிலருக்கு பாத்திரம் அலம்பும்போது பாத்திரத்தில் உள்ள கறை போகவேண்டும், அதே நேரம் கையில் சருமம் சொரசொரப்பு இல்லாமல் மிருதுவாக இருக்கவேண்டும் என்ற கவலை. இந்த இன்சைட்டைப் பிடித்துக்கொண்டது 'ப்ரில்'. 'கைகளுக்கு மிருதுவானது, கறைகளுக்குக் கடுமையானது' என்று பொசிஷனிங் செய்து இன்று அமோகமாக விற்கிறது.

வேறு சில பெண்களுக்கோ 'விலைவாசி இருக்கும் இந்தக் காலத்தில் சிக்கனமாகச் செலவழிக்கவேண்டும் ஆனாலும் சிறந்ததாக

இருக்கவேண்டும்' என்ற எண்ணம் உண்டு. இந்த இன்சைட்டைத் தன் பக்கம் இழுத்துக்கொண்டது 'விம்'. 'கொஞ்சம் விம் போதும், பாத்திரங்கள் பளபளக்கும்' என்று பொசிஷனிங் செய்து இன்று மார்க்கெட்டில் சக்கை போடு போடுகிறது.

ஆக, ஒரு பொருள்வகையிலேயே பல இன்சைட்டுகள் கிடைக்கும். இதில் எந்த இன்சைட்டைக் கையில் எடுத்தால் நமக்கு காம்படிடிவ் அட்வாண்டேஜ் கிடைக்கும், எந்த இன்சைட்டை இன்னமும் மற்ற ப்ராண்டுகள் தொடாமல் இருக்கின்றன, எந்த இன்சைட் நமக்குத் தோதாக அமையும் என்று ஆராய்ந்து சரியான இன்சைட்டைத் தேர்ந் தெடுத்து அதற்கேற்ப பொசிஷனிங்கை வடிவமைக்கவேண்டும்.

இன்சைட்டைத் தேடும்போது முக்கியமாக நாம் கேட்கவேண்டிய கேள்வி ஒன்று உண்டு. ஒரு தரம் இல்லை, ஒரு டஜன் தரம் கேட்க வேண்டும். முடிந்தால் அதற்கு மேலேயும் கேட்டுக்கொண்டே இருக்க வேண்டிய கேள்வி: ஏன்? எதற்காக?

வாடிக்கையாளருக்கு ஒரு தேவை இருக்கிறது என்றால் அந்தத் தேவைக்கு ஒரு காரணம் இருக்கவேண்டும். அந்த காரணத்துக்கு ஒரு காரணம் இருக்கும். அந்தக் காரணத்துக்கு ஒரு மூல காரணம் இருக்கும். இப்படி கிணறு தோண்டுவதுபோல் தோண்டித் துருவிக் கேட்டுக் கொண்டே போனால்தான் இன்சைட் என்னும் புதையல் கிடைக்கும்.

'பிஅண்ட்ஜி' கம்பெனியின் 'பேம்பர்ஸ்' ப்ராண்டை எடுத்துக் கொள்வோம். இது குழந்தைகளுக்கான நேப்பீஸ். பிறந்த குழந்தை சூச்சூ போனால் அது குழந்தை சருமத்தில் படாமல் பாதுகாக்க குழந்தைக்கு ஜட்டிபோல் இதைக் கட்டிவிடவேண்டும். குழந்தை சூச்சூ போகும்போது அதை நேப்பீஸ் அப்படியே உறிஞ்சிவிடும். சருமம் ஈரமாகாமல் பாதுகாக்கும். நேப்பீஸைப் பின் கழட்டிக் குப்பையில் தூக்கிப் போட்டுவிடலாம்.

இந்த ப்ராண்டின் பொசிஷனிங் 'கான்ஃபிடன்ஸ். அதாவது நம்பிக்கை. குழைந்தையின் சருமம் ஈரம் இல்லாமல் காய்ந்திருக்கிறது என்று தாயின் மனத்தில் இருக்கும் நம்பிக்கை. இந்த பொசிஷனிங்கை பெற பிஅண்ட்ஜி வாடிக்கையாளர் மனத்தில் கீ இன்சைட்டைப் பெற்ற விதத்தை இப்போது பார்ப்போம்.

முதல் முறை தாயாகும் பெண்தான் தன் டார்கெட் வாடிக்கையாளர் என்பதை முடிவு செய்தது பிஅண்ட்ஜி. அவர்கள் தேவை என்ன?

முதல் முறை தாயாகும் பெண்களுக்கு அது ஒரு புதிய அனுபவம். இன்னும் சொல்லப் போனால் ஒரு புதிய பொறுப்பு. அதைச் சிறப்பாகச்

செய்யவேண்டும். சிறந்த தாயாக இருக்கவேண்டும் என்ற ஆசை அவர்கள் மனத்தில் இருப்பதை அறிந்தது பிஅண்ட்ஜி. அதுதான் கீ இன்சைட்டா?

இல்லை. அந்த இன்சைட்டுக்கு மூல காரணம் வேறு இருக்கலாமே. அதை அல்லவா கண்டுபிடிக்கவேண்டும்? அதைதான் தோண்டித் துருவி தேட ஆரம்பித்தது பிஅண்ட்ஜி.

முதல் முறை தாயாகும் பெண்ணுக்கு என்ன தேவை?

குழந்தை சூச்சூ போனாலும் அதன் உடலில் ஈரம் படாமல் காய்ந்திருக்க வேண்டும்.

ஏன் இந்தத் தேவை முக்கியம்?

ஏனெனில் குழந்தை உடலில் சூச்சூ ஒட்டினால் தோலில் சொறி, சிரங்கு வரும். குழந்தை அவதிப்படும்.

ஏன் இந்தத் தேவை முக்கியம்?

ஏனெனில் சிறு குழந்தைக்கு அம்மாவிடம் 'சூச்சூ போயிட்டேம்மா' என்று சொல்லத் தெரியாது.

அதனால் என்ன? இது ஏன் முக்கியம்?

குழந்தை சூச்சூ போய் ஈரமாகி உடலில் சொறி வந்தால் மற்றவர்கள் அவளிடம் 'என்ன பொண்ணுமா நீ, குழந்தைக்கு சிரங்கு வரும் வரைக்கும் என்ன பண்ணிட்டிருந்தே. இதுதான் நீ குழந்தை வளர்க்கும் லட்சணமா' என்று கோபிப்பார்கள்.

இந்த அவப்பெயர் எடுக்கக்கூடாது. நல்ல அம்மாவாக இருக்க வேண்டும். குழந்தைக்கு ராஷ் வரவிடக்கூடாது. அது ஈரமாக இல்லாமல் காய்ந்து இருக்கிறது என்கிற கான்ஃபிடன்ஸ் வேண்டும் என்பதுதான் இளம் தாய்களின் ஆழ்மனது ஆசை.

அந்த இன்சைட்டைத்தான் தேடிக் கண்டுபிடித்து தன் ப்ராண்டுக்கு பொசிஷனிங்காக வைத்தது பிஅண்ட்ஜி. தங்கள் ப்ராண்டுக்கு 'பேம்பர்ஸ்' என்று பெயர் வைத்தது. இன்று பேம்பர்ஸ் உலகின் தலை சிறந்த நேப்பீஸ் ப்ராண்டுகளில் ஒன்றாகத் திகழ்வதன் ரகசியம் இதுதான்.

ஒன்றை நன்றாகப் புரிந்துகொள்ளுங்கள். இன்சைட்டை ஆதாரமாக வைத்துத்தான் பொசிஷனிங் செய்யவேண்டும். இன்சைட் இல்லாமல் பொசிஷனிங் இல்லை. பொசிஷனிங் என்கிற கட்டடத்துக்கு இன்சைட் தான் அஸ்திவாரம்.

நகைக் கடைகளை எடுத்துக்கொள்வோம். வாடிக்கையாளர் நகைக் கடையை எப்படித் தேர்ந்தெடுக்கிறார்? டிசைன், விலை, வெரைட்டி என்றெல்லாம் பார்த்தாலும் 'தங்கம் வாங்குகிறோம், நல்ல தங்கமாக இருக்கவேண்டும். பகவானே, நம்பிக்கையான கடையாக இருந்தால் தேவலை' என்பதுதான் பலரின் கவலை. இது ஒரு சக்தி வாய்ந்த இன்சைட்தானே!

இந்த இன்சைட்டை அஸ்திவாரமாக்கி 'நம்பிக்கை' என்று பொசிஷனிங் செய்து 'நம்பிக்கை. அதுதானே எல்லாம்' என்று கூறி விளம்பரப் படுத்தியதே ஒரு ப்ராண்ட், எது என்று தெரிகிறதா?

ஆம், 'கல்யாண் ஜுவல்லர்ஸ்'தான்! கல்யாண் ஜுவல்லர்ஸ் என்றாலே நமக்கு மனத்தில் தோன்றுவது 'நம்பிக்கை' என்ற வார்த்தைதானே. இது தான் அந்த ப்ராண்டின் வெற்றிக்கு அடையாளம். இன்று இந்தியா முழு வதும் கடை பரப்பி அதுவும் போதாதென்று வெளிநாடுகளிலும் கடை திறந்து கல்யாண் ஜுவல்லர்ஸின் விற்பனை பத்தாயிரம் கோடி ரூபாய்க்கும் மேல், அவர்கள் விற்கும் நகை போலவே, ஜொலிக்கிறது. தெளிவான இன்சைட் கொண்டு, திறமையாக பொசிஷனிங் செய்ததற்கான பரிசு இது.

பொசிஷனிங் என்பது கூட்டமான பஸ்ஸில் சீட் பிடிப்பதுபோல. பஸ்ஸில் ஏறி காலி சீட் இருக்கிறதா என்று தேடுகிறோம். கண்ணில் ஒரு சீட் அகப்பட்டால் அதில் நம் துண்டையோ, கர்சீப்பையோ, கைப்பையையோ போடுகிறோம். அதன்பின் அது நம் சீட். பஸ் முதலாளியே வந்தாலும் நாம் இறங்கவேண்டிய இடம் வரும்வரை அந்த சீட்டே நம் சிம்மாசனம்.

பொசிஷனிங்கும் அதுபோலவே. கூட்டமான பொருள்வகையில் வாடிக்கையாளர் மனத்தில் காலியாக இருக்கும், நிறைவேறாத இன்சைட்டை தேடுங்கள். அதில் பொசிஷனிங் என்னும் துண்டைப் போடுங்கள். அதன்பின் அந்த இடம் உங்களுடையது. ஆயுசுக்கும் வாடிக்கையாளர்கள் மனத்தில் உங்கள் ப்ராண்ட் சிம்மாசனம் போட்டு உட்காரும். சீரும் சிறப்புமாக வாழும்!

எதற்கு இத்தனை மெனெக்கெட்டு, பிரயாசைப்பட்டு, கஷ்டப்பட்டு இப்படி பொசிஷனிங் செய்வது? தரமான ஒரு ப்ராண்டைச் செய்து கொடுத்தால் போதாதா?

போதாது. தரம் என்பது வாங்கும் எல்லா ப்ராண்டுகளிலும் கட்டாயம் இருக்கவேண்டும் என்று வாடிக்கையாளர்கள் நினைக்கும் காலம் இது. அதனுள் நம் ப்ராண்டை வித்தியாசப்படுத்திக் காட்டவேண்டியது அவசியம். அவசரமும்கூட.

அதோடு இன்னொன்றையும் புரிந்துகொள்ளுங்கள். அவசரமான உலகத்தில் வாழ்கிறோம். அடுத்த வீட்டில் யார் வசிக்கிறார்கள் என்பதே நம்மில் பலபேருக்குத் தெரிவதில்லை. எதிர் வீட்டில் எத்தனை பேர் இருக்கிறார்கள் என்பதே ஒரு புதிராகத் தான் இருக்கிறது. இதில் நீங்கள் யார், உங்கள் கம்பெனி எது, அதன் ப்ராண்ட் என்ன, அது என்ன செய்யும், அதனால் பயன் உண்டா, அதன் தன்மைகள் என்ன என்றெல்லாம் வாடிக்கையாளர் அவராகவே தேடி வந்து, பிரித்துப் பார்த்து, தெரிந்துகொண்டு வாங்க மாட்டார். நாம்தான் அவருக்கு நம்மை பற்றிக் கூறவேண்டும். நம் ப்ராண்டை அறிமுகப்படுத்த வேண்டும். அதன் தன்மைகளை விளக்கவேண்டும். அதன் பயன் களைப் புரிய வைக்கவேண்டும். இதற்குத்தான் பொசிஷனிங். இதைத் திறமையாகச் செய்யத்தான் மார்க்கெட்டர்.

பொசிஷனிங் செய்வதற்கு, பொருளைப் பார்க்காதீர்கள். வாடிக்கை யாளரை வகைப்படுத்தி, போட்டியாளர்களைப் பரிசீலித்து, மார்க் கெட்டில் நீங்கள் எந்த இடத்தில் இருக்கவேண்டும் என்று முடிவு செய்யுங்கள். இவையெல்லாம்தான் உங்கள் ப்ராண்டை சரியாக பொசிஷனிங் செய்ய உதவும் ஆரம்பகட்ட நடவடிக்கைகள்.

பொசிஷனிங் விளையாட்டு என்பது ஒருவர் ஆடும் ஆட்டம் அல்ல. கம்பெனியின் முக்கிய அங்கத்தினர்கள் அனைவரும் சேர்ந்து செய்ய வேண்டிய டீம் வொர்க். உங்கள் கம்பெனியின் தலையெழுத்தையே மாற்றும் வல்லமை கொண்டது பொசிஷனிங். அதற்குண்டான மரியாதையைத் தாருங்கள்.

உங்கள் ப்ராண்டை மற்ற ப்ராண்டுகளிலிருந்து வித்தியாசப்படுத்திக் காட்டுவதும் பொசிஷனிங்தான். ஆகவே, மற்ற ப்ராண்டுகள் கொடுக்கும் பயனை, அவர்கள் அளிக்கும் பொசிஷனிங்கை நீங்களும் கொடுக்க முயற்சிக்காதீர்கள்.

உங்கள் போட்டியாளர் தரும் பயனை பொசிஷனிங்கை நான் தருகிறேன் என்று நீங்கள் கூறினால் வாடிக்கையாளர் அந்த ப்ராண்டை விட்டுவிட்டு எதற்கு உங்கள் ப்ராண்டை வாங்க வேண்டும்? நீங்கள் தனித்துத் தெரிந்தால்தானே உங்கள் ப்ராண்டைத் தேடி வந்து வாங்குவார்?

ஆக, பொசிஷனிங் என்பது ப்ராண்டுக்கு அவசியம். அது தனித்துவமாக இருந்து உங்கள் ப்ராண்டை மற்றவர்களிடமிருந்து வித்தியாசப்படுத்திக் காட்டவேண்டும். பொசிஷனிங்கே ப்ராண்டின் உயிர் மூச்சு. பொசிஷனிங் இல்லையேல் ப்ராண்ட் ஃபனால். க்ளோஸ். பூட்ட கேஸ்.

பொசிஷனிங் விளையாட்டில் இன்னும் ஒரு விஷயம் பாக்கி இருக்கிறது. வாடிக்கையாளர்களுக்கு இதை அளிக்கிறேன், இதைக் கொடுக்கிறேன், இதைப் போக்குகிறேன் என்று கூறுவது ஒரு புறம். இதை வாடிக்கை யாளர்கள் ஏன் நம்பவேண்டும்?

உதாரணத்துக்கு 'லிரில்' சோப் வாடிக்கையாளர்களுக்குப் புத்துணர்ச்சி அளிக்கிறேன் என்கிறது. இதுதான் இந்த ப்ராண்டின் பொசிஷனிங். இதை வாடிக்கையாளர்கள் ஏன் நம்பவேண்டும். 'போக்கத்தவன் போற வழியிலே எதோ சொல்லிட்டுப் போறான், விடு' என்று வாடிக்கையாளர்கள் அசட்டையாக இருந்துவிட மாட்டார்களா? அவர்களை எப்படி லிரில் நம்ப வைப்பது?

அதற்குத்தான் லிரில் தன்னிடம் 'எலுமிச்சை'யின் நற்குணங்கள் இருக்கிறது என்று கூறுகிறது. எலுமிச்சைச் சாறு குடித்தால் புத்துணர்ச்சி பெறுவதுபோல், எலுமிச்சையின் நற்குணங்கள் இருக்கும் சோப்பை உபயோகித்தால் உடலில் புத்துணர்ச்சி பெறலாம் என்று வாடிக்கை யாளர்கள் நினைக்கிறார்கள். அதனாலேயே லிரிலை உபயோகித்தால் புத்துணர்ச்சி பெறலாம், அந்த சோப் சொல்வதை நம்பலாம் என்று அந்த ப்ராண்ட்மீது நம்பிக்கை வைக்கிறார்கள்.

இதற்கு 'ரீசன் டு பிலீவ்' என்று பெயர். அதாவது நம்புவதற்கான முகாந்தரம். ஒரு ப்ராண்ட், தன்னை 'இந்தப் பயனுக்காக வாங்குங்கள்' என்று கூறுவது பொசிஷனிங். 'இதனால்தான் இந்தப் பயனை உங்களுக்கு அளிக்க முடிகிறது' என்று கூறுவதற்குத்தான் 'ரீசன் டு பீலீவ்' என்று பெயர். இதையே 'க்ரிட்டிகல் சப்போர்ட்ஸ்', 'ப்ராண்ட் க்ரிடென்ஷியல்ஸ்', 'ரீசன் ஒய்' என்றும் அழைக்கிறார்கள்.

'க்ளினிக் ப்ளஸ்' ஆரோக்கியமான கேசத்தை தருகிறேன் என்கிறது. வாடிக்கையாளர் தன்னை நம்பவேண்டும் என்பதற்காக தன்னிடம் பால் புரதம் உள்ளது என்கிறது.

'ஆரோக்கியா' தன் பால் கெட்டியானது என்று பொசிஷனிங் செய்து விற்கிறது. இதை வாடிக்கையாளர்கள் நம்புவதற்குத்தான் 'தன்னிடம் மட்டுமே நாலரை சதவீதம் அதிகக் கொழுப்புச் சத்து இருக்கிறது' என்று கூறுகிறது.

ப்ராண்டை பொசிஷனிங் செய்வது எப்படி என்று ஏற்கெனவே பார்த்தோம். அதற்கு 'ரீசன் டு பிலீவ்' எப்படிக் கொடுப்பது, அதாவது வாடிக்கையாளர்களை எப்படி நம்ப வைப்பது, இதற்கு என்னென்ன வழிகள் என்று இப்போது பார்ப்போம்.

வாடிக்கையாளர்கள் தன்னை நம்புவதற்கு ப்ராண்ட் தன்னிடம் உள்ள உட்பொருட்களைக் கோடிட்டுக் காட்டலாம். ‘ஃபேர்எவர்’ சிவப்பழகு தருகிறேன் என்று கூறுகிறது. இதை வாடிக்கையாளர்கள் நம்ப வேண்டும் என்பதற்காக, தன்னிடம் ‘குங்குமப் பூ மற்றும் பாலின் நற்குணங்கள்’ இருக்கிறது என்கிறது. வாடிக்கையாளர்கள் கேள்வி கேட்காமல் ஃபேர்எவரை நம்பி வாங்க இதன் உட்பொருட்களே ரீசன் டு பிலீவ்.

உட்பொருட்கள் ஏதும் ஸ்பெஷலாக இல்லை என்றால் ப்ராண்ட் உபயோகிக்கும் தொழிற்திறனை குறிப்பிடலாம். ‘பல்ஸர்’ தன் பைக் சிறந்த பெர்ஃபார்மென்ஸ் தரும் என்கிறது. வாங்குபவர்கள் நம்ப வேண்டும் என்பதற்காக தன் பைக்குகளில் ‘டி.டி.எஸ்.ஐ’ டெக்னாலஜி இருக்கிறது என்று கூறுகிறது.

வாடிக்கையாளர்களை நம்ப வைக்க இன்னொரு வழி எண்டார்ஸ் மெண்ட். அதாவது நாம் விற்கும் பொருள்வகையைச் சேர்ந்த நிபுணர் களையோ ஆராய்ச்சி மையங்களையோ நம் ப்ராண்டை வழிமொழிய வைப்பது. ‘க்ரோசின்’ மாத்திரைகள் ‘இதை டாக்டர்கள் சிபாரிசு செய்கிறார்கள்’ என்று கூறி விற்கும்போது அந்த ப்ராண்டின்மீது நம்மையும் அறியாமல் ஒரு நம்பிக்கை வருகிறதல்லவா.

எண்டார்ஸ்மெண்ட் பெற இன்னொரு வழி நம் பொருள் பிரிவைச் சார்ந்த ஆராய்ச்சி மையங்களையோ, குழுமங்களையோ நம் ப்ராண்டை வழிமொழியச் செய்வது. ‘கோல்கேட்’ டூத்பேஸ்ட் பற்களுக்கு பாதுகாப்பு என்று பொசிஷனிங் செய்து ‘இந்தியன் டெண்டல் அசோசி யேஷன் சான்றுரைத்தது’ என்று கூறும்போது அதை நம்பி கோல் கேட்டிடம் ஈ என்று பல்லை இளித்துக்கொண்டு நிற்கிறோம்!

ப்ராண்ட் சொல்வதை வாடிக்கையாளர்கள் ஏற்றுக்கொள்ள இன்னொரு வழி டெமான்ஸ்ட்ரேஷன். ப்ராண்ட் என்ன சொல்கிறதோ அதைத் தெளிவாகக் காண்பிக்கும் செயல்முறை விளக்கம். ப்ராண்ட் எப்படி வேலை செய்யும் என்று அப்படியே செய்து காட்டவேண்டும் என்கிற அவசியமில்லை. ப்ராண்ட் இதுபோல் வேலை செய்யும் என்று காட்டுவதும் டெமான்ஸ்ட்ரேஷன்தான்.

‘ஷெரான்’ ப்ளைவுட் தங்கள் பலகைகள் ஸ்ட்ராங்கானவை என்று கூறி விற்கிறது. அதை வாடிக்கையாளர்களை நம்ப வைக்க விளம்பரங்களில் பாலம் ஒன்றில் ஓட்டை இருப்பதால் அதன்மீது லாரிகள் போகத் தயங்குவது போலவும் ஒரு லாரி ட்ரைவர் ஷெரான் ப்ளைவுட் கொண்டு ஓட்டையை அடைக்க லாரிகள் அந்த பாலத்தின்மீது போக ஆரம்பிப்பதுபோலவும் காட்டுவார்கள்.

இது கொஞ்சம் ஓவர்தான். ஆனால் மனத்தில் கையை வைத்துச் சொல்லுங்கள். இந்த விளம்பரத்தில் காட்டப்படும் டெமான்ஸ்ட்ரேஷனைப் பார்த்தபோது ஷெரான் ப்ளைவுட் ஸ்ட்ராங்கானது என்ற எண்ணம் உங்களுக்கு வந்ததா இல்லையா? ப்ராண்ட், தான் சொன்னதை நம்ப வைத்ததா இல்லையா?

ஒரு வேளை உங்கள் ப்ராண்டில் நல்ல உட்பொருட்கள் ஏதும் இல்லை, பெரிய டெக்னாலஜியும் இல்லை, எண்டார்ஸ்மென்ட் மூலம் விளக்கவும் வழி இல்லை என்றால் எப்படி வாடிக்கையாளர்களை நம்ப வைப்பது?

இருக்கவே இருக்கிறது வாடிக்கையாளர்களின் மனம், அவர்கள் உணர்வுகள். எமோஷனல் ப்ளாக்மெயில் பற்றிக் கேள்விப்பட்டதில்லையா? அந்த டெக்னிக்கைப் பிரயோகிக்கவேண்டியதுதான். யூனிலீவர் கம்பெனி புதிய ப்ராண்டை அறிமுகப்படுத்தும்போது 'இது ஒரு இந்துஸ்தான் யூனிலீவரின் தரமான தயாரிப்பு' என்று கூறுவதைப் பார்த்திருப்பீர்கள்; படித்திருப்பீர்கள். இதைப் படிக்கும்போது நமக்கு என்ன தோன்றுகிறது? 'சர்ஃப்', 'ரெக்ஸோனா', 'க்ளோஸ் அப்', 'ஹமாம்' என்று யூனிலீவர் கம்பெனியின் ப்ராண்டுகள் பொதுவாகவே தரமானவை, மார்க்கெட்டில் பிரசித்தி பெற்றவை. அந்த கம்பெனியிலிருந்து ஒரு புதிய ப்ராண்ட் வருகிறதென்றால் நன்றாகத்தான் இருக்கும், நம்பும்படியாகத்தான் இருக்கும்' என்று நம்மை நினைக்க வைக்கத்தான் அந்த வாக்கியம். இது ப்ராண்டுக்குத் தரப்படும் எமோஷனல் சப்போர்ட்.

'டாடா' எத்தனையோ பொருட்களை விற்கிறது. அதன் எல்லா விளம்பரங்களிலும் வலது மேல்புறம் கொட்டை எழுத்தில் டாடா என்று குறிப்பிடுவதும் இந்த எமோஷனல் ரகத்தைச் சேர்ந்ததே. 'ப்ரிட்டானியா' தான் விற்கும் எல்லா ப்ராண்ட் பெயர்களோடு தன் கம்பெனி பெயரைச் சேர்த்துச் சொல்வதற்கும் இந்த எமோஷனல் சப்போர்ட் சமாசாரமே காரணம்.

'அம்ருதாஞ்சன்', 'அயோடெக்ஸ்', 'வுட்வர்ட்ஸ் க்ரைப் வாட்டர்', 'நைசில்' போன்ற ப்ராண்டுகள் நன்றாக விற்றுக்கொண்டிருப்பவை. இந்த ப்ராண்டுகள் கூறுவதைப் பல காலமாக நம்புகிறோம். ஆனால் இந்தக் காரணங்களால் நம்புங்கள் என்று இந்த ப்ராண்டுகள் எதையும் நமக்குச் சொல்லவில்லை. பின் எப்படி நம்புகிறோம்?

இந்த ப்ராண்டுகள் பல காலமாக மார்கெட்டில் இருந்து வருவதால்! போட்டியாளர்கள் இல்லாத அந்தக் காலத்தில் இந்த ப்ராண்டுகள் வந்தபோது வேறு வழியில்லை என்று இதை நம் தாத்தா பாட்டிகளும் பெற்றோர்களும் வாங்கத் தொடங்கினர். இந்த ப்ராண்டுகள் பெரிய

அளவில் விற்று பெரிய அந்தஸ்தைப் பெற்றுவிட்டன. இப்போது நாம் இந்த ப்ராண்டுகளைக் கேள்வி கேட்காமல் நம்புவதற்கு இந்த அந்தஸ்தே காரணமாகிவிட்டது. தாங்கள் பெற்றிருக்கும் அந்தஸ்து தான் இந்த ப்ராண்டுகள் அளிக்கும் ரீசன் டு பிலீவ்!

சரி, இந்த அத்தியாயத்தில் பொசிஷனிங்கை முழுவதுமாகப் புரிந்து கொண்டிருப்பீர்கள். இது லேசுப்பட்ட மேட்டர் இல்லை என்று தெரிந்துகொண்டிருப்பீர்கள். ரொம்பவே மெனக்கெட வேண்டிய விஷயம் இது என்று அறிந்துகொண்டிருப்பீர்கள்.

நன்றாகப் புரிந்துகொள்ளுங்கள். பொசிஷனிங் என்பது பத்து மாதப் பிரசவ வேதனை. ப்ராண்ட் என்னும் குழந்தையின் அழகை ரசிக்க வேண்டும் என்றால் சும்மாவா!

பொசிஷனிங் - ஒரு ஷார்ட் கட்

உங்களுக்கு மட்டும் ஒரு ரகசியம் சொல்கிறேன். யாரிடமும் சொல்லித் தொலைக்காதீர்கள். இத்தனை மெனெக்கெட்டு, மல்லுக்கட்டி, மேல்மூச்சு கீழ்மூச்சு வாங்க அலைந்து, திரிந்து, தேடித் துருவி, அலசி, ஆராய்ந்து ப்ராண்ட் பொசிஷனிங் செய்ய வேண்டும் என்று அவசியமில்லை. விரைவாக, நிறைவாக ப்ராண்ட் பொசிஷனிங் செய்ய ஒரு ஷார்ட் கட் இருக்கிறது. அந்தக் குறுக்கு வழியில் சென்று நறுக்கென்று ஒரு பொசிஷனிங்கைப் பிடித்து சுருக்கென்று ப்ராண்டுக்கு வைக்க வழி இருக்கத்தான் செய்கிறது. சூப்பர் ஸ்டார் ரஜினிகாந்து பாஷையில் சொல்ல வேண்டுமென்றால், அந்த வழி... தனினினினினி வழி!

வாடிக்கையாளர் மனத்தில் எளிதாக நுழைந்து பொசிஷனிங் விளையாட்டில் வெற்றி பெறச் சுலபமான வழி, பொருள்வகையில் முதல் ப்ராண்டாக நுழைவது. முதலாவதாக நுழைந்துவிட்டால் போட்டி புறப்பட்டு வருவதற்குள் பட்டா போட்டு, பாத்தி கட்டி அந்தப் பொருள்வகையையே நம் பெயரில் ரெஜிஸ்டர் செய்துவிடலாம்.

சோப் மார்க்கெட்டில் முதலில் நுழைந்தது ‘லைஃப்பாய்’. இன்று இந்தியாவின் நம்பர் ஒன் ப்ராண்ட் அதுவே.

சிவப்பழகு க்ரீம் மார்க்கெட்டில் முதலில் நுழைந்தது ‘ஃபேர் அண்ட் லவ்லி’. அந்த பொருள்வகையின் நம்பர் ஒன் ப்ராண்ட் அதுவே.

ஆயுள் காப்பீட்டுத் துறையில் முதலில் நுழைந்தது எல்ஐசி. விற்பனையில் முதல் ப்ராண்ட் அதுவே.

முதலில் நுழையும் ப்ராண்டுகள் அந்தப் பொருள்வகையையே தனதாக்கிக்கொள்ளும் சக்தி பெறுவது எப்படி? முதலில் நுழையும் ப்ராண்ட் விற்பனையில் முதல் ப்ராண்டாக முன்னேற முடிவது எதனால்?

இதற்கு உளவியல்ரீதியான காரணம் உண்டு. மனத்தில் எது முதலில் நுழைகிறதோ அது பச்சக்கென்று ஒட்டிக்கொள்கிறது. அதன்பின் நுழைவது அவ்வளவு எளிதாக நம் நினைவில் நிற்பதில்லை.

முதன் முதலில் சந்திர மண்டலத்தில் கால் பதித்தது யார் என்று நமக்குத் தெரிகிறது. இரண்டாவது நபரின் பெயர் படித்திருந்தாலும் நம் நினைவில் நிற்கவில்லை.

உலகத்திலேயே உயரமான மலை எது என்று நமக்குத் தெரிகிறது. இரண்டாவது இடத்தில் இருக்கும் மலை என்றால் மனத்தில் இழுபறியாகத்தான் இருக்கிறது.

இசைஞானி இளையராஜா இசையமைத்த முதல் படம் 'அன்னக்கிளி' என்று ஈசியாகத் தெரிகிறது. அவர் இசையமைத்த அடுத்த படம் எது என்பது இளையராஜாவுக்கே தெரியுமா என்பது சந்தேகமே!

திருக்குறளில் முதல் குறள் எது என்பதை உரத்த குரலுடன் எல்லோராலும் சொல்ல முடிகிறது. இரண்டாவது குறள் எது என்று திருவள்ளுவரையே தேடிப் போய் கேட்டால்தான் உண்டு!

அதே கதைதான் பொசிஷனிங்கிலும். எந்தப் பொருள்வகையிலும் முதலில் நுழையும் ப்ராண்ட் வாடிக்கையாளர் மனத்தில் சட்டென்று பதிந்துவிடுகிறது. அதற்கடுத்து வரும் ப்ராண்டுகள் அவ்வளவு சீக்கிரம் நினைவில் நிற்பதில்லை. ஆக, புதிய பொருள்வகைகளை உருவாக்கி அதில் உங்கள் ப்ராண்டை முதலில் நுழைத்துப் பாருங்கள். ஈசியாக வெற்றி பெறலாம்.

பத்து மாதம் சுமந்து பெற்றெடுக்கும் சுமை வேண்டாம் என்றால் டக்கென்று தத்தெடுத்து, பட்டென்று குழந்தையைத் தனதாக்கிக் கொள்ளும் ஷார்ட் கட் இது.

8

ப்ராண்ட் பர்சனாலிடி

இதுவரை சொன்னதெல்லாம் உங்களுக்கு எட்டியதோ, எட்டவில்லையோ, எட்டாவது அத்தியாயத்துக்கு வந்துவிட்டோம். நிறையப் பேசிவிட்டோம், பலவற்றையும் அலசிவிட்டோம். ஒரு சின்ன ப்ரேக் எடுத்துக்கொண்டு ஒரு கேம் ஆடுவோமே. குறைந்தா போய்விடும். வாருங்கள்.

நான் கேட்கும் கேள்விகளுக்கு உங்கள் மனத்தில் டக்கென்று தோன்றும் பதிலைப் பட்டென்று கூறவேண்டும். சிம்பிள் விளையாட்டு. சொல்லப் போவது தப்பா ரைட்டா என்றெல்லாம் ஆற அமர யோசித்து, தேடி, தீர்க்கமாகக் கூறவேண்டிய தேவையில்லை. படார் படாரென்று பதில் கூறும் ரேப்பிட் ஃபயர் ரவுண்ட் இது.

'பெப்ஸி' கோலாவுக்கு உயிர் வந்து ஓர் உருவமாக, மனிதனாக உங்கள் முன்னால் வந்து நின்றால், அந்த உருவம் என்னவாக இருக்கும்? ஆணா பெண்ணா?

ஆண் என்கிறீர்கள், ஓகே.

அந்த ஆண் சிறு வயதுக்காரரா, இல்லை மிடில் ஏஜ் மனிதரா, இல்லை கிழ போல்ட்டா?

சிறு வயதுக்காரர் என்கிறீர்கள். சரி.

'மிரிண்டா' பானத்துக்கு உயிர் வந்தால் அந்த உருவம் என்னவாக இருக்கும்?

பெண்தான் என்று படக்கென்று சொல்கிறீர்களே. பலே.

'புல்லட்' வண்டியை ஓட்டுகிறார் என் நண்பர் என்கிறேன். அவர் எப்பேர்ப்பட்டவராக இருப்பார்?

'உயரமாக, தாட்டியாக, கர்லா கட்டைபோல் மிடுக்கென்று இருப்பார் என்று அவரைப் பார்க்காமலேயே கன்ஃபர்ம்டாகச் சொல்கிறீர்களே, பேஷ்.

கடைசிக் கேள்வி. 'ஆர்எம்கேவி', 'போத்தீஸ்' இரண்டு ப்ராண்டுகளும் உருவமாக மாறினால் பெண்களாகத்தான் இருப்பார்கள் என்று கரெக்ட்டாகச் சொல்லிவிடுவீர்கள். கேள்வி அதுவல்ல. இவர்கள் இருவரில் யார் அழகாக இருப்பார்கள்?

ஆர்எம்கேவி என்பதை ஏன் இப்படித் தலையை அஷ்டகோணலாக்கிக் கால் கட்டை விரலால் தரையில் கோலம் போட்டுக்கொண்டு சொல்கிறீர்கள்? ஓஹோ, வெட்கமா. இருக்கட்டும், இருக்கட்டும்!

அவ்வளவுதான், கேம் ஓவர். இனி ப்ராண்ட் கதையை விட்ட இடத்திலிருந்து தொடர்வோம்.

'கேம் முடிந்துவிட்டதா? ஜெயித்தேனா', என்றுதானே கேட்கிறீர்கள்? ஜெயித்தது நீங்கள் அல்ல. நானும் அல்ல. நீங்கள் பதிலாகக் கூறினீர்களே, அந்த ப்ராண்டுகள்தான். எப்படி?

அதை அறியத்தான் இந்த அத்தியாயம்.

வெற்றிகரமான ஒரு ப்ராண்டைப் பற்றிக் கேட்டபோது அந்த ப்ராண்ட் எந்த இனம், என்ன வயது, எப்பேர்ப்பட்ட குணம் கொண்டது, எத்தகைய குணாதிசயங்கள் உடையது என்பதை டக்கென்று உங்களால் கூற முடிகிறது. நீங்கள் கூறிய விடையைத்தான் பலரும் கூறுவார்கள். கூறியிருக்கிறார்கள். இது எப்படிச் சாத்தியப்படுகிறது?

அதற்குக் காரணம் இந்த ப்ராண்டுகளுக்கு வடிவமைக்கப்பட்ட தெளிவான, திறமையான பர்சனாலிடி. அதாவது ஆளுமை. மனிதர்களுக்கு பர்சனாலிடி இருப்பது போலவே ப்ராண்டுகளுக்கும் பர்சனாலிடி இருக்கும். இருக்கவேண்டும். கண்டிப்பாக இருந்தே ஆகவேண்டும்.

ப்ராண்ட் பர்சனாலிடி என்பது ப்ராண்டுக்கு என்று பிரத்யேகமாக இருக்கும் மனித குணாதிசயங்கள். Brand personality is a set of human characteristics associated with the brand. எந்த ஒரு ப்ராண்டையும் மனிதர்களைப் பற்றி விலாவரியாக விளக்குவதுபோல் இனம், வயது, வருமானம், வாழும் இடம், உளவியல் ரீதியான குணாதிசயங்கள் போன்றவற்றைக் கொண்டு விளக்கலாம். விளக்க முடியும். விளக்க வேண்டும்.

பர்சனாலிடியை வடிவமைத்து அதை ப்ராண்ட் பேக்கேஜிங் முதல் ப்ரமோஷன் வரை, விளம்பரங்கள் முதல் வியாபார தந்திரங்கள் வரை ஒருமித்து அப்படியே வாடிக்கையாளரிடத்தில் கொண்டு சேர்த்து அவரை அந்த பர்சனாலிடியைத் தெளிவாகத் தெரிந்துகொள்ள வைப்பது மார்க்கெட்டரின் முக்கிய வேலைகளில் ஒன்று. வெற்றியடையும்

ப்ராண்டுகள் இதை மிகச் சரியாகச் செய்கின்றன. அதனால்தான் வெற்றியே பெறுகின்றன. அத்தியாயத்தின் ஆரம்பித்தில் நான் கேட்ட கேள்விகளுக்கு நீங்கள் படக்கென்று பதில் கூறினீர்களே. அந்த பதில்களை வாடிக்கையாளர்களிடம் எந்த சந்தேகமும் இல்லாமல் பெற்றதுதான் அந்த ப்ராண்டுகளின் வெற்றி.

ப்ராண்ட் பர்சனாலிடி என்பதும் மனிதர்கள் பர்சனாலிடி போலத்தான். இரண்டுமே லேசில், ஈசியாக, உடனே அமையும் சமாசாரங்கள் அல்ல. அதை நிலைநிறுத்த சில காலம் தேவைப்படும். பல முயற்சிகள் தேவைப்படும். ஆனால் நிலைநிறுத்தியபின் எளிதில் மாறாது. இன்னும் சொல்லப்போனால் மாறக்கூடாது. காலாகாலத்துக்கும் நிலைத்து நிற்கவேண்டியது. ஒரு மனிதனை இன்னொருவனிடமிருந்து வித்தியாசப்படுத்திக் காட்ட ஆளுமை எப்படிப் பயன்படுகிறதோ, அதே போல் ப்ராண்டை இன்னொரு ப்ராண்டிடமிருந்து வித்தியாசப்படுத்திக் காட்ட ப்ராண்ட் பர்சனாலிடி உதவுகிறது.

'கண்டதும் காதல்' என்ற கண்றாவியெல்லாம் ஒரு பக்கம் இருந்து தொலைத்தாலும் பொதுவாகவே நாம் டக்கென்று ஒருவரைச் சந்தித்து பட்டென்று அவரோடு முதல் நாள் முதல் ஈஷிக்கொண்டு உறவாடுவதில்லை. அவர் நல்லவரா, நம்ம டைப்பா, நமக்கு ஒத்துவருவாரா, நமக்கு ஏற்றவரா என்பதைப் புரிந்துகொண்டு அதற்குப் பிறகுதானே நம்மால் பழக முடிகிறது?

அதேபோல்தான் ப்ராண்டுகளும். வாடிக்கையாளர் பொதுவாகவே கண்டதும் ஒரு ப்ராண்டை எடுத்துப் பையில் போட்டுக்கொள்வதில்லை. இது நமக்குத் தோதுப்படுமா, ஒத்து வருமா, நமக்கு ஏற்றதா. நம் குடும்பத்துக்குச் சரியாக இருக்குமா என்பதைத் தெளிவாக அறிந்துகொண்டு, சரியாகத் தெரிந்துகொண்டு, முழுவதுமாகப் புரிந்துகொண்டு அதன்பின்தான் ப்ராண்டை வாங்குகிறார். அதையே தொடர்ந்து வாங்குவார். இதனால்தான் எந்த ப்ராண்டுக்கும் பொசிஷனிங்கும் பர்சனாலிடியும் அத்தியாவசியமாகிறது.

ப்ராண்ட் பர்சனாலிடியை பிரதானமாக நிர்ணயிப்பது ப்ராண்டின் பொசிஷனிங்தான். அதை நினைவில் கொள்ளுங்கள். ப்ராண்டை பொஷனிங் செய்தபின் அதற்கு ஏற்பத்தான் பர்சனாலிடியை நிர்ணயிக்க வேண்டும். சில சமயங்களில் ப்ராண்டுக்கு பொசிஷனிங்கையும் பர்சனாலிடியையும் ஒரு சேர வடிமைக்க வேண்டியிருக்கும். அப்படி வடிவமைக்கவும் முடியும்.

மிரிண்டாவின் பொசிஷனிங் 'சேட்டை செய்யத் தூண்டும் சுவை'. இந்தச் சுவையின் மயக்கத்தில் இதைப் பருகுபவர்கள் தங்களைச் சுற்றியுள்ளவர்களை விளையாட்டாகக் கலாய்ப்பார்கள். இதைத்தான்

அந்த ப்ராண்ட் தன் பேஸ்லைனாக 'மிரிண்டா கண்ணு, கொஞ்சம் கலாட்டா பண்ணு' என்று விளம்பரப்படுத்துகிறது.

இதுதான் பொசிஷனிங் என்று நிர்ணயித்தபின் மிரிண்டாவுக்கு அறுபது வயது கொண்ட கிராமத்து விவசாயி என்ற பர்சனாலிடியை வடிவமைத்தால் எப்படி இருக்கும்? கண்றாவியாக இருக்கும். மகா கேவலமாக இருக்கும். அப்படிச் செய்தால் அதற்குப் பிறகு மிரிண்டா தொப்பைக்குப் போகாது. குப்பைக்குத்தான் போகும்!

அந்த அவல நிலை வேண்டாம் என்றுதான் மிரிண்டாவுக்கு அதன் பொசிஷனிங்குக்கு ஏற்ப 'காலேஜ் படிக்கும், சூட்டிகையான, கூலான, கலாட்டா பிரியை' என்கிற பர்சனாலிடியை வடிவமைத்திருக்கிறார்கள். அதற்கேற்பத்தான் பேக்கேஜிங் முதல் போஸ்டர்கள் வரை, விளம்பரங்கள் முதல் வியாபார தந்திரங்கள் வரை வரையறுத்திருக்கிறார்கள். அழகான பொசிஷனிங்கும் அதற்கேற்ற பர்சனாலிடியும் இருப்பதால்தான் மிரிண்டா மார்க்கெட்டில் கொஞ்ச நஞ்சமல்ல, காட்டுத்தனமாக கலாட்டா பண்ண முடிகிறது!

ப்ராண்ட் பர்சனாலிடி என்பது வாடிக்கையாளர்கள் ப்ராண்டிடம் பெறும் மொத்த அனுபவங்களின் தொகுப்பு. Personality refers to the outcomes of all consumers' experiences with the brand. வாடிக்கையாளர் ப்ராண்டை அறிகிறார். அதன் பேக்கேஜிங்கை உணர்கிறார். அதன் விளம்பரங்களைப் பார்க்கிறார். அதைப் பற்றிய செய்திகளைப் படிக்கிறார். அதைப் பற்றி மற்றவர்கள் சொல்வதைக் கேட்கிறார். அதை வாங்கி, தானே உபயோகிக்கிறார். அது தரும் பயனை அனுபவிக்கிறார்.

அதாவது ஒவ்வொரு முறையிலும், ஒவ்வொரு வகையிலும் ப்ராண்ட் அவர் எண்ணங்களில் வளர்கிறது. அவர் மனத்தில் ஓர் உருவமாக மலர்கிறது. அந்த ப்ராண்டுக்குச் சரியான பர்சனாலிடி வடிவமைக்கப்பட்டிருந்தால், வாடிக்கையாளர் ப்ராண்டை உணரும் ஒவ்வொரு தருணத்திலும் ப்ராண்ட் பர்சனாலிடி அவர் மனத்தில் மார்க்கெட்டர் நினைத்தது போலவே மலர்கிறது.

பர்சனாலிடியைத் தெளிவாக நிர்ணயித்து கோடு போட்டதுபோல் அந்த ரூட்டிலேயே ப்ராண்ட் பயணிக்கவேண்டும். ஏனெனில் வாடிக்கையாளர் மனத்தில் அது ஆழமாகப் பதிந்து, ப்ராண்டிடமிருந்து இதை இதைத்தான் எதிர்பார்க்கலாம் என்று அவர் முடிவே செய்து விடுகிறார்.

'ம்யூசிக் அகாடமியில்' கே.ஜே. யேசுதாஸின் கர்நாடக இசைக் கச்சேரியை ஸ்பான்சர் செய்யும் கம்பெனி 'பெப்சி ஆக இருக்குமா இல்லை 'சுந்தரம் ஃபைனான்ஸ்' ஆக இருக்குமா என்று நான் கேட்டால் உங்கள் பதில்?

சுந்தரம் ஃபைனான்ஸ் என்றுதானே கூறுவீர்கள்!

ஏனெனில், பெப்சிக்கு ஆட்டமும் பாட்டமும் நிறைந்த ஜீன்ஸ் அணியும் கூல் இளைஞனின் பர்சனாலிடி என்பது உங்களுக்குத் தெரியும். அப்பேர்ப்பட்ட ப்ராண்ட் எங்கேயாவது கர்நாடக இசைக் கச்சேரியை ஸ்பான்சர் செய்யுமா என்பதும் உங்களுக்கு தெரியும். அதே சமயம், சுந்தரம் ஃபைனான்ஸ் என்பது வேட்டி கட்டி விபூதி குங்குமம் இட்டுக் கொண்டிருக்கும் ஒரு நம்பிக்கையான மிடில் க்ளாஸ் சார்டட் அக்கவுண்டண்ட் பர்சனாலிடி கொண்டது. அந்த ப்ராண்ட் வேண்டு மானால் கச்சேரி போன்ற சமாசாரங்களை ஸ்பான்சர் செய்யும் என்றும் நினைக்கிறீர்கள்.

திறமையாக பர்சனாலிடியை வடிவமைக்கும்போது வாடிக்கையாளர் மனத்தில் ப்ராண்ட் பற்றிய தெளிவான ஓர் இமேஜ் உருவாகிறது. ப்ராண்டிடமிருந்து எதை எதிர்பார்க்கலாம், எதை எதிர்பார்க்க முடியாது என்று தெளிவாக உணர முடிகிறது.

The brand's personality is a weighted average of previous impressions. In the consumer's mind, these impressions merge to form an overall concept of what to expect from the brand.

சுருக்கமாகச் சொன்னால் தெளிவாக வடிவமைக்கப்படும் பர்சனாலிடியை ப்ராண்ட் தன் உயிர் மூச்சாக இழுத்துப் பிடித்து அதற்கேற்பத் தன் பொருளின் தரம், வடிவமைப்பு, பேக்கேஜிங், விளம்பர மேம்பாட்டுச் செயல்கள், விளம்பரங்கள் என்று சகலத்தையும் இம்மி பிசகாமல் வடிவமைத்துக் கொள்வது முக்கியம். கொஞ்சம் மாறினாலும் விகாரமாகப் போகும். விவகாரமாகப் மாறும். விபரீதமாக முடியும்!

Personality traits are what the brand will live and die for!

ப்ராண்ட் பர்சனாலிடி பொருத்தமாக இருப்பதோடு வாடிக்கை யாளருக்குப் பிடித்ததாக இருப்பதும் அவசியம். ‘வெற்றியாளர், எதையும் சாதிக்கும் திறன் கொண்டவர்’ என்பது ‘நைக்கி’யின் பர்சனாலிடி. இது ஸ்போர்ட்ஸ் ஷூவுக்குப் பொருத்தமான பர்சனாலிடி என்பதோடு இளைஞர்கள் முதல் மத்திய வயதுக்காரர் வரை, ஆண்கள் முதல் பெண்கள்வரை, மத்தியதர மக்கள் முதல் பணக்காரர் முதல் சாதிக்க நினைக்கும் அனைவருக்கும் பிடித்த பர்சனாலிடியாக இருப்பதால்தான் உலகமே நைக்கியைப் போட்டுக்கொண்டு எங்கு ஓடுகிறோம், எதற்கு ஓடுகிறோம் என்று தெரியாமல் ஓயாமல் ஓடிக்கொண்டிருக்கிறது!

பர்சனாலிடி ப்ராண்டின் பொசிஷனிங்குக்கு ஏற்ப இருப்பது அவசியம். அதேபோல் ப்ராண்ட் அளிக்கும் பயன்களுக்கு ஏற்றவாறு இருப்பதும் முக்கியம். ‘கவர்ச்சியான அழகுடன் திகழும் இளம் பெண்’ என்பது

‘லக்ஸ்’ சோப்பின் பர்சனாலிடி. அதனால்தான் சோப்பின் வடிவம் முதற்கொண்டு அதன் வழவழப்பான பேக்கேஜிங்வரை, அதன் பெயர் முதற்கொண்டு அவர்கள் விளம்பரம்வரை கவர்ச்சி இழைந்தோடும் வகையில் வடிவமைக்கப்பட்டிக்கிறது.

ப்ராண்டின் பர்சனாலிடி பொருத்தமாக இருப்பதோடு வித்தியாசமாக இருப்பதும் முக்கியம். மற்றவரைப் போலவே நாமும் இருந்தால் தனியாக, தனித்துவமாகத் தெரிவோமா? திருப்பதியில் மொட்டை யோடு மொட்டையாக இருந்தால் எல்லாருமே பார்க்க ஒரே ‘மொட்டைக்கு ஜூட்’தானே? எங்கிருந்து நாம் தனியாகத் தெரிவது? ஆரஞ்சு பானங்கள் எத்தனையோ இருந்தாலும் ‘மிரிண்டா’ இளம் பெண்களின் கண்களுக்கு தனியாக, தெளிவாக, தன்னிரகற்று, தனித்துவமாகத் தெரிவதன் ரகசியம் அதன் வித்தியாசமான பர்சானலிடி தானே!

பர்சனாலிடியை வடிவமைப்பது ஒரு புறம் என்றால் அந்த ப்ராண்ட் அதற்குத் தகுதியானதாக இருக்கத் தேவையானது அனைத்தையும் செய்வதும் அவசியம். தன் ஷூவை மேலும் மேலும் சிறந்ததாக்க நைக்கி, ஆராய்ச்சிக்கு என்றே கோடிக்கணக்கான டாலர்களைச் செல வழிக்கிறது. அதோடு மார்க்கெட்டில் தன்னிகரற்றுத் தெரிய உலகத்தின் தலைசிறந்த விளையாட்டு வீரர்களை மாடல்களாக்கி விளம்பரங் களுக்குக் காட்டுத்தனமாக செலவழிக்கிறது. அதுவும் போதாது என்று உலகப் பிரசித்தி பெற்ற விளையாட்டுப் போட்டிகள், மாரத்தான் ரேஸ் போன்றவற்றை ஸ்பான்சர் செய்கிறது.

ப்ராண்ட் பர்சனாலிடியின் பயன்கள்

ப்ராண்ட் பர்சனாலிடி என்கிற சித்தாந்ததைப் பார்த்தோம். அதன் தன்மைகளைப் பற்றிப் பேசினோம். அதன் பயன்களைப் பட்டிய லிட்டுத் தெரிந்துகொண்டால் அதன் முக்கியத்துவம் இன்னமும்கூட நமக்குப் புலப்படும்.

வாடிக்கையாளர் ஒரு ப்ராண்டை எப்படிப் பார்க்கிறார், அதைப் பற்றி ஆழ்மனத்தில் என்ன நினைக்கிறார் என்பதை முழுமையாகத் தெரிந்து கொள்ள அவர் அந்த ப்ராண்டின் பர்சனாலிடியைப் பற்றி என்ன நினைக்கிறார் என்பதை அவரிடமே கேட்டுத் அறிந்துகொள்ள வேண்டியுள்ளது.

மார்க்கெட் ஆய்வுகளில் வாடிக்கையாளர்களிடம் ‘நல்லி’யின் பர்சனாலிடியைப் பற்றிக் கேட்கும்போது அவர்களிடம் ‘நல்லி ஒரு நம்பகத்தன்மை வாய்ந்த, சிறந்த குணங்கள் கொண்ட, சற்றே

வயதானவர்' என்கிற எண்ணம் இருப்பது தெளிவாகத் தெரிகிறது. அதனால்தானோ என்னவோ திருமணம் போன்ற சுபதினங்களுக்கு பட்டுப் புடைவை எடுக்கப் பெண்களுக்குத் தோன்றும் முதல் பெயர் நல்லி. ஆனால் அதே சமயம் ரிசப்ஷன், பார்ட்டி போன்ற சமாசாரங் களுக்கு புடைவை எடுக்க அதே பெண்கள் வேறு கடைகளை நாடுகின்றனர்.

காரணம் புரிகிறதல்லவா?

ஒரு பொருள்வகையில் உள்ள இரண்டு ப்ராண்டுகளின் பொசிஷனிங் கிட்டத்தட்ட ஒன்றாக இருந்து, அவை தரும் பயன்கள் ஏறக்குறைய ஒன்றாக இருந்தால் வாடிக்கையாளர் மனத்தில் அந்த இரண்டு ப்ராண்டு களையும் வித்தியாசப்படுத்திக் காட்ட உதவுவது அந்த ப்ராண்டுகளின் பர்சனாலிடிதான்.

ஷாம்பு பொருள்வகையில் 'க்ளினிக் ப்ளஸ்' மற்றும் 'பாண்டீன்' இரு ப்ராண்டுகளுமே கிட்டத்தட்ட ஒத்த விலை. இரண்டு ப்ராண்டுகளும் கேசத்துக்கு ஆரோக்கியத்தை அளிக்கிறேன் என்று கூறுகின்றன. க்ளினிக் ப்ளஸ் 'என்னிடம் பால் புரதம் உள்ளது' என்கிறது. பாண்டீன் 'இங்கு மட்டும் என்னவாம், என்னிடம் வைட்டமின்கள் இருக்கிற தாக்கும்' என்கிறது.

சபாஷ் சரியான போட்டி. இந்த ப்ராண்டுகள் எப்படி வித்தியாசப் படுகின்றன? க்ளினிக் ப்ளஸ்ஸுக்கு 'குடும்பத்தை பேணிப் பாதுகாக்கும் குடும்பத்தலைவி பர்சனாலிடி கொடுக்கப்பட்டிருக்கிறது. பாண்டீனுக்கு, துள்ளித் திரியும் காலேஜ் பெண் என்கிற பர்சனாலிடி வடிவமைக்கப்பட்டிருக்கிறது. அதனாலேயே வாடிக்கையாளர்கள் மனத்தில் இரண்டு ப்ராண்டுகளும் வெவ்வேறாகத் தெரிகின்றன. வித்தியாசமாகத் தெரிகின்றன.

ப்ராண்ட் பர்சனாலிடியின் மற்றுமொரு பயன் அது ப்ராண்ட் விளம்பரங் களை வழி நடத்திச் செல்லும் திறன். விற்பனை முன்னேற்றத்துக்கு ப்ராண்டுகள் பல விளம்பர வழிகளை நாடுகின்றன. டீவி, பத்திரிகை, ரேடியோ, போஸ்டர், ஹோர்டிங் என்று எத்தனையோ விதங்களில் விளம்பரப்படுத்த முயல்கின்றன. நாம் ஏற்கெனவே பார்த்ததுபோல் அனைத்து வழிகளிலும் ஒரு சேர ஒரே இமேஜை வாடிக்கையாளர் களிடம் தரவேண்டிய பெரிய பொறுப்பு மார்க்கெட்டர்களுக்கு உண்டு. அதைச் சரியாகச் செய்ய ப்ராண்ட் பர்சானிலிடி உதவுகிறது.

உதாரணத்துக்கு பெப்சியையே மீண்டும் எடுத்துக்கொள்வோம். அதன் டீவி விளம்பரங்களிலிருந்து எஃப் எம் ஜிங்கிள்கள் வரை, கடை போர்டிலிருந்து தெருவோர ஹோர்டிங்குகள் வரை, ஸ்பான்சர்ஷிப்

முதல் பொது ஜனத் தொடர்புச் செயல்கள்வரை ஒரே வகையாக, ஒரே டைப்பாக, ஒரே இமேஜைப் பிரதிபலிக்கும் வகையில் அமைவதற்கு உதவுவது பெப்சிக்கு வடிவமைக்கப்பட்டிருக்கும் பர்சனாலிடிதானே.

ப்ராண்ட் பர்சனாலிடியை உருவாக்குவது எப்படி?

ப்ராண்ட் பர்சனாலிடியின் தன்மையையும், தேவையையும், பயன்களையும் புரிந்துகொண்டிருப்பீர்கள். இனி ப்ராண்டுக்கு பர்சனாலிடியை எப்படி உருவாக்குவது, பர்சனாலிடி உருவாக எவை உதவுகின்றன என்று பார்ப்போம்.

பர்சனாலிடியை உருவாக்குவதற்குமுன் இரண்டு விஷயங்களை மனத்தில் நிறுத்திக்கொள்வது முக்கியம். நாம் ஏற்கெனவே பார்த்தது போல் ப்ராண்டின் பொசிஷனிங்கு ஏற்பத்தான் பர்சனாலிடியை வடிவமைக்கவேண்டும். பொசிஷனிங் ஒரு பக்கம், பர்சனாலிடி ஒரு பக்கம் இருந்தால் ப்ராண்ட் எந்த பக்கமும் போகாமல் தொபுக்கடீர் என்று விழும். ஓவென்று அழும்.

இரண்டாவதாக நாம் மனத்தில் கொள்ளவேண்டியது, ப்ராண்ட் போட்டியாளர்களையும் அவர்களின் பர்சனாலிடிகளையும். போட்டியாளர் ப்ராண்டின் பொசிஷனிங்கை நாம் அப்படியே காப்பி அடித்தால் நம் ப்ராண்ட் தனித்துத் தெரியாது. அதேபோலத்தான் பர்சனாலிடியும். போட்டியாளர் ப்ராண்டின் பர்சனாலிடியை நம் ப்ராண்டுக்கு வடிவமைத்தாலும் விழவேண்டியதுதான்.

ஒரு மனிதனின் பர்சனாலிடி பல விஷயங்களால் பாதிக்கப்படும். அவனைச் சார்ந்தவர்கள், அவன் வசிக்கும் இடம், அவன் நண்பர்கள், அவன் செயல்கள், அவன் அணியும் உடை, அவன் போகும் இடங்கள் என்று பல விஷயங்களால் பாதிக்கப்படும். ப்ராண்ட் பர்சனாலிடியும் அவ்வண்ணமே.

தான் சார்ந்திருக்கும் பொருள் பிரிவைக் கொண்டு ப்ராண்ட் பர்சனாலிடியின் தன்மை அமையும். மோட்டார் பைக்குகளை எடுத்துக் கொள்வோம். மோட்டார் பைக் என்றாலே 'காலேஜ் படிக்கும் இளைஞன்' என்ற பர்சனாலிடி தோன்றுகிறதல்லவா? அதனாலேயே பைக் ப்ராண்டுகளுக்கு இந்த பர்சனாலிடி தானாக அமைந்துவிடும்.

ஒரு புதிய பைக் ப்ராண்டுக்கு பர்சனாலிடி வடிவமைக்கும்போது பைக்கு களுக்கு என்ற இந்தப் பொதுவான பர்சனாலிடிக்குள் எப்படி வித்தியாசப்படுத்திக் காட்டுவது என்றுதான் பார்க்க முடியுமேதவிர இதை மீறி வேறொரு பர்சனாலிடியை வடிவமைக்க முயல்வது மிகவும் கடினமான காரியம். முடியாத காரியம் என்றுகூடச் சொல்லிவிடலாம்.

ஃபைனான்ஷியல் ப்ராண்டுகளுக்கு 'சீரியசான, வயதான ஆண்' என்கிற பர்சனாலிடி இருக்கும். வங்கி, ஆயுள் காப்பீடு, ம்யூச்சுவல் ஃபண்டு, ஹவுசிங் ஃபைனான்ஸ் போன்ற பொருள்வகைகளில் உள்ள எந்த ப்ராண்டையும் நினைத்துப் பாருங்கள். அவற்றுக்கு மேலே கூறிய பர்சனாலிடியின் தன்மைகள்தான் இருக்கும். இந்தப் பொருள் பிரிவுக்கு என்று இருக்கும் இந்த பர்சனாலிடியை மாற்ற முயலாமல் இதற்குள் நம் ப்ராண்டுகளை வித்தியாசப்படுத்திக் காட்ட முயல்வது பயன் அளிக்கும்.

உதாரணத்துக்கு, 'ஸ்டேட் பேங்க் ஆஃப் இந்தியா', 'இந்தியன் பேங்க்', 'கனரா பேங்க்' போன்றவற்றிலிருந்து வித்தியாசப்பட்டுத் தெரிய 'ஏக்சிஸ் பேங்க்' தனக்கு 'நன்கு படித்த, டெக்னிகல் அறிவு கொண்ட, ஸ்மார்டான, சற்றே வயது குறைந்தவன்' என்ற பர்சனாலிடியை வடிவமைத்திருக்கிறது. அதனால்தான் மற்ற பேங்க் ப்ராண்டுகளிலிருந்து வித்தியாசப்பட்டுத் தெரிகிறது.

பொருள் பிரிவின் குணாதிசயங்களாலும் ப்ராண்ட் பர்சனாலிடி பாதிக்கப் படும். உதாரணத்துக்கு 'பியர்' பாட்டிலை எடுத்துக்கொள்வோம். அடடா, உதாரணத்துக்குச் சொன்னேன் சார், குடிப்பதற்கு இல்லை. 70 எம் எம் ஸ்க்ரீன்போல் விரிந்திருக்கும் கண்ணை மூடி, வாயைத் துடைத்துக் கொண்டு நான் சொல்ல வந்த விஷயத்தைக் கேளுங்கள்.

பியரில் 'லைட் பியர்', 'ஸ்ட்ராங் பியர்' என்று வகைகள் உள்ளன. லைட் பியரில் ஆல்கஹால் அளவு குறைவு. ஸ்ட்ராங் பியரில் அதிகம். லைட் பியர் என்றாலே கொஞ்சம் ஸ்டைலான, சற்றே மிடுக்கான, அப்பர் மிடில் க்ளாஸ் ஆண் என்கிற பர்சனாலிடி உண்டு. ஸ்ட்ராங் பியர் என்றால் படிப்பறிவு சற்றே குறைந்த, கொஞ்சம் முரடான ஆசாமி என்கிற பர்சனாலிடி. அடுத்த முறை பியர் குடிக்கும்போது இந்த இரண்டு பிரிவுகளில் உள்ள ப்ராண்டுகளையும் அவற்றின்ன் பர்சனாலிடி களையும் நினைத்துப் பாருங்கள். உங்களுக்கே புரியும்.

அதேபோல் விலை அதிகமான ப்ராண்ட் என்றால் கொஞ்சம் பணக்கார, ஸ்டைலான, சற்றே கர்வம் கொண்ட ஒரு பர்சனாலிடி இருப்பதை நீங்களே பல பொருள்வகைகளில் பார்க்கலாம்.

ஒரு ப்ராண்ட் நடத்தும் நிகழ்ச்சிகள், ஸ்பான்சர் செய்யும் நிகழ்ச்சிகள் முதலியனகூட அதன் பர்சனாலிடியைப் பாதிக்கும் சக்தி கொண்டவை. 'பெப்ஸி' விளம்பரங்கள் செய்வதோடு கிரிக்கெட் மேட்சுகள், இசை நிகழ்ச்சிகள் போன்ற யூத்ஃபுல் சமாசாரங்களை ஸ்பான்சர் செய்வதால் தான் வாடிக்கையாளர்கள் மனத்தில் இந்த ப்ராண்டுக்கு கலகலவென்று இருக்கும் இளைஞனின் பர்சனாலிடி.

அதனால்தான் ப்ராண்டின் பர்சனாலிடியை சற்றே திருத்தி அமைக்க முயலும் மார்க்கெட்டர்கள் ஸ்பான்சர்ஷிப்பைப் பயன்படுத்துவார்கள். உதாரணத்துக்கு, 'பாண்ட்ஸ்' ஒரு காலத்தில் சாஃப்ட் கேரக்டர் கொண்ட சின்னப் பெண்ணின் பர்சனாலிடியுடன் திகழ்ந்து காலப் போக்கில் அந்த ப்ராண்டின் பர்சனாலிடி சற்றே வயதான ஒரு பெண்ணுடையதாக மாறிவிட்டது.

இதைத் திருத்தி ப்ராண்டுக்கு மீண்டும் இளம்பெண் பர்சனாலிடியைத் தந்தால்தான் இளம்பெண்கள் வாங்குவார்கள் என்பதற்காக இந்த ப்ராண்டை விற்கும் 'இந்துஸ்தான் யூனிலீவர்' கடந்த சில வருடங்களாக 'மிஸ் இந்தியா' போட்டியை ஸ்பான்ஸர் செய்து அதை 'பாண்ட்ஸ் மிஸ் இந்தியா போட்டி' என்றே அழைக்கிறது. இதனால் உடனேயே பாண்ட்ஸின் பர்சனாலிடி மாறப்போவதில்லை என்றாலும் எறும்பு ஊறக் கல்லும் தேயுமே. அதன் பர்சனாலிடியும் காலப்போக்கில் மாறலாமே!

ப்ராண்டின் வயதுகூட அதன் பர்சனாலிடியைப் பாதிக்கும். மார்க்கெட்டில் ப்ராண்ட் எத்தனை காலம் இருந்திருக்கிறது என்பது அதன் பர்சனாலிடியை பாதிக்கும். 'சன்சில்க்', 'லாரியல்' இரண்டு ஷாம்பு ப்ராண்டுகளுக்கும் பெண்மையான பர்சனாலிடிதான். ஆனால் இந்த இரண்டு பெண்களுக்கும் என்ன வயது இருக்கும் என்று நினைக்கிறீர்கள்?

சன்சில்க் வயது சற்றே அதிகம் உள்ள பெண்மணி என்பீர்கள். லாரியல் காலேஜ் செல்லும் டீன்ஏஜ் கன்னியாக இருப்பாள் என்பீர்கள்.

நீங்கள் மட்டுமல்ல, மார்க்கெட் ஆய்வில் இந்தியர்கள் பலரும் இதையே கூறினார்கள். ஏனெனில் சன்சில்க் இந்தியாவில் அறிமுகப்படுத்தப் பட்டு முப்பது ஆண்டுகளுக்குமேல் ஆகிறது. லாரியல் கடந்த பத்து வருடங்களுக்கு முன்தான் அறிமுகப்படுத்தப்பட்டது. நீண்ட காலம் இருந்ததால் சன்சில்க் சற்று வயதான பெண்ணாக மாறிவிட்டாள். ஆரம்பத்தில் சன்சில்க் ப்ராண்டுக்குக் குறும்புத்தனம் நிறைந்த டீன் ஏஜ் பெண் பர்சனாலிடிதான் வடிவமைக்கப்பட்டிருந்தது. காலப்போக்கில் ப்ராண்டோடு சேர்ந்து அவளுக்கும் வயதாகி, குறும்புத்தனம் போய் இப்போது ஆபீஸ் போகத் தொடங்கிவிட்டாள்!

புதிய ப்ராண்டுகள் வரவாலும் பழைய ப்ராண்டுகளின் பர்சனாலிடி மாறும். சென்னை ஜவுளிக் கடைகளை எடுத்துக்கொள்வோம். 'நல்லி', 'குமரன்' போன்ற கடைகள் மட்டுமே இருந்தவரை அந்த ப்ராண்டு களுக்கு இளம் பெண்களின் பர்சனாலிடி. 'சென்னை சில்க்ஸ்', 'போத்தீஸ்' போன்ற ப்ராண்டுகள் நுழைந்ததால் நல்லியும் குமரனும்

சற்றே வயதான ப்ராண்டுகள் ஆயின. அதன்பின் 'ஆர்எம்கேவீ' நுழைந்து சென்னை சில்க்ஸையும், போத்தீசையும் வயதான ப்ராண்டு களாக மாற்றிவிட்டது. அதோடு நல்லியும் குமரனும் அதைவிட வயதான பெண்டிர் ஆகிவிட்டன!

போர்டில் ஒரு கோடு வரைந்து அதைத் தொடாமல், அழிக்காமல் சின்னதாக்க முடியுமா? அந்தக் கோட்டின் பக்கத்தில் அதைவிடப் பெரிய கோட்டை வரைந்தால் முதலில் இருந்த கோடு சின்னதாக தெரியுமல்லவா? அதைப்போல புதிய ப்ராண்டுகளின் வருகை பழைய ப்ராண்டுகளின் பர்சனாலிடியைப் பாதிக்கும்.

அதற்காக இருக்கும் ப்ராண்டுகள் புதிய ப்ராண்ட் வருகையால் பாதிக்கப் பட்டே தீரும் என்று அவசியமில்லை. பர்சனாலிடியை பேணிப் பாதுகாத்து புதுப்பித்துக்கொண்டிருந்தால் பிரச்னை இல்லை. பெப்சி இந்தியாவில் அறிமுகப்படுத்தப்பட்டு இருபத்தி ஐந்து வருடங்களுக்கு மேல் ஆகிறது. ஆனால் இன்றும் அது, காலேஜ் செல்லும் குறும்புக்கார டீன்ஏஜ் பர்சானாலிடியைப் பாதுகாத்து வருகிறது. அதன்பின் எத்தனையோ ப்ராண்டுகள் வந்தாலும் பெப்சி இன்னமும் இளமை யாகவே இருப்பதன் காரணம் அதன் பர்சனாலிடி பேணிப் பாதுகாத்து வரப்படுவதால். குறும்பான விளம்பரங்கள், ஐபிஎல் ஸ்பான்சர்ஷிப், இளம் விளையாட்டு வீரர்கள், சினிமா நடிகர்களைக் கொண்ட விளம்பரங்கள் போன்றவற்றால் பெப்சி இன்றும் குறும்புக்கார மார்க்கண்டேயனாகவே திகழ்கிறது.

பர்சனாலிடியைப் பிரதிபலிக்கும் வழிகள்

ப்ராண்ட் பர்சனாலிடியைப் பற்றிப் பல மார்க்கெட்டிங் விற்பன்னர்கள் எழுதி வந்திருக்கிறார்கள். அதில் முக்கியமானவர் 'டேவிட் ஏக்கர்'. இவர் அமெரிக்காவில் மிகப் பிரசித்தி பெற்ற 'யூனிவர்சிடி ஆஃப் கலிஃபோர்னியா'வில் மார்க்கெட்டிங் துறையில் பேராசிரியர். ப்ராண்ட், ப்ராண்டிங் ஆகியவை பற்றிய பல ஆராய்ச்சிக் கட்டுரைகளின் ஆசிரியர். இவர் எழுதிய 'பில்டிங் ஸ்ட்ராங் ப்ராண்ட்ஸ்' என்கிற புத்தகத்தில் ப்ராண்ட் பர்சனாலிடியை மூன்று வழிகளில் பிரதிபலிக்கும் படிச் செய்ய முடியும் என்கிறார்.

ப்ராண்ட் பர்சனாலிடி மூலம் வாடிக்கையாளர்கள் தங்களைப் பற்றி உலகத்துக்குப் பறை சாற்றிக்கொள்ள முடிகிறது. 'நைக்கி' ஷூவைப் போடும்போதே 'வெற்றியாளன், நான் எதையும் சாதிக்கும் திறன் கொண்டவன்' என்கிற நினைப்பு வருகிறதா இல்லையா. அதாவது அந்த ப்ராண்டுக்குக் கொடுக்கப்பட்டிருக்கும் பர்சனாலிடியை

நமதாக்கிக்கொள்ள அந்த ப்ராண்ட் உதவுகிறது. இதை 'செல்ஃப் எக்ஸ்ப்ரெஷன் மாடல்' (Self expression model) என்கிறார் ஏக்கர்.

வாடிக்கையாளர்கள் ப்ராண்டிடம் எதிர்பார்க்கும் உறவை வளர்த்துக் கொள்ளவும் ப்ராண்ட் பர்சனாலிடி உதவுகிறது. வாடிக்கையாளர் சில சமயங்களில் தன் பர்சனாலிடியைப்போல் அல்லாமல் அதற்கு நேர் எதிரான பர்சனாலிடியைத் தன் ப்ராண்டிடம் எதிர்பார்ப்பார். எதற்கும் அசராத, கவலையில்லாத, கூலான ஆசாமியாக ஒருவர் இருந்தாலும் அவர் தன் பணத்தைச் சேமிக்க பேங்கைத் தேடும்போது தன்னைப் போல் கூலான பேங்கைத் தேடமாட்டார். பணத்தை சீரியசாகப் பார்த்துக்கொள்ளும் ஒரு சீரியசான பர்சனாலிடி கொண்ட பேங்கைத் தான் தேர்ந்தெடுப்பார். இதை 'ரிலேஷன்ஷிப் பேசிஸ் மாடல்' (Relationship basis model) என்கிறார் ஏக்கர்.

ப்ராண்டின் பயன்களை வாடிக்கையாளருக்குப் பிரதிபலிப்பதற்கும் பர்சனாலிடி பயன்படுகிறது. 'புல்லட்' பைக்கை நீங்கள் ஓட்டியதில்லை என்றாலும் அந்த பைக் ஸ்ட்ராங்கானது, கரடுமுரடான சாலைகளில்கூட எளிதாக செல்லக்கூடியது, நீண்ட நாள் நிலைக்கக்கூடியது என்று சொல்வீர்கள். ஓட்டாமலேயே எப்படி இந்தப் பயன்களை உங்களால் சொல்ல முடிகிறது?

இதற்கு காரணம் புல்லட்டின் பர்சனாலிடி. புல்லட் என்றால் 'உயரமான, தாட்டியான, ஸ்ட்ராங், ஜைஜாண்டிக் ஆண்' என்கிற பர்சனாலிடி வடிவமைக்கப்பட்டிருக்கிறது. இதனாலேயே புல்லட் பைக்கும் இப்படித் தான் செயல்படும் என்று நினைக்கிறோம். இதை 'ஃபங்க்ஷனல் பெனிஃபிட் ரெப்ரசண்டேஷன் மாடல்' (Functional benefit representation model) என்று அழைக்கிறார் ஏக்கர்.

பர்சனாலிடியைப் பற்றிக் கடைசியாக ஒன்று சொல்லி முடிக்கிறேன். பெப்சியைப் பற்றி ஏற்கெனவே நாம் பேசியிருப்பதால் அந்த ப்ராண்டையே எடுத்துக்கொள்கிறேன். பெப்ஸி கோலாவைப் போல் யாராலும் காப்பியடித்து ஒரு கோலாவைத் தரமுடியும். அது ஒரு பெரிய விஷயமே இல்லை.

பெப்சியைப் போன்ற அதே பாட்டிலை, டேஸ்டைக் கூடக் காப்பியடித்து யாராலும் கொடுக்க முடியும். கொஞ்சம் முனைந்தால் நடக்கக்கூடிய காரியம்தான் இதுவும்.

இவ்வளவு ஏன், பெப்சி குடிக்கும் போது ஏப்பம் விடும் அளவுக்கு அதில் ஒரு ஃபிஸ் இருக்கிறது பாருங்கள், அதைக்கூட அப்படியே இன்னொரு கோலாவில் தர முடியும்.

இதையெல்லாம் ஈசியாகச் செய்து பெப்சியைப் போலவே ஒரு கோலாவைத் தர முடிகிற நம்மால், பெப்ஸி ப்ராண்டைப்போல, அதன் தனித்துவமான பர்சனாலிடியைப்போல இன்னொரு கோலாவில் வடிவமைக்க முடியாது. எந்தக் கொம்பனாலும் பெப்சி பர்சனாலிடியைக் காப்பியடிக்க முடியாது. பெப்சி பர்சனாலிடியை இன்னொரு கோலா ப்ராண்டில் வாடிக்கையாளர்களால் கற்பனை செய்து பார்க்கக்கூட முடியாது.

பெப்சியின் பர்சனாலிடி அப்படி. பர்சனாலிடி என்ற சித்தாந்தம் அப்படி!

9

ப்ராண்ட் எலிமெண்ட்ஸ்

பெண் பார்த்தாகிவிட்டது. ஜாதகப் பொருத்தம் கணித்தாகிவிட்டது. கல்யாணம் நடந்தாகிவிட்டது. இவ்வளவு ஏன், குழந்தைகூடப் பிறந்து விட்டது. அவ்வளவுதானா? வேலை முடிந்ததா?

அது எப்படி? பிறந்த குழந்தைக்குப் பெயர் வைக்கவேண்டாமா? பாலூட்ட வேண்டாமா? சோறூட்ட வேண்டாமா? சீராட்டா வேண்டாமா? புதுத் துணி வாங்க வேண்டாமா? ஜாதகம் கணிக்க வேண்டாமா? இன்னும் எத்தனை வேலைகள் பாக்கியிருக்கின்றன.

அதேபோல்தான் மார்க்கெட்டிங்கிலும். ப்ராண்டை உருவாக்கி விட்டோம் சரி. அதற்கு பொசிஷனிங் செய்துவிட்டோம், ஓகே. அந்த ப்ராண்டுக்கு ஒரு பர்சானலிடியை வடிவமைத்துவிட்டோம், பலே. அதோடு வேலை முடிவதில்லை. மெனெக்கெட வேண்டிய மேட்டர்கள் ஏராளமாக உண்டு. அந்த ப்ராண்டுக்குப் பெயர் கொடுத்து, லோகோ டிசைன் செய்து, பேஸ்லைன் எழுதி, வெப்சைட் வடிவமைத்து இன்னமும் ஏகப்பட்டது பாக்கியிருக்கின்றன. பிறந்த ப்ராண்டை முழுமையாக்க இன்னமும் எத்தனையோ இருக்கின்றன. அதைப் பார்க்கத்தான் இந்த அத்தியாயம்.

ப்ராண்டை முழுமையாக்கும் சகல சமாசாரங்களுக்கு ப்ராண்ட் எலிமெண்ட்ஸ் என்று பெயர். இதை ப்ராண்ட் ஐடெண்டிடீஸ் என்றும் கூறுவர். ப்ராண்ட் எலிமெண்ட்ஸ் என்பது ப்ராண்டை முழுமையாக்க, ப்ராண்டைத் தனித்துவமாகத் தெரிய வைக்க, மற்ற ப்ராண்டுகளி லிருந்து வித்தியாசப்படுத்திக் காட்ட, ரிஜிஸ்டர் செய்து பாதுகாக்கக் கூடிய வகையில் அமையும் ப்ராண்ட் பெயர், பேஸ்லைன், லோகோ, கேரக்டர், யூஆர்எல், பேக்கேஜிங், ஜிங்கிள், ஸ்போக்ஸ்பர்சன் முதலியன.

பொருளை ப்ராண்டாக்க பொசிஷனிங் தேவை. அந்த ப்ராண்டுக்கு உயிர் கொடுக்க பர்சனாலிடி தேவை. உணர்ச்சி கொடுக்க, உத்வேகத்துடன் செயல்பட வைக்க ப்ராண்ட் எலிமெண்ட்ஸ் தேவை.

எதோ ஒரு பெயர் வைத்தோம், லோகோ செய்தோம், ஒரு கலரில் பேக்கேஜிங் அமைத்தோம், வெப்சைட் திறந்தோம் என்று விளையாட்டாக எலிமெண்ட்ஸை வடிவமைத்தால் வினையாகத்தான் போய் முடியும். பார்த்துச் செய்யவேண்டியது இது. குழந்தையைப் பெற்றதோடு விட்டுவிடுகிறோமா? பார்த்துப் பார்த்து வளர்க்கிறோமே, அதுபோல.

பெயர் நன்றாக இருந்தால், வாடிக்கையாளர் அந்த ப்ராண்டை வாங்கி விடுவாரா? லோகோ அழகாக இருந்தால் ப்ராண்ட் விற்றுவிடுமா? பேக்கேஜிங் ஜோராக இருந்தால் விற்பனை பிய்த்துக்கொண்டு பறக்குமா என்று சிலர் குதர்க்கமாகக் கேட்கலாம்.

ப்ராண்ட் எலிமெண்ட்ஸைத் தெளிவாக, திறமையாக வடிவமைத்தால், ப்ராண்ட் வாடிக்கையாளர் கண்ணில் பளீர் என்று படும். எத்தனை போட்டியாளர்கள் இருந்தாலும் தனியாகத் தெரியும். அட்லீஸ்ட் வாடிக்கையாளரை ப்ராண்டைப் பார்க்க வைக்கும். இதைச் செய்வதால் அவரை வாங்கவே தூண்டும். ஆக, எலிமெண்ட்ஸைத் திறமையுடன் வடிவமைத்தால் விற்பது எளிதாகிவிடுகிறதே!

ப்ராண்ட் எலிமெண்ட்ஸ்: கைட்லைன்ஸ்

ப்ராண்ட் எலிமெண்ட்ஸ் ஒவ்வொன்றையும் உருவாக்குவது எப்படி என்று தனித்தனியாகப் பார்ப்பதற்குமுன் இவற்றை வடிவமைக்கும் போது நமக்கு உதவும் மொத்த கைட்லைன்களையும் முதலில் பார்ப் போம். ப்ராண்ட் எலிமெண்ட்ஸை வடிவமைக்கும்போது வழிகாட்ட ஆறு விஷயங்கள் உண்டு.

மனத்தைக் கவரும்படி இருக்கவேண்டும் (Memorability): எந்த ப்ராண்ட் எலிமெண்ட்டை வடிவமைக்கும்போதும் அது வாடிக்கையாளர் மனத்தைக் கவர்ந்து அவரால் மறக்க முடியாததாக இருக்கும்படி வடிவமைப்பது அவசியம். மனத்தைக் கவர்ந்தால்தான் போட்டி ப்ராண்டுகள் மத்தியிலும் நம் ப்ராண்ட் எலிமெண்ட்ஸ், வாடிக்கை யாளர் கண்ணைப் பறிக்கும், அவர் மனத்தைக் கவரும். ப்ராண்ட் அவர் மனத்தில் பட்டென்று ஒட்டிக்கொள்ளும். அவரை வாங்கத் தூண்டும்.

'நைக்கி' ப்ராண்டின் டிக் மார்க் லோகோவைப் பார்த்திருப்பீர்கள். இதற்கு 'ஸ்வூஷ்' என்று பெயர். இது நம்மில் பலருக்கும் பிடித்தது மட்டுமில்லாமல் இந்த லோகோவைப் பார்த்தால் சிறு குழந்தைகூட நைக்கி என்று சொல்லும்படி அமைந்திருக்கும் அழகைப் பாருங்கள். அதேபோல் நைக்கியின் பேஸ்லைன் 'ஜஸ்ட் டூ இட்'. ப்ராண்ட் பெயரைக்கூடக் கூறவேண்டாம். இந்த பேஸ்லைனைப் பார்த்தாலே

நமக்கு இது நைக்கிதான் என்று தெரிந்துவிடுகிறது. இதுபோல் ப்ராண்ட் எலிமெண்ட்ஸ் அனைத்தும் மனத்தைக் கவர்ந்து மறக்க முடியாததாக இருப்பது அவசியம்.

அர்த்தமுள்ளதாக இருக்கவேண்டும் (Meaningfulness): ப்ராண்ட் எலிமெண்ட்ஸ் மனத்தைக் கவர்ந்தால் மட்டும் போதாது. பொருள் வகைக்கு ஏற்ப, ப்ராண்டின் பொசிஷனிங், பர்சனாலிடிக்கு ஏற்ப அர்த்த முள்ளதாகவும் இருக்கவேண்டும்.

'ரின்' டிடெர்ஜெண்ட் தன் லோகோவோக 'மின்னலை' பயன்படுத்துவ தோடு 'மின்னலடிக்கும் வெண்மைக்கு' என்பதை பேஸ்லைனாகவும் கூறுகிறது. மின்னலைப்போல் வேகமாகத் துவைப்பதோடு மின்னல் போன்ற வெண்மையையும் தரும் என்று இதைவிட அழகாக எப்படி ஒரு டிடெர்ஜண்டால் கூறமுடியும்?

பிடித்திருக்கவேண்டும் (Likeability): மனத்துக்கு ஒன்று பிடித்துவிட்டால் மற்றதெல்லாம் அடுத்த பட்சம்தானே. மனத்துக்கு ஒன்று பிடிக்கும்போது நம் நினைவில் நிற்கிறது. அதைப் பற்றி ஒரு நல்ல அபிப்ராயம் உருவாகிறது. வேறு எது இருக்கிறதோ இல்லையோ, அதை நமதாக்கிக் கொள்ளத் தோன்றுகிறது. ப்ராண்ட் எலிமெண்ட்ஸை வாடிக்கை யாளருக்குப் பிடித்திருக்கும் வகையில் வடிவமைக்க வேண்டும்.

எடுத்துக்காட்டாக, 'பிரிட்டானியாவின்' டின் டின் ட டின் என்கிற இசை, 'பெப்சி'யின் நீல நிறம், 'ஏர் இந்தியா'வின் மஹாராஜா படம் போன்றவை.

மாற்றக்கூடியதாக இருக்கவேண்டும் (Transferability): ப்ராண்டை வேறு பொருள்வகைகளுக்கோ, வேறு மார்க்கெட்டுக்கோ எடுத்துச் செல்லும்போது அதன் எலிமெண்ட்ஸை மாற்றங்களுக்கு ஈடுகொடுக்கும் படி வடிவமைப்பது பயன் தரும்.

'கிருஷ்ணா ஸ்வீட்ஸ்' என்ற பெயர் ஸ்வீட் மட்டும் விற்கும் கடைக்குப் பொருந்துகிறது. ஆனால் அதே கடையில் பலகாரங்களும் விற்கும் போது கடையின் பெயர் இடிக்கிறது பாருங்கள்.

இதைப் போலவே பசுவின் பால் என்று தமிழில் பொருள் பட அழகாக 'ஆவின்' என்று பெயரிட்டால் தமிழ்நாட்டில் ஓகே. ஆனால் இந்த ப்ராண்டை ஆந்திராவுக்கு எடுத்துச்செல்ல வேண்டி வந்தால் ஆவின் என்பது அங்கு யாருக்குப் புரியும்? வேண்டுமென்றால் ஆவின்லூ என்று மாற்றிப் பார்க்கலாம்!

எளிதில் மாற்றக்கூடியதாக இருக்கவேண்டும் (Adaptability): காலம் அப்படியே செல்வதில்லை. வாடிக்கையாளர் எண்ணங்களில் மாற்றம்

வரலாம். ஒரு காலத்தில் அழாகாகத் தெரிந்த லோகோ இன்று நமக்கு ஆர்டினரியாகத் தெரிகிறது. ஒரு காலத்தில் கவர்ச்சியாகத் தெரிந்த கலர் இன்று கண்றாவியாக தெரிகிறது. ஸோ, ப்ராண்ட் எலிமெண்ட்ஸ் காலத்துக்கு ஏற்ப, மாறி வரும் ரசனைகளுக்கு ஏற்ப எளிதில் மாற்றம் செய்யும் வகையில் வடிவமைக்கப்படுவது பயன் தரும்.

ப்ராண்டின் பெயரை மாற்றுவது அவ்வளவு எளிதான காரியமல்ல. ஆனால் ப்ராண்ட் கலர், லோகோ, பேஸ்லைன் போன்றவற்றை மாற்ற வேண்டி வரும். உதாரணத்துக்கு 'அருண் ஐஸ்க்ரீம்' ப்ராண்டின் லோகோ 2011-ல் சற்றே மாற்றப்பட்டது. ஆனால் அது மாறியதே பலருக்குத் தெரியாது. 'கூகுள்' செய்து பாருங்கள். என்ன மாற்றம் என்று உங்களுக்குப் புரியும்.

பாதுகாக்கப்படும்படி இருக்கவேண்டும் (Protectability): மனை வாங்கினால் மட்டும் போதாது. அதைச் சுற்றி வேலி கட்டிப் பாதுகாக்கிறோம் அல்லவா, அதுபோல ப்ராண்ட் எலிமெண்ட்ஸை வடிவமைத்தால் மட்டும் போதாது. அதைச் சட்டப்பூர்வமாகப் பாதுகாக்க ரிஜிஸ்டர் செய்வதும் அவசியம். முதல் காரியமாக ப்ராண்டின் பெயரை ரிஜிஸ்டர் செய்யுங்கள். பல கம்பெனிகள் தங்கள் பேஸ்லைனைக் கூட ரிஜிஸ்டர் செய்கின்றன. நைக்கியின் 'ஜஸ்ட் டு இட்' பேஸ்லைனை நீங்கள் முடிந்தால் உபயோகித்துப் பாருங்களேன். காலில் உள்ள நைக்கியைக் கழட்டி அடிக்க வருவார்கள்.

ப்ராண்ட் எலிமெண்ட்ஸை வடிவமைக்கும்போது இந்த ஆறு நெறிமுறைகளையும் ஒரு சேர அனுசரித்து அனைத்தும் அமையும்படி வடிவமைப்பது மிகவும் சிரமமான காரியம். ஆனாலும், ப்ராண்ட் எலிமெண்ட்ஸ் அனைத்தையும் ஒரு கோர்வையாக, ஒன்றை ஒன்று சப்போர்ட் செய்யும்படி வடிவமைப்பது நலம்.

லக்ஸ் சோப்பை எடுத்துக்கொள்வோம். ப்ரீமியம் சோப்பாக இருப்பதால் இந்த ப்ராண்டுக்கு லக்ஸுரி என்கிற ஆங்கில வார்த்தையின் சுருக்கமாக 'லக்ஸ்' என்று பெயரிடப்பட்டது. கவர்ச்சியான அழகைத் தருவதால் 'சினிமா ஸ்டார்களின் அழகு சோப்' என்ற பேஸ்லைன் தரப்பட்டது. அதனாலேயே இளம் சினிமா நடிகைகள் கொண்டு லக்ஸின் விளம்பரங்கள் தயாரிக்கப்படுகின்றன. மிருதுவான சருமம் தருவதால் வழவழப்பான பேப்பரில் பேக்கேஜிங் செய்யப்படுகிறது. ஈசியாகப் பிடித்துக் குளிப்பதற்கு ஏதுவாக சோப்பின் வடிவம் அமைக்கப்பட்டிருக்கிறது. ஆக, எலிமெண்ட்ஸ் ஒருசேர ஒன்றை ஒன்று ஒத்து வரும்படி வடிவமைக்கப்பட்டிருப்பதால்தான் லக்ஸ் இன்றும் மார்க்கெட்டில் கொடி கட்டிப் பறக்கிறது.

ப்ராண்ட் எலிமெண்ட்ஸ் என்றால் என்ன என்று தெரிந்துகொண்டோம். அவை என்னென்ன என்று புரிந்துகொண்டோம். அவற்றை வடிவமைக்கத் தேவையான நெறிமுறைகளையும் அறிந்துகொண்டோம். இனி ஒவ்வொரு எலிமெண்ட்ஸையும் பிரித்து அவற்றின் தன்மைகளையும் அவற்றை வடிவமைக்கும் வழிமுறைகளையும் பார்ப்போம்.

ப்ராண்ட் பெயர்

காது குத்திக் குழந்தைக்குப் பெயர் வைப்பது என்பது ஒரு காலத்தில் வெறும் சடங்காகத்தான் இருந்தது. 'ஏதோ சிறு சபலம், பெற்றோம். பெற்றதற்கு ஒரு பெயர் வைக்கவேண்டும். வாயில் வந்த ஒரு பெயரை வைப்போம். வைத்த பெயரைக் கூப்பிடுவோம்' என்றுதான் மனிதகுலம் வாழ்ந்து வந்தது.

மனிதகுலம் மட்டுமல்ல. மார்க்கெட்டர்களும் இப்படித்தான் பெயர் வைத்து வந்தார்கள். 'ஏரியல்' என்று டிடர்ஜெண்டுக்குப் பெயர் வைத்தார்கள். ஏரியல் என்றால் டீவி ஆண்டனா. அதற்கும் டிடெர் ஜெண்டுக்கும் என்ன சம்பந்தம்?

அதுபோல் குழந்தைக்கும் ப்ராண்டுக்கும் பெயர் வைக்கும் வழக்கம் வழிக்கொழிந்து போய்விட்டது. இப்போது யாராவது தன் குழந்தைக்கு 'அமாவாசை' என்று பெயர் வைக்கட்டுமே. அதே குழந்தை கையால் அடிபட்டே சாவார்கள். ப்ராண்டுக்குப் பெயர் வைப்பதும் இதுபோலவே. ஏதோ ஒரு பெயரை வைத்தோம் என்ற காலம் காலமாகிவிட்டது. வந்த பெயரை வைத்தால் வந்த வழியே போகவேண்டியதுதான். சீர்தூக்கிச் சிறப்பாக வைக்கவேண்டிய சீரியஸ் மேட்டர் இது. வைத்தோம் கவிழ்த்தோம் என்று பெயர் வைத்தால்... வைப்பீர்கள். கவிழ்வீர்கள்.

ப்ராண்ட் நேம் என்பது என்ன?

வாடிக்கையாளரை முதலில் சென்றடையும் ப்ராண்ட் பற்றிய செய்திதான் ப்ராண்ட் நேம். அவர் மனத்தைத் துளைத்து ப்ராண்ட் பொசிஷனிங்கை அதனுள் போட உதவும் தோட்டா. ப்ராண்ட் பயனை வாடிக்கையாளர் மனத்தில் தீபமாக எரிய வைக்கும் திரி. வாடிக்கை யாளர் தேவை அறிந்து, அதற்கேற்ப ப்ராண்டை பொசிஷனிங் செய்து, அதற்கு பர்சனாலிடியை வடிவமைத்து இவை அனைத்தையும் ஒரு வார்த்தையில் சூப்பராகச் சுருக்கி வடிக்கும் சித்து விளையாட்டு.

ப்ராண்ட் எலிமெண்ட்ஸ் எதையும் எளிதாக மாற்றிவிட முடியும். ஆனால், மாற்றக் கூடாதது, எளிதில் மாற்ற முடியாதது ப்ராண்ட் பெயர்தான். அதனால்தான் ப்ராண்ட் பெயர் என்பது ஒரு முறைக்குப்

பல முறை யோசித்து, ஆற அமர அலசியெடுத்து, ஆழமாகச் சிந்தித்து, தீர்க்கமாக வைக்கவேண்டிய ஒன்று. ப்ராண்ட் பெயரை வாடிக்கை யாளர் மனத்தில் எட்டும்படி வைக்க எளிதான எட்டு வழிகள் உண்டு.

1. சிம்பிளாக இருக்கவேண்டும்: ப்ராண்டுக்குப் பெயர்தான் வைக்கிறோமே ஒழிய, அதற்கு பை-பாஸ் சர்ஜரி எதுவும் செய்ய வில்லை. ப்ராண்ட் பெயரை வைக்கிறேன் என்று அதை குத்திக் குதற வேண்டிய அவசியமில்லை. ப்ராண்ட் பெயர் என்பது சொல்வதற்கும், எழுதுவதற்கும், புரிவதற்கும் எளிமையாக இருக்கவேண்டும். 'ரின்', 'லக்ஸ்', 'மீரா', 'டைட்' போன்ற ப்ராண்ட் பெயர்களைப்போல.

ப்ராண்டின் பெயர் ஒன்பது கஜப் புடைவைபோல் பெரியதாக, நீளமாக இல்லாமல் தாவணிபோல் சின்னதாக, ஸ்வீட்டாக இருப்பது பெட்டர். தெரியாத்தனமாக பெரிய பெயராக வைத்துவிட்டால் வாடிக்கை யாளர்களே சுருக்கிச் சின்னதாக்கிவிடுவார்கள். 'லைஃப் இன்ஷூரன்ஸ் கார்பரேஷன்' என்று ஏதோ கச்சேரி பாடுவதுபோல் வைக்கப்பட்ட ப்ராண்ட் பெயரை 'எல்ஐசி' என்று சுருக்கியதைப்போல. 'சென்னை சூப்பர் கிங்ஸ்' என்கிற பெயரை 'சிஎஸ்கே' என்று அழைப்பதுபோல.

2. தனித்துவமாகத் தெரியவேண்டும்: ப்ராண்ட் நேம் தனித்து இருக்கவேண்டும். தன் பொருள் பிரிவில் உள்ள மற்ற ப்ராண்டுகளுக்கு மத்தியில் தனித்துவமாக இருந்தால் ப்ராண்ட் பளிச்சென்று தெரியும். படாரென்று எடுக்கத் தோன்றும்.

புத்தகக் கடையில் எத்தனையோ புத்தகங்கள் கண்ணில் தெரியும், கையில் இடரும். ஆனால் 'போட்டுத் தள்ளு' என்கிற தலைப்பு கொண்ட புத்தகத்தை நீங்கள் பார்த்தால் 'அட' என்று எடுக்கத் தூண்டுமா இல்லையா. ஏனெனில் அந்த பெயர் தனித்துத் தெரிவதால். மற்ற புத்தகத் தலைப்புகளிலிருந்து மாறுபடுவதால்.

3. பொருத்தமாக இருக்கவேண்டும்: என்னிடம் மார்க்கெட்டிங் ஆலோசனை பெற வருபவர்களில் பலர் என்னிடம் கேட்பார்கள்: 'என் ப்ராண்டுக்கு ஒரு அழகான பெயரா வையுங்க சார்'. அவர்களுக்கு நான் சொல்வதை உங்களுக்கும் சொல்கிறேன்.

'குழந்தைக்கு பெயர் வைக்கறீங்களா, இல்ல ப்ராண்டுக்கா?'. குழந்தைக் குன்னா அழகா வையுங்க. எனக்கு எந்த ஆட்சேபணையும் இல்ல. ஆனால் ப்ராண்டுக்குப் பெயர் அழகாக இருக்கனும்னு அவசியமில்ல.' இந்த பதில் பலருக்கு ஆச்சரியம் அளிப்பதைப் பார்த்திருக்கிறேன்.

ப்ராண்டுக்கு அழகான பெயர், அழகில்லாத பெயர் என்று எதுவும் கிடையாது. பெயர் பொருத்தமாக இருக்கவேண்டும். அதுதான் முக்கியம். உதாரணத்துக்கு 'கோ ப்ளஸ்' என்பது எப்படிப்பட்ட பெயர்?

'கூடுதல் சுவையும், கூடுதல் சத்தும் நிறைந்த மாட்டுத் தீவனத் தவிடு என்று பொசிஷனிங் செய்யப்பட்டிருக்கும் ப்ராண்ட் இது. 'கோ' என்றால் மாடு. 'ப்ளஸ்' என்றால் கூடுதல் என்று பொருள். இந்த இரண்டையும் கலந்து 'கோ ப்ளஸ்' என்று பெயரிடும்போது எவ்வளவு பொருத்தமான பெயராக அமைகிறது பாருங்கள். இன்று மார்க் கெட்டில் இந்த ப்ராண்ட், முட்டி மோதி விளையாடி மற்ற ப்ராண்டு களைத் தள்ளி முன்னேறுவதற்கு அதன் பொருத்தமான பெயரும் ஒரு காரணம்தானே!

4. பொருள்வகைக்கு ஏற்ப இருந்தால் நலம்: ப்ராண்ட் சார்ந்த பொருள்வகைக்கு ஏற்பப் பெயர் இருக்கும்போது ப்ராண்ட் எளிதில் வாடிக்கையாளரிடம் சென்றடைகிறது. காலில் வெடிப்பு உள்ளவர்கள் பொதுவாகவே 'காலில் க்ராக் இருக்கு' என்றுதான் கூறுவார்கள். அதை குணப்படுத்தும் ப்ராண்டுக்கு 'க்ராக்' என்று பெயர் வைக்கும்போது சட்டென்று புரிந்து நம் மனத்தில் பட்டென்று உட்கார்ந்துவிடுகிறது.

5. இமேஜை வளர்க்கும் வகையில் இருந்தால் இதம்: வாடிக்கையாளர் மனத்தில் ப்ராண்ட் பற்றி உயர்வான இமேஜை வளர்க்கும் வகையில் பெயர் அமைந்தால் கூடுதல் பயன். மிருதுவான சருமத்தைத் தரும் சோப்புக்கு புறாவின் ஆங்கிலப் பெயரான 'டவ்' என்பதைச் சூட்டினால் அது பொருத்தமாக இருப்பதோடு ப்ராண்டின் இமேஜையும் வளர்க்க உதவுகிறது.

இதைப் போல செட்டிநாடு உணவுகளைப் பரிமாறும் ஹோட்டலுக்கு 'காரைக்குடி' என்று பெயரிடும்போது அது அந்தப் பொருள்வகைக்குப் பொருத்தமாக இருப்பதோடு ப்ராண்டுக்கும் ஒரு இமேஜை வளர்ப்பதைக் கவனியுங்கள்.

6. உணர்வுபூர்வமாக இருந்தால் உசிதம்: க்ரீட்டிங் கார்ட்ஸ், சாக்லேட், குழந்தை உணவு, ஆணுறை போன்ற பொருள்வகைகள் உணர்வு சம்பந்தப்பட்டவை. இந்தப் பொருள்வகைகளில் உள்ள ப்ராண்டு களுக்கு உணர்வுபூர்வமான பெயர் வைத்தால் அது வாடிக்கையாளர்கள் மனத்தைத் தொடும்; உணர்வை வருடும்; வாங்கவும் தூண்டும்.

கொசுக்கடியிலிருந்து பாதுகாக்கும் கொசுவர்த்திப் பொருள் பிரிவைச் சேர்ந்த ப்ராண்ட் தன்னை உபயோகித்தால் நிம்மதியான தூக்கத்தைத் தருகிறேன் என்று பொருள் பட 'குட் நைட்' என்று பெயர் வைக்கும் போது அந்த ப்ராண்டுக்குத் தனியாக ஒரு பவர் வருவதைத் தவறாமல் கவனியுங்கள்.

7. திரும்பத் திரும்ப பெயர் வந்தால் ரெட்டிப்பு சௌகரியம்: ப்ராண்டுக்குப் பெயர் வைப்பதில் தில்லாலங்கடி டெக்னிக் ஒன்று

உண்டு. ஒரே வார்த்தையை இருமுறை வரும்படி அமைப்பது. ஒரே வார்த்தையைத் திரும்பத் திரும்பச் சொல்வது, ஒரு வார்த்தையைச் சொல்லி அதைச் சற்றே திருத்தி மீண்டும் அதோடு சேர்த்துச் சொல்வதற்கு ஆங்கிலத்தில் அல்லிடரேஷன் என்று பெயர். 'திரும்பத் திரும்பச் சொல்றே நீ' தமிழ்ப் பட காமெடி சீன் போன்ற டெக்னிக் இது.

'கிட் காட்', 'க்ராக் ஜாக்', 'ஜான்சன் அண்டு ஜான்சன்', 'குர்குரே', '50-50' போன்ற ப்ராண்ட் பெயர்கள் இவ்வகைக்குச் சிறந்த உதாரணங்கள். இவை சொல்வதற்கும் எளிதாக இருப்பதோடு ஒரு முறை கேட்டால் மனத்தில் சட்டென்று ஒட்டிக்கொள்ளவும் கூடியவை.

8. எதுகை மோனையாக இருந்தால் ஏற்றம்: முடிந்தால் எதுகை மோனையாகப் பெயர் வையுங்கள். கவித்துவமாகப் பேச யாருக்குத் தான் ஆசையில்லை? பேக்கரி பொருள் பிரிவில் ஒரு ப்ராண்டுக்கு 'கேக்ஸ் அண்டு பேக்ஸ்' என்று எதுகை மோனையுடன் பெயர் வைப்பதில் ஒரு அலாதியான அட்வாண்டேஜ் இருக்கத்தான் செய்கிறது.

அந்தக் காலத்தில் டைரக்டர் விசு இந்த டெக்னிக்கைப் பயன்படுத்தித் தன் படங்களுக்கு 'சம்சாரம் அது மின்சாரம்', 'காவலன் அவன் கோவலன்', 'திருமதி ஒரு வெகுமதி' என்று பெயரிட்டு வெற்றி பெற்றது தெரிந்ததே!

பெயரை எப்படி வைப்பது என்று இதுவரை பார்த்தோம். எப்படி வைக்கக்கூடாது என்பதையும் பார்ப்பது அவசியம். பெயர் வைக்கும் போது செய்யக்கூடாத செயல்களில் முக்கியமானவை இரண்டு.

ஒன்று, பெயர் வைக்கும்போது செண்டிமெண்ட் பார்ப்பேன் என்று சண்டித்தனம் பண்ணுவது. அப்பா பெயரை வைப்பேன், அம்மா பெயர்தான் ராசி, குலதெய்வத்தின் பெயர் எனக்கு குட்லக் என்று வீணாக வியாக்கியானம் பேசுவது ப்ராண்டுக்குக் குழி தோண்ட கடப்பாறையைக் கையில் எடுப்பதுபோல.

சூப்பராக ஒரு ஸ்வீட் கடையை ஆரம்பித்து அதற்கு ஸ்வீட்டாக 'டேஸ்டி ட்ரீட்ஸ்' என்று பெயர் வைப்பீர்களா இல்லை 'சிலுக்குவார் பேட்டை சிவநாச்சிமுத்து ஸ்வீட் ஸ்டால்' என்று காத தூரத்துக்கு கடை போர்டு வைத்து அதில் அரை இஞ்ச் விடாமல் அப்பா பெயரை எழுதி அடைப்பேன் என்று அடம் பிடிப்பீர்களா.

இரண்டாவது, பெயருக்கு நியூமராலஜி பார்ப்பேன் என்று படுத்துவது. உங்கள் பெயருக்கு வேண்டுமானால் நியூமராலஜி, அஸ்ட்ராலஜி, பயாலஜி என்று எதை வேண்டுமானாலும் பார்த்துக்கொள்ளுங்கள். ஆனால் ப்ராண்ட் பெயரை வாடிக்கையாளர் கேட்கவேண்டும். கேட்டு

வாங்கவேண்டும். அந்த ஆசை இருந்தால் நியூமராலஜி பார்த்து நல்ல பெயரை நாசமாக்காதீர்கள்.

கட்டித் தயிரில் ரெடிமேட் தயிர் சாதம் செய்து பாக்கெட்டில் பதவிசாக விற்கும் பிரமாதமான ஐடியாவைச் செயல்படுத்தியது ‘ஹட்சன் அக்ரோ ஃபுட்ஸ்’. இந்த ப்ராண்டுக்கு அழகான, அருமையான ‘இதணுஞீ கீடிஞிது’ என்ற பெயரை, நியூமராலஜி பார்ப்பேன் என்று அடம் பிடித்து, அழிச்சாட்டியம் செய்து குத்திக் குதறி ‘Krd Rys’ என்று பெயரிட்டது.

இதை யாருக்காவது படிக்க வருமா. தவறிப் போய்ப் படித்தாலும் புரியுமா. புரிந்தாலும் யாராவது வாங்குவார்களா. இதுபோல் நல்ல பெயரைக் கெடுத்து நியூமராலஜி படி நொள்ளைப் பெயரைக் கொடுத்துத் தொலைக்காதீர்கள். உங்களுக்கும் உங்கள் ப்ராண்டுக்கும் புண்ணியமாகப் போகும்.

நல்ல பெயர் வைத்தால் விற்றுவிடுமா என்று சில பேர் குதர்க்கமாகக் கேட்கலாம். நல்ல பெயர் வைத்தால் மட்டுமே எந்த ப்ராண்டும் விற்றுவிடாதுதான். ஆனால் வாடிக்கையாளர்களுக்குப் பெயர் எளிதில் புரியும். ப்ராண்டை விற்பது எளிதாகும். சரியில்லாத பெயரை வைத்தாலும் ப்ராண்டை விற்க முடியும். என்ன, அந்தப் பெயரை வாடிக்கையாளரிடம் கொண்டு சேர்க்க நிறைய செலவழிக்க வேண்டிவரும். காசு நிறைய இருந்து அதைச் செலவழித்து, ஒழித்தே தீருவேன் என்று நேர்த்திக் கடன் இருந்தால் தாராளமாகச் செல வழியுங்கள். பேஷாகப் பணத்தைத் தாரை வாருங்கள். உங்களை யார் தடுக்கப்போகிறார்கள்!

உங்களில் சிலர் இன்னொரு கேள்வியும் கேட்கலாம். ‘ஏரியல்’, ‘ஹமாம்’, ‘விக்ஸ்’ என்று சம்பந்தமே இல்லாத பெயர்கள் சக்கை போடு போடுகின்றனவே, மேலே கூறிய எட்டு மேட்டர்கள் இந்தப் பெயர்களில் தட்டவில்லையே, ஒன்று கூட ஒட்டவில்லையே, ஒரு கைட்லைனையும் பின்பற்றவில்லையே என்று.

அந்த ப்ராண்டுகள் பிறந்த காலம் வேறு. அந்தக் காலத்தில் போட்டி இல்லை, பொறாமை இல்லை. உக்கிரம் இல்லை. வக்கிரம் இல்லை. எந்தப் பெயர் வைத்தாலும் கேட்க ஆள் இல்லாததால் வெற்றி பெற்றன.

ஆனால் இன்று அப்படியா. தடுக்கி விழுந்தால் புதிய பொருள் வகைகள். நிமிர்ந்து நின்றால் தலையில் இடிக்கும் புதிய ப்ராண்டுகள். திரும்ப முடியாத அளவுக்குப் போட்டியாளர்களின் நெரிசல். காலை மிதிக்கும் போட்டியின் கூட்டம். இத்தனைக்கும் இடையில் நம்

ப்ராண்டை வாடிக்கையாளரிடம் சேர்க்கவேண்டாமா? அதற்கு ஒரு நல்ல பெயர் வைக்கவில்லை என்றால் நிலைமை இன்னமும் மோசமாகாதா?

போட்டி நிறைந்த இன்றைய பிசினஸ் உலகில் சரியான பெயர் வைப்பது அவசியம். வெற்றிக்கான அவசரம். உரிய வெற்றியைப் பெரிய அளவில் பெற்றிருக்கும் புதிய ப்ராண்டுகள் பல இதற்கு சாட்சி. 'க்ளோஸ் அப்', 'பூஸ்ட்', 'ஃபேர் அண்டு லவ்லி', 'டெர்மிகூல்', 'ஆச்சி மசாலா', 'ஃபேர் அண்ட் ஹேண்ட்சம்'...

இந்த பெயர்களை எல்லாம் கேட்டாலே சும்மா அதிருதில்ல!

லோகோ

பொதுவாகவே சில விஷயங்களை வண்டி வண்டியாகப் பேசுவதை விட, வளவளவென்று சொல்வதைவிட விஷுவலாகக் காண்பிக்கும் போது பார்ப்பவர்களுக்குப் பட்டென்று புரிந்துவிடுகிறது. ஒரு பெண் காலில் மெட்டி அணிந்திருந்தால் அவளுக்குத் திருமணம் ஆகிவிட்டது என்று அவளைக் கேட்காமலே தெரிந்துகொள்ள முடிகிறது. அஃப்கோர்ஸ் தாலி கட்டியிருந்தாலும் அதே அர்த்தம்தான். என்ன, தாலி இருக்கிறதா என்று கழுத்துக்கு கீழே உற்றுப் பார்த்துக்கொண்டிருந்தால் செருப்படி கிடைக்குமே என்பதால் மெட்டியைச் சொன்னேன்!

ப்ராண்டுகளும் அவ்வண்ணமே. ப்ராண்டை பொசிஷனிங் செய்து, பர்சனாலிடி கொடுத்து, அதற்கு ஒரு பெயரையும் வைத்து வாடிக்கை யாளர்களிடம் சொல்வது ஒரு வழி. இதையே விஷுவலாக வடிக்க முடிந்தால், தெளிவாகச் சொல்ல முடிந்தால் அது நம் வேலையை எளிதாக்கிவிடும்.

உதாரணத்துக்கு 'எம்ஆர்எஃப்' டயர்களை எடுத்துக்கொள்வோம். கடினமான, கரடு முரடான சாலைகளையும் தாக்குப் பிடிக்கும் சக்தி கொண்ட டயர் என்பது இந்த ப்ராண்டின் பொசிஷனிங். ஆண்மைத் தனம் மிகுந்த, ஸ்ட்ராங்கானவன் என்பது இந்த ப்ராண்டின் பர்சனாலிடி. இதையே இந்த ப்ராண்ட் விஷுவலாக ஓர் ஆணழகன் எம்ஆர்எஃப் டயரைத் தூக்கிப் பிடித்துக்கொண்டிருப்பது போன்ற லோகோவைப் பயன்படுத்துகிறது. வார்த்தைகளில் கூறவேண்டிய கதையை இந்த விஷுவல் லோகோ எவ்வளவு எளிதாக நமக்குப் புரியவைத்துவிடுகிறது பாருங்கள்.

சும்மாவேனும் ஒரு டிசைனரைக் கூப்பிட்டு 'என் ப்ராண்டுக்கு அர்ஜண்டா ஒரு டிசைன் போட்டுக் கொடுப்பா' என்கிற சமாசார மில்லை இது. ப்ராண்ட் லோகோவை வடிவமைக்க சில விசேஷ வழிகாட்டிகள் உண்டு.

லோகோ வார்த்தையாகவோ, உவமையாகவோ, படமாகவோ, வண்ண மாகவோ, கதாபாத்திரமாகவோ இருக்கலாம். 'சோனி' ப்ராண்டுக்குத் தனியாக லோகோ என்று விஷுவலாக எதுவும் கிடையாது. அது எழுதப் பட்டிருக்கும் ஸ்டைல்தான் லோகோ. 'சாம்சங்' ப்ராண்டும் இது போலத்தான்.

லோகோ என்பது ப்ராண்டின் தன்மையை அல்லது பயனைக் குறிக்கும் வகையில் இருப்பது நலம். 'டெட்டால்' ப்ராண்டின் பொசிஷனிங் பாதுகாப்பு. பாதுகாக்கும் ப்ராண்ட் என்று விளக்க டெட்டாலுக்கு 'வாள்' லோகோவாக அமைக்கப்பட்டிருக்கிறது.

லோகோ வாடிக்கையாளர்களுக்கு எளிதில் புரியும்படி இருப்பது மிக அவசியம். நம் ப்ராண்டை வாங்கப்போவது சாமானியர்கள். அவர்கள் டிசைனர்களோ, ஆர்டிஸ்டுகளோ, பெயிண்டர்களோ இல்லை. அதனால் அவர்களுக்கு எளிதில் புரியும்படி லோகோவை டிசைன் செய்வது அவசியம்.

முக்கியமாக, லோகோ எல்லா விளம்பர வகைகளிலும் இடம்பெறத் தக்கதாக அமையவேண்டும். லோகோ என்பது ப்ராண்டின் ஓர் அங்கம். அதனால் ப்ராண்ட் பெயர் எங்கெல்லாம் பயன்படுத்தப்படுகிறதோ அங்கெல்லாம் லோகோ தெளிவாகத் தெரியும்படி வடிவமைக்க வேண்டும். சில லோகோக்கள் கலரில் பார்க்க அழகாக இருக்கும். ப்ளாக் அண்டு ஒயிட்டில் கண்றாவியாகத் தெரியும். அதுபோல் லோகோவை வடிவமைப்பது தவறானது. சுவர் விளம்பரம், தட்டி, ஃப்ளெக்ஸ், பேனர் போன்றவற்றில் ப்ராண்டை விளம்பரப்படுத்த வேண்டி வரலாம். அந்த இடங்களிலும்கூட லோகோ சரியாகத் தெரிய வேண்டும். அதனால் லோகோவை வடிவமைக்கும்போதே உரிய கவனத்தோடு வடிவமைப்பது அவசியம்.

லோகோவைச் சரியாக வடிவமைக்கவில்லை என்றால் லோலோ என்று அலைய வேண்டி வரும்! அதனால், தேர்ந்த நிபுணர்களைக் கொண்டு லோகோவை வடிவமைப்பது பயன் தரும்.

பேஸ்லைன்

'கறை நல்லது' என்று யாராவது சொன்னால் 'என்னடா உளறுகிறான்' என்று நாம் நினைப்பதில்லை. 'சர்ஃப்' டிடெர்ஜெண்ட் சட்டென்று நம் நினைவுக்கு வருகிறது. அந்த ப்ராண்ட் பல வருடங்களாகக் கூறி வருவது இதைத்தானே. இதற்குத்தான் பேஸ்லைன் என்று பெயர். இதுவும் ப்ராண்ட் எலிமெண்ட்ஸின் ஒரு முக்கியமான அங்கம். இதற்கு 'டேக்லைன்', 'ப்ராண்ட்லைன்' என்று பல பெயர்கள் உண்டு. நம்மூர் சினிமா பாஷையில் சொன்னால் பஞ்ச் டயலாக்!

ப்ராண்டின் தன்மையையோ, பயனையோ, இமேஜையோ, உபயோகிப்பவரின் தன்மையையோ ஒரு வரியில் சுருக்கி எழுதும் வாக்கியம் தான் பேஸ்லைன். 'தி கம்ப்ளீட் மேன்' என்றால் 'காம்ப்ளான்' நினைவுக்கு வருவதில்லை; 'ரேமண்ட்'தானே தோன்றுகிறது. இதுதான் பேஸ்லைனின் மகத்துவம்.

பேஸ்லைனும் ப்ராண்ட் பெயரைப்போல அழகாக இருக்கவேண்டும் என்பதில்லை. பொருத்தமாக இருக்கவேண்டும். ப்ராண்ட் செய்தியின் சுருக்கமாக இருக்கவேண்டும். 'ஏக்ஸ்' டியோடரண்டை உபயோகித்தால் அதன் வாசம் பெண்களை மயக்கி அவர்களையும் மீறி உங்களுடன் சல்லாபிக்க வைக்கும் என்பது அந்த ப்ராண்டின் பொசிஷனிங். இதைத்தான் 'தி ஏக்ஸ் எஃபெக்ட்' என்று சுருக்கி சூப்பராகக் கூறுகிறது அதன் பேஸ்லைன்.

ப்ராண்ட் பயனை நறுக்குத் தெறித்தார்போல் பேஸ்லைனாக அமைக்கலாம். 'கே டீவி' 'நான்-ஸ்டாப் கொண்டாட்டம்' என்று ஆரம்பித்த நாள் முதல் கூறிவருவது அந்த சேனல் அளிக்கும் பயனின் சுருக்கம் தானே!

அதிகப் போட்டியாளர்கள் இருக்கும் பொருள்வகைகளில் ப்ராண்டின் பெயரை அதன் பேஸ்லைனில் சேர்த்துவைப்பது சாமர்த்தியமான டெக்னிக். டிடெர்ஜெண்ட் பொருள்வகை அத்தகைய போட்டி நிரம்பிய ஒன்று. இதில் உள்ள பெரும்பாலான ப்ராண்டுகள் பன்னாட்டு கம்பெனிகளுடயவை. கோடிக் கணக்கில் விளம்பரத்துக்குச் செலவழிக்கும் ப்ராண்டுகள்.

இந்தப் பொருள்வகையில் நம்மூரைச் சேர்ந்த 'சேலஞ்ச்' டிடெர்ஜண்ட், 'எத்தகைய அழுக்கையும் போக்கும்' என்று பொசிஷனிங் செய்யப்பட்ட ப்ராண்ட். விளம்பரத்துக்கு அதிகம் செலவழிக்காத இதன் பேஸ்லைன்: 'அழுக்குக்கு சேலஞ்ச்'. எத்தகைய அழுக்கையும் சவால் விட்டு நீக்கும் என்று பொருள்பட ப்ராண்ட் பெயரை பேஸ்லைனில் வடித்திருக்கும் அழகைப் பாருங்கள்.

ப்ராண்ட் பேஸ்லைன் வளவளவென்று உபன்யாசம்போல் இல்லாம் சுருக்கமாக, நறுக்குத் தெறித்தார்போல் இருப்பது மிகவும் முக்கியம். ஒரு ப்ராண்டுக்குப் பல தன்மைகள் இருக்கலாம்; பலவித விசேஷங்கள் ஜொலிக்கலாம்; அனேகப் பயன்கள் அளிக்கலாம். அதற்காக எல்லாவற்றையும் சேர்த்துச் சொல்வேன் என்றெல்லாம் அடம் பிடிக்காமல் சமர்த்தாக பொசிஷனிங்கைப் பறைசாற்றுவது போலவோ, ப்ராண்டின் இமேஜை ஹைலைட் செய்வது போலவோ, சின்னதாக, சிக்கனமாக எழுதுவதே ஏற்றம்.

'நோக்கியா' செல்ஃபோன் சைஸ் வாரியாக இருந்தாலும், பல மாடல்களில் வந்தாலும், பலப்பல பயன்களைத் தந்தாலும் செல்ஃபோன் என்ற கருவி மூலம் தான் தரும் பிரதான பயன் 'மக்களை இணைப்பது' என்பதைப் புரிந்துகொண்டு, அதையே சுருக்கி இரண்டே வார்த்தைகளில் கூறுவது: 'கனெக்டிங் பீப்பிள்'!

பேஸ்லைனை மாற்றலாமா என்பது பற்றிப் பல மார்க்கெட்டர்களுக்குக் குழப்பம் உண்டு. ஒரே பேஸ்லைனைப் பல காலம் வைத்திருக்கும் ப்ராண்டுகள் உண்டு. 'பேஷ் பேஷ் ரொம்ப நன்னா இருக்கு' என்று 'நரசூஸ்' காபி ஆரம்பித்த நாள்முதல் தன் பேஸ்லைனை மாற்றாமல் வைத்திருக்கிறது. பேஸ்லைனை நிறைய மாற்றியிருக்கும் ப்ராண்டுகளும் உண்டு. பெப்ஸியைப் போல.

'தி ரைட் சாய்ஸ் பேபி'

'நத்திங் அஃபிஷியல் அபவுட் இட்'

'யங்கிஸ்தான்'

'ஓ யெஸ் அபி'

மேலே குறிப்பிட்டவை, பெப்சி கடந்த இருபத்து ஐந்து வருடங்களில் இந்தியாவில் உபயோகித்த பேஸ்லைன்களின் சில மட்டுமே. ஆனால் இதை வைத்துக்கொண்டு பேஸ்லைனை அடிக்கடி மாற்றலாம்போல் இருக்கிறது என்று நினைக்காதீர்கள். பெப்சி கோடிக்கணக்கில் விளம்பரத்துக்குச் செலவழிக்கும் ப்ராண்ட். அதோடு அது ஒரு இமேஜ் ப்ராண்ட். அவர்களுக்கு ஒர்க் அவுட் ஆகும். அவர்கள் செய்கிறார்கள் என்பதற்காக அடிக்கடி பேஸ்லைனை மாற்றுவது அவசியமில்லை.

மாற்றவேண்டும் என்பதற்காக பேஸ்லைனை மாற்றாதீர்கள். பேஸ்லைனுக்கு ஆயுசு என்று ஒன்றும் கிடையாது. நைக்கி 1987-ம் வருடம் முதல் ஒரே பேஸ்லைனைத்தான் உபயோகித்து வருகிறது. ரேமண்ட்டும் அவ்வண்ணமே. பேஸ்லைன் என்பது ப்ராண்டின் குரல். அதைப் பார்த்து, பராமரித்து, பக்குவமாகப் பாதுகாத்து வந்தால் சிரஞ்சீவியாகச் சஞ்சரிக்கலாம் என்றுதான் நான் சொல்வேன்.

'நான் ஒரு தரம் சொன்னா நூறு தரம் சொன்னா மாதிரி'!

கேரக்டர்கள்

'அமுல்' விளம்பரங்களில் வரும் ஒரு சின்னப் பெண்ணைப் பார்த்திருப்பர்கள். அதே போல் 'பூமர்' பபுள் கம் விளம்பரங்களிலும் நீல நிற சூப்பர்மேன் போன்ற ஓர் உருவத்தைப் பார்த்திருப்பீர்கள். இவ்வகை

உருவங்களுக்கு 'ப்ராண்ட் கேரக்டர்' என்று பெயர். ப்ராண்டுக்கு அழகையும், கலரையும், இமேஜையும் கொடுக்கும் தன்மை கொண்டவை இவை. வாடிக்கையாளர்களைக் கவர்ந்து, பார்க்க வைத்து, ப்ராண்டை நினைவு வைத்துக்கொள்ள உதவுவது ப்ராண்ட் கேரக்டர்.

ப்ராண்டின் பயனை உருவகப்படுத்த கேரக்டரை உபயோகிக்கலாம். 'ஏர் இந்தியா' பல காலமாக மஹாராஜா பொம்மையைத் தன் கேரக்டராக உபயோகித்து வந்தது. 'எங்கள் விமானத்தில் பயணித்தால் உங்களை மஹாராஜாபோல் பாவித்து மரியாதை செய்து உங்களை அன்போடு உபசரிப்போம்' என்று சொல்லாமல் சொல்லியது அந்த மஹாராஜா கேரக்டர்.

அதே போல் 'பில்ஸ்பரி' கோதுமை ப்ராண்ட் விளம்பரங்களில் கொழு கொழுவென்று வரும் ஒரு வெள்ளை நிற பொம்மையைப் பார்த்திருப்பீர்கள். அந்த கேரக்டருக்கு 'டோ பாய்' என்று பெயர். எங்கள் கோதுமையை உபயோகித்து சமைத்தால் சப்பாத்தியும் பூரியும் கும்மென்று உப்பி ஜம்மென்று இருக்கும் என்று சொல்லாமல் தன் உருவம் மூலம் சொல்கிறான் இந்த டோ பாய்!

கேரக்டரைப் பயன்படுத்தும்போது அந்த கேரக்டர் எல்லாருக்கும் புரியும்படி இருப்பது அவசியம். யார் மனத்தையும் புண்படுத்தாதபடி அமைவது முக்கியம். ப்ராண்ட் கேரக்டரை அடிக்கடி மாற்றக்கூடாது. அதேபோல் அந்த கேரக்டரை ப்ராண்டின் எல்லா விற்பனை மேம்பாட்டுச் செயல்களிலும் பயன்படுத்தவேண்டும்.

'மெக்டானல்ட்ஸ் உபயோகிக்கும் கேரக்டரைப் பார்த்திருப்பீர்கள். மஞ்சள், சிவப்பு ஆடை அணிந்துகொண்டு சர்க்கஸ் கோமாளிபோல் குழந்தைகளைக் கவரும் வண்ணம் இருக்கும் அந்த கேரக்டருக்கு 'ரொனால்ட் மெக்டானல்ட்' என்று பெயர் கொடுத்து எல்லாக் கடைகளிலும் விளம்பரங்களிலும் தவறாது உபயோகித்து வருகிறது மெக்டானல்ட்ஸ். இது இன்றல்ல, நேற்றல்ல, ஐம்பது வருடங்களாக. இங்கல்ல, அங்கல்ல, தாங்கள் இருக்கும் அனைத்து நாடுகளிலும். ஒன்றல்ல இரண்டல்ல. அவர்களின் 34,000 சொச்சம் கடைகளிலும்!

ப்ராண்ட் எலிமெண்ட்ஸின் சில முக்கிய அங்கங்களைப் புரிந்து கொண்டீர்களா? நாம் முன்பே பார்த்ததுபோல் எலிமெண்ட்ஸின் ஒவ்வோர் அங்கமும் ஒன்றை ஒன்று ஒத்து வருவதுபோல் வடிவமைக்க வேண்டும். அப்படிச் செய்யும்போது வெற்றியும் உங்களோடு ஒத்து வரும்!

பாகம் 4

ப்ராண்ட் வளர்ப்பு

ப்ராண்டிங் என்னும் செஸ் ஆட்டம் ஆடத் தேவையான காய்களைக் கண்டுகொண்டோம். அவற்றின் தன்மைகளைத் தெரிந்துகொண்டோம். செஸ் ஆட்டத்தின் விதிகளை அறிந்துகொண்டோம்.

காய்களைத் தெரிந்துகொண்டால் மட்டும் கடகடவென்று ஆடிவிட முடியுமா? ஆதார விதிகளை அறிந்துகொண்டால் மட்டும் அசால்ட்டாக ஜெயித்துவிட முடியுமா?

செஸ் ஆட்டத்தின் நுணுக்கங்களை, நூதனங்களை, நகாசுகளை, நயவஞ்சகங்களை நயமாக, நன்றாக, நிறைவாகத் தெரிந்துகொண்டால்தானே உத்திகளை வகுக்க முடியும்; காய்களை அவற்றுக்கேற்ப நகர்த்த முடியும்; எதிராளியை போர்டிலேயே வீழ்த்தி வெற்றிக் கொடி ஏற்ற முடியும்.

அதேபோல் உருவாக்கிய ப்ராண்டை வளர்க்க என்னென்ன செய்யவேண்டும், அதை எப்படிச் செய்யவேண்டும், எங்கு செய்யவேண்டும், எப்போது செய்யவேண்டும், ஏன் செய்யவேண்டும் என்பதை தெரிந்துகொண்டால்தான் மார்க்கெட் என்னும் செஸ் போர்டில் போட்டியாளர்களை வீழ்த்த முடியும். ப்ராண்டைப் பட்டொளி வீசிப் பறக்க வைக்க முடியும். பட்டையைக் கிளப்ப முடியும்!

வாருங்கள், பார்த்துவிடுவோம் ஒரு கை!

10

ப்ராண்டும் மார்க்கெட்டிங் மிக்ஸும்

பெற்றால் மட்டும் போதுமா? ப்ராண்டை உருவாக்கினால் மட்டும் முடிந்ததா? சுயம்புவாக எழுந்து வாடிக்கையாளர்களுக்குத் தன் விஸ்வரூப தரிசனத்தை கொடுக்க ப்ராண்ட் என்ன கடவுளா? நாம்தான் அதைப் பார்த்து வளர்க்கவேண்டும். போஷாக்கு அளிக்கவேண்டும். பேணிப் பாதுகாக்கவேண்டும்.

சிவகாசிப் பட்டாசைத் திரி கிள்ளி வைதால்தான் அது புஸ்ஸாகாமல் டமாரென்று வெடிக்கும். அதேபோல் ப்ராண்டைத் திறமையாகத் திரி கிள்ளி, நேக்காக நீவிவிட்டால்தான் மார்க்கெட்டில் அது படாரென்று வெடித்து பட்டையைக் கிளப்பும்.

ப்ராண்டை உருவாக்கிவிட்டோம். உயிர் கொடுத்துவிட்டோம். இனி ப்ராண்டைத் தூக்கி நிறுத்த நான்கு விஷயங்கள் வேண்டும்:

- என்ன விற்கவேண்டும்
- எந்த விலையில் விற்கவேண்டும்
- எங்கு விற்கவேண்டும்
- என்ன சொல்லி விற்கவேண்டும்.

மார்க்கெட்டிங்கில் இதை "4 Ps' என்று அழைப்பார்கள். அதாவது ப்ராடக்ட் (Product), ப்ரைஸ் (Price), ப்ளேஸ் (Place) மற்றும் ப்ரமோஷன் (Promotion). இதன் கலவைக்கு மார்க்கெட்டிங் மிக்ஸ் என்று பெயர். ப்ராண்டை வளர்க்கத் திறமையுடன் பிரயோகிக்க வேண்டிய இதற்கு 'மார்க்கெட்டிங் மிக்ஸ் ஸ்ட்ரேடஜி' என்று பெயர்.

மார்க்கெட்டிங் செயல்கள் அனைத்துக்கும் பிரதானம் ப்ராண்ட். அந்த ப்ராண்டை வடிவமைத்துவிட்டுத்தான் மார்க்கெட்டிங் செயல்கள் எதையுமே செய்யவேண்டும். மார்க்கெட்டிங்கின் ஒவ்வோர் அசைவையும், அங்கத்தையும், அடியையும் நிர்ணயிப்பது ப்ராண்டை நாம் வடிவமைத்த விதம். மார்கெட்டிங் செயல்களைப் புரியும்போது நம்மை

வழி நடத்திச் செல்லப்போவதும் ப்ராண்டை நாம் வடிவமைத்த விதம்தான்.

ப்ராண்டை வடிவமைத்த விதம் நமக்குத் தெரியும். ப்ராண்டின் தன்மைகள் என்னென்ன என்பது நமக்குத் தெரியும். ப்ராண்டின் ஆதாரப் பயன்கள் எவை என்பது நமக்குத் தெரியும்.

ஆனால், இவை எல்லாம் இதுவரை நமக்கு மட்டுமே தெரியும்!

இவற்றை வாடிக்கையாளர் அல்லவா அழகாக அறிந்துகொள்ள வேண்டும். ப்ராண்டை வாங்கி உபயோகிப்பவர் அல்லவா தெளிவாகத் தெரிந்துகொள்ளவேண்டும். அதற்காக ஒவ்வொரு வாடிக்கையாளரிடமும் போய் நம் ப்ராண்டைப் பற்றி நாமே சொல்லிக்கொண்டிருக்க முடியுமா? இல்லை, நாம் விற்கிறோம் என்பதற்காக வாடிக்கையாளர் தான் நம்மைத் தேடி வந்து கேட்டு நம் ப்ராண்டை வாங்குவாரா?

நாம் வரையறுத்த ப்ராண்டின் தன்மைகளை உலகுக்குப் பறை சாற்றத்தான் மார்க்கெட்டிங் மிக்ஸ். நாம் ஃபிக்ஸ் செய்த ஃபீச்சர்களைத் தெளிவாக மற்றவர் தெரிந்துகொள்ளத்தான் மார்க்கெட்டிங் மிக்ஸ். அதனாலேயே ப்ராண்டின் தன்மைகளை வடிவமைத்துவிட்டு அதற்கேற்ப, அதைப் பிரதிபலிக்க, அதைப் பறைசாற்ற மார்க்கெட்டிங் மிக்ஸின் ஒவ்வோர் அங்கத்தையும் வடிவமைக்கவேண்டும்.

சுருக்கமாகச் சொன்னால், ப்ராடக்ட், ப்ரைஸ், ப்ளேஸ், ப்ரமோஷன் என்ற இந்த நான்கையும் உருவாக்கி, உத்திகளால் உணர்வு கூட்டி, மார்க்கெட்டில் உலவவிட நமக்கு உதவி செய்யும் கைட்தான் நாம் வடித்திருக்கும் ப்ராண்ட்.

ப்ராடக்ட் ஸ்ட்ரேடஜி

என்னதான் ப்ராண்ட் என்றாலும் அது முதலில் ஒரு பொருள்தானே? ‘பாராசூட்’ என்று பெயர் வைத்தாலும் அது முதலில் தேங்காய் எண்ணெய்தானே. ‘ஆவின்’ என்று பெயர் வைத்தாலும் அதன் ஆதியும் அந்தமும் பால்தானே. ‘ஓரல்-பீ’ என்று பெயர் வைத்துவிட்டதால் மட்டும் அது டூத்பிரஷ் இல்லை என்று ஆகிவிடுமா என்ன?

ப்ராண்டை வடிவமைத்ததற்கு ஏற்பப் பொருளைத் தயாரிக்கவேண்டும். தயாரிக்கப்படும் பொருளின் தன்மைகள், ஃபீச்சர்கள், பயன்கள் அனைத்தும் வடிவமைக்கப்பட்ட ப்ராண்டின் தன்மைகளுக்கு ஏற்ப இருக்கவேண்டும்.

பொருள் தயாரிப்பில் இன்றியமையாதது பொருளைப் பற்றிய தரத் தோற்றம். அதாவது perceived quality. தரத் தோற்றம் என்பது

பொருளின் தரம் அல்ல. வாடிக்கையாளர்கள் பொருளின் தரத்தைப் பற்றி என்ன நினைக்கிறார்கள் என்பது. இந்த இரண்டுக்கும் உள்ள வித்தியாசத்தை உணர்ந்துகொள்ளுங்கள். எந்த ஒரு பொருளுக்கும் பிரமாதமான தரம் இருக்கவேண்டியது அவசியம். ஆனால் அது தரமானது என்று வாடிக்கையாளர்களை உணரவைக்கும்படிப் பொருளை தயாரிப்பது அதைவிட அவசியம்.

உதாரணத்திற்கு 'க்ரண்டிக்' என்ற பெயரைக் கேள்விப்பட்டிருக் கிறீர்களா?

'அப்படி என்னை யாரும் திட்டியதில்லையே' என்று வேண்டுமானால் உங்களுக்குத் தோன்றும். அருமையான தரத்துடன் கூடிய அமர்க்கள மான ஜெர்மன் ப்ராண்ட் டீவி. ஐரோப்பாவில் சக்கைப்போடு போட்ட டீவி, நம்மூரில் வெற்றிகரமான தோல்வியை ஆரத் தழுவிக் கொண்டது. ஐரோப்பாவில் தரத்துக்குப் பெயர் போன டீவியின் பெயர் இங்கு அடியோடு போனதற்கு என்ன காரணம்?

க்ரண்டிக்கின் தரத்தை வாடிக்கையாளர்கள் உணரவில்லை. அவர்கள் உணர வைக்கப்படவில்லை என்றுதான் சொல்லவேண்டும். வாங்கிப் பார்த்தா உணர முடியும் டீவியை? உணர்ந்தால்தானே வாங்கவே முடியும்? வாடிக்கையாளர்களை அப்படி உணர வைக்காமல் போனதால் க்ரண்டிக், யாரும் அண்டாமல் அனாதையாகி சொந்த ஊருக்கு ரிடர்ன் டிக்கெட் எடுக்கவேண்டி வந்தது.

தரமான பொருளைத் தயாரிப்பது ஒருபுறம். அந்தத் தரத்தை வாடிக்கையாளர் உணரச் செய்வதும் மார்க்கெட்டரின் பொறுப்பே. இதை எப்படிச் செய்வது? வாடிக்கையாளர் பொருளின் தரத்தை எப்படி எடை போடுகிறார் என்று தெரிந்துகொள்ளவேண்டும். அதற்கு ஏற்ப நம் தரத்தை அவருக்குக் கோடிட்டுக் காட்டவேண்டும்.

தேங்காய் வாங்கும்போது அதைக் காதருகில் குலுக்கி இளநீர் சத்தம் கேட்கிறதா என்று பார்த்து வாங்குகிறோம் அல்லவா. அதாவது தேங்காய்க்குள் தண்ணீர் சத்தம் கேட்பதுதான் நம்மை பொருத்தவரை அதன் தரத்தை நிர்ணயிக்கும் விதம். அதனாலேயே கடைக்காரர்கள் தேங்காயை நம்முன் ஆட்டிக் கொடுக்கிறார்கள்.

லாரி ட்ரைவர்கள் டயர் வாங்கும்போது டயரின் தரத்தை நிர்ணயிக்க அதைக் காலால் உதைத்துப் பார்ப்பார்கள். திண்ணென்று இருந்தால் டயர் நல்ல தரமானது என்பது ட்ரைவர்களின் நம்பிக்கை. அதனா லேயே டயர் கம்பெனிகள் டயர்களை திண்ணென்று இருக்கும்படித் தயாரிக்கிறார்கள்.

பொதுவாகவே வாடிக்கையாளர்களுக்குப் பொருளின் தரத்தை எப்படி நிர்ணயிப்பது என்று தெரிவதில்லை. குத்துமதிப்பாக, குருட்டாம் போக்கில் எங்கேயோ கேட்டதை வைத்துத்தான் தரத்தை நிர்ணயிக் கிறார்கள். அதனால்தான் அதற்குத் தரத் தோற்றம் என்று பெயர். அதற்கேற்பப் பொருட்களைத் தயாரிக்கும்போது வாடிக்கையாளர் களுக்கு நம் பொருள் தரமுடையதாகத் தெரியும்.

சட்டை வாங்குபவர்கள் அதன் கலரையும் டிசைனையும் மட்டும் பார்த்து வாங்குவதில்லை. ஏன், எதற்கு என்று தெரியாமல் சட்டையைத் தடவிப் பார்க்கிறார்கள். இதுதான் அவர்கள் தரத்தை நிர்ணயிக்கும் முறை என்றால் சட்டை தயாரிப்பவர்கள் கலர் மற்றும் டிசைனோடு சட்டையைத் தடவினால் மிருதுவாக, மென்மையாக இருக்கும்படி உருவாக்கிவிட்டால் 'தடவல் டெஸ்ட்டில்' பாஸ் செய்துவிடலாமே. சட்டையை விற்று பார்சல் செய்துவிடலாமே!

ப்ராடக்ட் ஸ்ட்ரேடஜியின் மற்றுமொரு முக்கிய அம்சம் பேக்கேஜிங். பலர் இதை அலட்சியமாக எடுத்துக்கொள்கிறார்கள். பேக்கேஜிங்கில் புதுமைகளைப் புகுத்தி அது வாடிக்கையாளர்களுக்கும் பயன் தரும் விதத்தில் அமைந்தால் போட்டியாளர்களைப் பாண்டியாடலாம். பாத்ரூமிலும் கூட!

பாத்ரூம் க்ளீனர்களில் நம்பர் ஒன் ப்ராண்ட் 'ஹார்பிக்'. அதன் பேக்கேஜிங்தான் அதன் வெற்றிக்கு மூலகாரணம் என்பது ஹார்பிக்கைப் பார்த்தவர்களுக்குப் புரியும். அதை வைத்து பாத்ரூமை அலம்பியவர் களுக்குத் தெரியும்.

பாத்ரூமை அலம்ப ஏதுவான பேக்கேஜிங் வடிவம் கொண்டது ஹார்பிக். வளைந்து, குனிந்து கஷ்டப்படாமல் பேக்கைத் திருப்பிப் பிடித்து ஈசியாக பாத்ரூமின் 'அந்த இடத்தின்' மூளை முடுக்கெல்லாம் கூட திரவத்தைப் பீய்ச்சி அடிக்கும் வசதி கொண்டது ஹார்பிக். அதனாலயே பெண்களின் ஏகோபித்த சாய்ஸ் ஹார்பிக்.

ப்ராண்டின் குணங்களைத் தெளிவாக வடிவமைத்துவிட்டால் அதற்கேற்ப பொருளில் புதுமைகளைப் புகுத்திக்கொண்டே போகலாம். மார்க்கெட்டில் வெற்றியைப் பறித்துக்கொண்டே போகலாம்.

ப்ரைசிங் ஸ்ட்ரேடஜி

மார்க்கெட்டிங் மிக்ஸில் உள்ள நான்கு 'P'க்களில் வருவாய் ஈட்டித் தரும் ஒரே 'P' ப்ரைஸ். ப்ராடக்டைத் தயாரிக்க செலவு ஆகும். அதை விநியோகிக்க செலவு ஆகும். அதன் பெருமைகளை விளம்பரம் செய்ய அதைவிடச் செலவு ஆகும். அப்படிப் பார்க்கும்போது ப்ரைஸ்

மட்டுமே, 'வருவாய், என்னிடம் கொஞ்சம் வருவாய்' என்று அழைக்கிறது!

ப்ரைஸ் அமானுஷ்ய அர்த்தங்கள் கொண்ட ஒரு காம்ப்ளெக்ஸ் சைக்கலாஜிகல் சமாசாரம். ப்ராண்ட் பற்றி வாடிக்கையாளரின் எண்ணங்களைப் பாதிக்கும் சக்தி கொண்டது. பொதுவாகவே எந்தப் பொருள்பிரிவில் உள்ள ப்ராண்டுகளையும் வாடிக்கையாளர்கள் அதன் விலையைக் கொண்டு க்ரூப் செய்கிறார்கள். இதைப் பல பொருள் பிரிவுகளில் பரவலாகப் பார்க்கலாம்.

சலவை சோப்பு பொருள்பிரிவை எடுத்துக்கொள்வோம். விலையைக் கொண்டு அதில் உள்ள ப்ராண்டுகளை ஐந்து பிரிவுகளாக வாடிக்கை யாளர்கள் பிரிக்கிறார்கள். முதல் படியில் 'சேலஞ்ச்', 'பவர்', 'பொன் வண்டு' போன்ற ப்ராண்டுகளைப் பார்க்கலாம். இவை விலை குறை வானவை என்பதால் இவற்றை 'மாஸ்' ப்ராண்டுகள் என்கிறார்கள்.

அடுத்த படியில் 'நிர்மா', 'வீல்' போன்றவை. இவற்றின் விலைகளும் குறைவே. ஆனால் முதல் படியில் உள்ள ப்ராண்டுகளைவிடச் சற்றே அதிகம். இந்த க்ரூப்புக்கு 'பாப்புலர்' என்று பெயரிட்டிருக்கிறார்கள். இதற்கு ஒரு படிமேல் 'ரின்', 'டைட்' வகையறா. இந்த க்ரூப்புக்கு 'எகானமி' என்று பெயர்.

அதன்மேல் 'சர்ஃப்', 'ஏரியல்', 'ஹெங்கல்' போன்ற ப்ராண்டுகள். இவற்றை 'ப்ரீமியம்' க்ரூப் என்கிறார்கள்.

சமீபகாலமாக இதற்கு மேலேயும் ஒரு படி முளைத்திருக்கிறது. சூப்பர் ப்ரீமியம் கேடகரி என்று கூறப்படும் இந்த க்ரூப்பில் விலை கூடுதலான 'சர்ஃப் எக்ஸெல்' போன்றவை அறிமுகப்படுத்தப்பட்டுள்ளன.

வாடிக்கையாளர் மனத்தில் ப்ராண்டின் தரம் பற்றிய எண்ணத்தை விதைக்க விலை உதவுகிறது. விதவிதமாக மினரல் வாட்டர் ப்ராண்டுகள் உள்ளன என்றாலும் வாடிக்கையாளர்களிடம் சிறந்த ப்ராண்ட் எது என்று கேட்டால் பலரும் ஒருமித்த குரலில் 'அக்வா ஃபீனா' என்பார்கள்.

மினரல் வாட்டரில் சிறந்தது, சிறக்காதது என்று என்ன பெரிதாக இருந்து தொலைக்கப் போகிறது? அப்படியே இருந்தாலும் வாடிக்கையாளர் களால் எப்படி அதைப் பரிசோதித்துப் பார்க்க முடியும்? அப்படி என்றால் எதை வைத்து அக்வா ஃபீனாதான் தரத்தில் சிறந்தது என்று கூறுகிறார்கள்?

வேறு எதை வைத்து? எல்லாம் அதன் விலையை வைத்துத்தான். மற்ற மினரல் வாட்டர் ப்ராண்டுகள் பதினைந்து ரூபாய்க்கும், பதினெட்டு ரூபாய்க்கும் விற்றுக் கொண்டிருக்க அக்வா ஃபீனா விலை இருபது

ரூபாய். மற்ற சில காரணங்களோடு அதன் விலையும் அதிகம் இருப்பதால்தான் அக்வா ஃபீனா சிறந்ததாகத் தெரிகிறது.

விலை என்பது ப்ராண்ட் பற்றிய எண்ணங்களைப் பாதிக்கும் தன்மை கொண்டதால் இதைக் கவனத்துடன் கையாளவேண்டும். ப்ராண்டின் விற்பனையைக் கூட்ட பலர் 'விலைக் குறைப்பு' என்னும் குறுக்கு வழியைப் பல நேரங்களில் நாடுகின்றனர். 'ஐந்து ரூபாய் தள்ளுபடி', 'சிறப்புச் சலுகை விலை', 'குறைந்த கால விலைக் குறைப்பு' என்று வாடிக்கையாளர்களைக் கெஞ்சிக் கூத்தாடி, கூப்பாடு போட்டு 'அம்மா தாயே பெரிய மனசு பண்ணி என் ப்ராண்டை வாங்கி தர்மம் பண்ணுங்கம்மா' என்று கூறுவது. கூறுவதென்ன கூறுவது. கிட்டத் தட்ட பிச்சை எடுப்பது!

இவை போன்றவை ப்ராண்டுக்கு ஓரளவுக்குப் பயன் தருவதுபோல் தெரியலாம். ஆனால் இவை ப்ராண்டை சலுகைகளுக்கு அடிமையாக்கி விடும் அபாயம் உண்டு. சலுகை இல்லை என்றால் ப்ராண்ட் விற்பனை சடாரென்று குறைந்துவிடும் சங்கடம் உண்டு. காலப் போக்கில் இவை ப்ராண்டையே ஒழித்துவிடுவதும் உண்டு.

'அகாய்' என்கிற ப்ராண்டை ஞாபகம் இருக்கிறதா? சதா சர்வகாலமும் ஆஃபர்கள், சலுகைகள், விலைக் குறைப்பு கொடுத்தே பழக்கப்பட்ட ப்ராண்ட். 'பெரிய டீவி வாங்கினால் சின்ன டீவி ஃப்ரீ', 'விசிடி ப்ளேயர் வாங்கினால் 10 கேசட் ஃப்ரீ' என்று சதா சலுகை அளித்தே காலம் தள்ளிய ப்ராண்ட் இன்று காலமாகிவிட்டது.

அடிக்கடி விலைக் குறைப்பு செய்து விலையை மட்டும் சீப்பாக்காமல் ப்ராண்டே சீப்தான் என்று வாடிக்கையாளர்களை என்ண வைத்தது அகாய். பயன்களைச் சொல்லி விற்காமல் சலுகை கொடுத்தே விற்க முற்பட்டபோது வாடிக்கையாளர்களுக்கு அதன் தரத்தின்மீதே சந்தேகம் வந்துவிட்டது. அந்தச் சந்தேகம் வளர்ந்து நாளடைவில் அந்த ப்ராண்டையே ஒதுக்கும்படிச் செய்துவிட்டது. அகாய் சொக்காய் இழந்து கொஞ்சம் கொஞ்சமாய் சிக்காய் போய் செத்தும் போனது!

விலை குறைப்பு வைபவங்களை நடத்தாமல் விலையைக் குறைத்து அதையே பொசிஷனிங்காக அமைத்து ப்ராண்டை வளர்க்கலாம். 'சரவணா ஸ்டோர்ஸ்' சக்கைப்போடு போடுவது இந்த உத்தியை அமைத்துத்தான்.

இதோடு இன்னொரு டெக்னிக்கையும் சில ப்ராண்டுகள் சேர்த்துச் செய்கின்றன. 'தினம் குறைவான விலை'. பிஅண்ட்ஜி அமெரிக்காவில் அறிமுகப்படுத்திய ப்ரைசிங் உத்தி இது. இதற்கு Every day low pricing என்று பெயர். இதை நம்மூர் கம்பெனிகள் சில சிறப்பாகச் செய்து வருகின்றன.

அதில் ஒன்று 'பிக் பஜார்'. குறைந்த விலை என்று பொசிஷனிங் செய்யப்பட்ட இந்த ப்ராண்ட் சுதந்திர தினம், குடியரசு தினம் போன்ற லீவு நாட்களில் 'மிகக்குறைந்த விலை நாட்கள்' என்று அந்த நாட்களில் ஸ்பெஷல் சலுகைகள், ஃப்ரீ கிஃப்டுகள் என்று அமர்க்களப்படுத்துகிறது. அதன் ஆண்டு வருவாயில் 40% வரை இந்த நாட்களில் மட்டுமே கிடைக்கின்றன இந்த ப்ராண்டுகளுக்கு.

ப்ளேஸ் ஸ்ட்ரேடஜி

ப்ராண்டை வடிவமைத்தபடி பொருளைத் தயாரித்தோம்; அதற்கு விலையை நிர்ணயித்தோம், அடுத்து அதை வாடிக்கையாளர்களிடம் கொண்டு சேர்க்கும் வேலை. பொருளின் 'விநியோகம்'. மார்க்கெட்டிங் மிக்ஸில் ப்ளேஸ் என்று குறிப்பிடுவது.

பொருளைத் தயாரித்தோம், அதை ஏதோ கடைகளில் விற்றோம் என்று இருந்துவிட முடியாது. இருந்துவிடவும் கூடாது. ப்ராண்டின் தன்மைக்கு ஏற்ப சேனல் உத்தியை வகுப்பது அவசியம். மார்க்கெட்டர் தேர்ந்தெடுக்கும் சேனல் அமைப்பு மார்க்கெட்டிங் மிக்ஸையும் மார்க்கெட்டிங் உத்திகளையும் பாதிக்கும் தன்மை கொண்டவை.

'ரோலெக்ஸ்' வாட்சை ஊரெங்கும் கடை பரப்பி விற்க முடியுமா? அப்படிச் செய்தால் அந்த ப்ராண்ட் விற்காது என்பதை விடுங்கள். பல லட்சங்கள் பெருமான வாட்சுகளை பட்டிதட்டி எங்கும் வைத்தால் அந்த வாட்சுகளை வாடிக்கையாளர்கள் சீப்பாக எண்ண மாட்டார்களா? பந்தாவுக்கு வாங்கும் ரோலெக்ஸ்ஸை பிறகு இந்தா என்று யாராவது ஓசியில் கொடுத்தால்கூட 'லந்தா?' என்று கேட்க மாட்டார்களா?

அதற்காக 'ஸொனாட்டா' வாட்சை தேர்ந்தெடுத்த சில கடைகளில் மட்டுமே வைத்து விற்க முயன்றாலும் தோல்விதான். விலை குறை வான ஸொனாட்டா வாட்சுகளை பட்டிதொட்டி எங்கும் கிடைத்த கடையில் வைத்து விற்கவேண்டும். அப்போதுதான் கோடி வீதியிலுள்ள கடைசி வாடிக்கையாளரும் அதை வாங்குவது எளிதாகும்.

சரியான விநியோகத்துக்குத் தேவை டிஸ்ட்ரிப்யூஷன் சேனல்கள், இது ஒரு அமைப்பு; ஒரு நெட்வர்க். ப்ராண்டைத் தயாரிப்பவர் ஒருபுறம், வாடிக்கையாளர் மறுபுறம். இவர்களை இணைத்து ப்ராண்டை ஒருவரிடமிருந்து எளிதாக, விரைவாக, குறைந்த செலவில் மற்றவருக்கு எடுத்துச் செல்லும் பாலம்.

மாறி வரும் மார்க்கெடிங் உலகில் பெருகி வரும் சந்தைப் போட்டி களுக்கு ஏற்பப் பல புதிய விநியோக முறைகள் முளைத்த வண்ணம் உள்ளன. மார்க்கெட்டர்கள் இவற்றிலிருந்து தங்கள் ப்ராண்டுக்கு ஏற்ப,

தங்கள் தேவைக்கு ஏற்ப, தங்கள் வசதிக்கு ஏற்பத் தோதான விநியோக முறையைத் தேர்ந்தெடுக்கவேண்டும்.

சில சமயங்களில் தயாரிப்பாளரே வாடிக்கையாளர்களிடம் நேரடியாகப் பொருள்களை விற்க முனைவார்கள். இதற்கு டைரக்ட் மார்க்கெட்டிங் என்று பெயர். வீடு வீடாகச் சென்று விற்பது, தபால் மூலமாக, இண்டெர்நெட் மூலமாக விற்பது, டெலிஷாப்பிங் மூலமாக விற்பது போன்றவை எல்லாமே இந்த ரகம்தான். 'டப்பர்வேர்', 'யுரேகா ஃபோர்ப்ஸ்' போன்ற கம்பெனிகள் தேர்ந்தெடுத்திருப்பது இந்த முறையை.

இதற்கு நேர் எதிர்முறை இன்டைரக்ட் சேனல்கள். ப்ரோக்கர், மொத்த விற்பனையாளர்கள், சில்லறை வியாபாரிகள், டிபார்ட்மெண்ட் ஸ்டோர்கள் மூலம் ப்ராண்டுகளை விற்பது. இந்தியாவில் பெரும் பாலான கம்பெனிகள் உபயோகிப்பது இந்த அமைப்பை.

போட்டி நிறைந்த பிசினஸ் யுகத்தில் விநியோக முறையில் வாடிக்கை யாளருக்கு ஒருங்கிணைந்த ஷாப்பிங் அனுபவத்தை (Integrated shopping experiences) கொடுப்பது அவசியமாகிறது. கடைகளில் விற்பதோடு நில்லாமல் இண்டெர்நெட் மூலமாகவும், முடிந்தால் சொந்த ஷோரூம்கள் மூலமாகவும் ப்ராண்டை விற்கவேண்டிய கட்டாயத்தில் பிசினெஸ் இருக்கிறது.

ப்ராண்ட் கவரேஜைப் பெருக்க முனையும்போது ஏற்கெனவே இருக்கும் கடைக்காரர்களுக்குக் கோபம் வரலாம். அவர்களுடைய வயிற்றெரிச்சலைக் கொட்டிக்கொள்ள நேரலாம். ப்ராண்டின் நலம் கருதி அவர்களைத் தாஜா செய்து விற்பதில்தான் சேல்ஸ் டீமின் சாதுர்யம் அடங்கியிருக்கிறது.

பொதுவாகவே இப்போது கடைக்காரர்களின் பலம் கூடி வருகிறது. இந்த ப்ராண்டைத்தான் வாங்கி விற்பேன், இதை வாங்கமாட்டேன், இந்த ப்ராண்டைத்தான் முன்னிறுத்துவேன், இதை ஓரமாய்த்தான் வைப்பேன், இத்தனை கமிஷன் கொடு, இத்தனை கொடுத்தால்தான் ப்ராண்டை வாங்குவேன் என்று இவர்கள் அலப்பறை அக்கிரமத்துக்கு அதிகமாகி வருகிறது.

இவர்களைப் பகைத்துக்கொண்டால் நம் ப்ராண்டை மொத்தமாகப் புறக்கணிப்பார்கள். மொத்தமாக இல்லாமல் சில்லறையாகப் பகைத்துக் கொண்டாலும் நம் ப்ராண்டுக்கு நஷ்டம். இவர்கள் சில்மிஷத்தால் நமக்குக் கஷ்டம்.

அதனாலேயே மார்க்கெட்டர்கள் ப்ராண்டின் பலத்தைக் கூட்டும் செயல் களைப் புரிவது அவசியமாகிறது. வாடிக்கையாளர் தேவை அறிந்து

ப்ராண்டை உருவாக்கி, அதற்குத் தெளிவான பொசிஷினிங் கொடுத்து, திறமையாக ப்ராண்ட் எலிமெண்ட்ஸை வடிவமைத்து அதைத் திறனுடன் வாடிக்கையாளருக்கு அளிக்கும்போதுதான் அவர்களுடைய கவனத்தைக் கவர முடிகிறது. கடைக்கு வந்து கேட்டு வாங்கச் செய்கிறது. ப்ராண்டை வாங்க மாட்டேன் என்று அழிச்சாட்டியம் செய்யும் கடைக்காரர்கள் வேறு வழியில்லாமல், வாடிக்கையாளர் களை இழக்க மனமில்லாமல் வேண்டா வெறுப்பாகவாவது நம் ப்ராண்டை அவர்கள் கடைகளில் வாங்கி வைப்பார்கள்.

விநியோக விஷயத்தில் வளர்ந்துவரும் ஒரு புது உத்தி கோஆபரேட்டிவ் விளம்பரங்கள் (Cooperative advertising). ஒரு ப்ராண்டை விற்கும் கடை தன்னையும் ப்ராண்டையும் சேர்த்துச் செய்யும் விளம்பரச் செலவை அந்தக் கடையும் ப்ராண்டும் சேர்ந்து பிரித்துக்கொள்வது.

காது கேட்காதவர்களுக்கான கருவிகளைத் தமிழகம் முழுவதும் கடை பரப்பி விற்று வருகிறது 'சவுண்ட்ஸ் குட் ஹியரிங் கேர்' என்னும் நிறுவனம். அவர்கள் பன்னாட்டு கம்பெனிகளின் கருவிகளை விற்று வருகிறார்கள். அதில் ஒன்று 'சீமென்ஸ்' என்னும் கம்பெனியின் தயாரிப்புகள். சவுன்ட்ஸ் குட் செய்யும் விளம்பரங்களில் சீமென்ஸ் பொருட்கள் பிரதானமாகக் காட்டப்படுகின்றன. அதனால் சீமென்ஸ் நிறுவனம், சவுண்ட்ஸ் குட் கம்பெனியின் விளம்பரச் செலவின் ஒரு பகுதியை ஏற்றுக்கொள்கிறது. இவ்வகை விளம்பரங்களால் இரண்டு கம்பெனிகளுமே பயன் அடைகின்றன என்பதால் இரண்டு கம்பெனி களும் செலவைப் பங்கிட்டுக்கொள்கின்றன.

அதேபோல் வளர்ந்துவரும் இன்னொரு புதிய விஷயம் கம்பெனிகளின் பிரத்யேக ஷோரூம்கள். 'டைட்டன்', 'ரேமண்ட்', 'சாம்சங்', 'சோனி' போன்ற கம்பெனிகள் தங்கள் ப்ராண்டுகளைப் பறைசாற்ற தனிக் கடைகளைத் திறப்பதைப் பார்த்திருப்பீர்கள். இந்த ட்ரெண்டை பல ப்ராண்டுகள் பயன்படுத்த ஆரம்பித்துவிட்டார்கள். 'பொம்மீஸ் நைட்டீஸ்' முதல் 'ஹட்சன்' பால் பொருட்கள்வரை கம்பெனிகள் தங்கள் பிரத்யேக ஷோரூம்களைத் திறப்பது ஒரு வாடிக்கையாகிவிட்டது.

விதவிதமான தங்கள் ப்ராண்டுகளை மற்ற கடைகளில் இடநெருக்கடி காரணத்தால் கம்பெனிகளால் வைக்க முடிவதில்லை. அதனால் தங்கள் பிரத்யேக ஷோரூம்கள் மூலம் தங்கள் எல்லா ப்ராண்டுகளையும் அடுக்கி வைத்து வாடிக்கையாளருக்கு டிஸ்ப்ளே செய்ய இந்த 'கம்பெனி ஓண்ட் ஷோரூம்கள்' (Company-owned Showrooms) பயன் தருகின்றன. அதோடு தங்கள் ப்ராண்டுகளைப் பற்றி வாடிக்கையாளர் களுக்குத் தெளிவாக எடுத்துக் கூறவும், டெமான்ஸ்ட்ரேட் செய்து காட்டவும் முடிகிறது.

விநியோகத்தில் புதுமைகளைப் புகுத்தவேண்டிய கட்டாயத்தில் ப்ராண்டுகள் உள்ளன. அப்படிப்பட்ட இன்னொரு புதுமைதான் 'ஷாப் இன் ஷாப்' கான்செப்ட். பிரபலமான ஒரு பெரிய கடையின் சிறிய பகுதியை வாடகைக்கு எடுத்து நம் ப்ராண்டுகளை அதில் டிஸ்ப்ளே செய்து நம் கம்பெனி ஆட்களை வைத்து விற்கும் முறை இது. காஸ்மெட்டிக்ஸ், பெர்ஃப்யூம்ஸ் போன்ற பொருட்களை விற்கும் கம்பெனிகள் இதை ஆரம்பித்து வைத்தார்கள். 'லைஃப்ஸ்டைல்', 'க்ளோபஸ்' போன்ற பெரிய கடைகளில் இது போன்ற ஷாப் இன் ஷாப்களை அதிகம் பார்க்கலாம்.

ஏற்கெனவே பிரபலமான கடை என்பதால் கூட்டத்துக்குப் பஞ்சம் இருக்காது. அப்பேர்ப்பட்ட கடையில் வாடிக்கையாளரை இழுக்கும் விளம்பரச் செலவுகள் நமக்கு இருக்காது. அதோடு நம் ப்ராண்டுகளை நம் விற்பனைப் பிரதிநிதிகளைக் கொண்டு விவரமாக விளக்கவும் ஷாப் இன் ஷாப்புகள் பயன்படும்.

விநியோக முறையில் பிரபலமடைந்துவரும் இன்னொரு சமாசாரம் இண்டர்னெட் விற்பனை. இதை 'ஈடெயிலிங்' என்கிறார்கள். உட்கார நேரமில்லாமல் ஓடவேண்டிய அவசர உலகில், பாழாய்ப்போன ட்ராஃபிக்கில் நாக்கு பிதுங்கி, நாயாய் அலைந்து, கூட்ட நெரிசலில் சிக்கி, நாலு கடை ஏறி, ப்ராண்டுகளை செலக்ட் செய்து வாங்கி வீட்டுக்கு வருவதற்குள் போதும் போதும் என்றாகிவிடுகிறது. ஏன்டா வாங்கினோம் என்று வெறுப்பே வந்துவிடுகிறது.

இதைவிட வீட்டிலோ, அலுவலகத்திலோ அமர்ந்துகொண்டு வேலைக்கு இடையே டைம் கிடைக்கும் கேப்பில் லேப்டாப்பில் தட்டி விதவிதமான வெப்சைட்டுகளுக்குச் சென்று தேவைப்பட்ட ப்ராண்டை, தோதான விலையில் வாங்க வாடிக்கையாளர்கள் கொஞ்சம் கொஞ்சமாகப் பழகி வருகின்றனர். வெறும் புத்தகங்கள், சீடீ, ரயில் டிக்கெட் என்று திருவாரூர் தேர் போல் மெதுவாக ஆரம்பித்து, அதன்பின் பாசஞ்சர் ரயில் கணக்காகப் பிரயாணித்துக் கொண்டிருந்த ஈடெயிலிங் இன்று 'ஸ்ரீஹரிகோட்டா' ராக்கெட் போல் பறந்து பின்னி பெடலெடுக்கிறது. துணிமணிகள், எலக்ட்ரானிக்ஸ் பொருட்கள், செல்ஃபோன்கள், மளிகை சாமான்கள் என்று வளர்ந்து இன்று வருடத்துக்கு ஆறாயிரம் கோடி ரூபாய்க்கும் அதிகமாகக் கல்லா கட்டுகிறது.

போகிற போக்கைப் பார்த்தால் ஈடெயிலிங் இன்னும்கூட வளர்ந்து கடைகளிலிருந்து வாடிக்கையாளர்களை மொத்தமாக வளைத்து இழுத்து அவற்றை ஈ மொய்க்கும் டெயிலிங் ஆக்கினாலும் ஆச்சரியப் படுவதற்கில்லை!

லேப்டாப்பைக் கொண்டு வாங்குவதை விடுங்கள். ஸ்மார்ட் ஃபோன்களும், 3ஜி மற்றும் 4ஜி சேவை வந்தாலும் வந்தது, இன்று செல்ஃபோன் கொண்டே சேல் நடக்கிறது. மொபைல் மூலம் மார்க் கெட்டிங் நடக்கிறது. அலைபேசி மூலமே அமர்க்களமாக வியாபாரம் நடக்கிறது. 'ஃப்ளிப்கார்ட்' என்ற ஈடெயிலிங் கம்பெனியின் விற்பனையில் சரி பாதி ஸ்மார்ட்ஃபோன் மூலமே நடக்கிறது.

இனி ஆயுத பூஜையன்று ஈடெயிலிங் கம்பெனிகள் செல் ஃபோனுக்கும் சேர்த்துப் பொட்டிட்டுப் பூ வைத்து பூஜை செய்யப் போகிறார்கள்!

முதல் காரியமாக உங்கள் ப்ராண்டை ஈடெயிலிங் மூலம் எப்படி விற்பது என்று ஆராயத் தொடங்குங்கள். ஆனது ஆகட்டும் என்று ஆன்லைன் மூலம், அலைபேசி மூலம் விற்க முடியுமா என்று விவரமாக விசாரிக்கத் தொடங்குங்கள்.

விநியோக முறைகள் பலவகை. ஒவ்வொன்றும் ஒரு ரகம். ஒவ்வொன்றுக்கும் ஒரு குணம். ப்ராண்டின் தன்மைக்கேற்ற விநியோக முறையைத் தேர்ந்தெடுக்கவேண்டும். அதே சமயம் கம்பெனியின் பொருளாதார வசதியையும் கணக்கில் எடுத்துக்கொள்ள வேண்டும். சிறிய கம்பெனியாக இருக்கும் பட்சத்தில் ஊரெங்கும் பிரத்யேகமாகக் கடை திறந்து ப்ராண்டை விற்பது நடக்காத காரியமாகியிருக்கும். அப்பேர்ப்பட்ட கம்பெனிகள் ஷாப் இன் ஷாப் கடைகளைத் திறந்து விற்றால் பயன் இருக்குமே.

ஒரு காலத்தில் விநியோக முறை என்பது வாடிக்கையாளர்களுக்கு ப்ராண்டுகளை எடுத்துச்செல்லும் வேலையை மட்டுமே செய்து வந்தது. ஆனால் பெருகி வரும் போட்டியாளர்கள், மாறி வரும் மார்க்கெட் சூழ்நிலை, விவரமாகி வரும் வாடிக்கையாளர்கள் மத்தியில் விநியோக முறை வெறும் பொருட்களை எடுத்துச் செல்லும் வேலையை மட்டுமே பார்த்தால் போதாது. மார்க்கெட்டுகளைச் சென்றடைய மட்டுமில்லாமல் மார்க்கெட்டை உருவாக்கும் வித்தையையும் செய்யவேண்டும். இதுவே இன்றைய மார்க்கெட்டிங் கட்டாயம்.

உடல் நலம் குறித்து தமிழ்ப் புத்தகங்களை வெளியிடும் 'நலம் வெளியீடு' தன் புத்தகங்களை புத்தகக் கடைகளில் மட்டும் விற்காமல் மருந்துக் கடைகளில்கூட வைத்து விற்று வெற்றி பெற்று வருகிறது. இதுபோன்ற விநியோக வித்தியாசங்களைச் செய்யும் சாமர்த்தியம் இருந்தால் உங்கள் பிசினஸும் நலமாக இருக்கும். வளமாகத் திகழும்!

ப்ராண்டை வடிவமைத்தோம். ப்ராடக்ட்டை அதன்படி தயாரித்தோம். விலையும் நிர்ணயித்தோம். விநியோகமும் செய்து முடித்தோம். 'நாழி ஆறது, பொண்ண அழைச்சுண்டு வாங்கோ'.

யாருக்காக இத்தனை பகீரதப் பிரயத்தனப்பட்டு ரெடி செய்தோமோ அந்த வாடிக்கையாளருக்கு ப்ராண்டை அறிமுகப்படுத்தி, அவரை மயக்கி, நம் ப்ராண்டை வாங்கவைத்துத் திருமணம் முடிக்க வேண்டுமே. அதற்குத் தேவை மார்க்கெட்டிங் தகவல் தொடர்பு. அதாவது ப்ரமோஷன். மார்க்கெட்டிங் மிக்ஸின் கடைசி 'P'.

மார்கெட்டிங் தகவல் தொடர்பு என்பது வாடிக்கையாளரிடம் நேரடியாகவோ மறைமுகமாகவோ ப்ராண்டை அறிமுகப்படுத்தி அவரை வாங்கத் தூண்டச் செய்யும் முயற்சிகளையும் செயல்களையும் குறிப்பது. மார்க்கெட்டிங் தகவல் தொடர்பு என்பது ப்ராண்டின் குரல். வாடிக்கையாளரிடம் பேசி, நட்பு கொண்டு, அவருடன் ஒரு நீண்ட உறவு மலர உதவ நாம் நடத்தும் பேச்சுவார்த்தை.

ப்ரமோஷன் என்றாலே விளம்பரம் என்றுதான் பலரும் நினைக்கின்றனர். விளம்பரம் தகவல் தொடர்பின் ஓர் அங்கம். அவ்வளவே. இதைத் தவிர ப்ராண்டை ப்ரமோட் செய்யப் பல வழிகள் உண்டு, பல வகைகள் உண்டு. பல முறைகள் உண்டு.

மார்க்கெட்டிங் தகவல் தொடர்பு ஒரு கலவை. வாடிக்கையாளருக்கு ப்ராண்டைக் கொண்டு செல்லும் எல்லா வழிகளும் இதில் அடக்கம். டீ.வி, பத்திரிகைகள், ரேடியோ, இண்டெர்நெட் போன்றவற்றில் விளம்பரப்படுத்துவது ஒரு வகை என்றால், ப்ராண்டைப் பற்றிய போஸ்டர்களை, விளம்பரத் தட்டிகளைப் பொது இடங்களில் வைப்பது இன்னொரு வகை.

இந்தக் கலவையின் அனைத்து அம்சங்களையும் ஒரு சேர உபயோகித்தால் விசேஷம்தான் என்றாலும் எல்லா கம்பெனிகளுக்கும் இப்படிச் செலவழிக்க கொடுத்து வைத்திருப்பதில்லை. இருந்தாலும் தகவல் தொடர்புக் கலவையின் முக்கியமான அம்சங்களை நீங்கள் தெரிந்து கொள்ளலாமே. அதற்குக் கொடுத்து வைத்திருக்கிறதே உங்களுக்கு. அதாவது என் புத்தகத்தை உங்கள் கைகள் வைத்திருக்கிறதே, அதைச் சொல்கிறேன்!

விளம்பரம்: விளம்பரம் என்பது தகவல் தொடர்புப் பரிமாற்றத்தை விரும்பும் ஒரு கம்பெனியோ, கடையோ, நபரோ பணம் செலவழித்துச் செயல்படுத்தும் தகவல் தொடர்பு வழிமுறை. மாஸ் மீடியா மூலம்

தகவல் தரப்படுவதற்கு மட்டுமே டெக்னிகலாக விளம்பரம் என்று பெயர்.

விளம்பரம் என்பது ஒரு மிகைப்படுத்தப்பட்ட தகவலின் வெளிப்பாடு. 'ஏக்ஸ்' டியோடரண்டை உபயோகித்தால் சைஸ் வாரியாகப் பெண்கள் சப்ஜாடாய்ச் சூழ்ந்து சரச சல்லாபம் செய்வார்கள் என்று கூறுவது மிகைப்படுத்தப்பட்ட அஜல்குஜால் மேட்டர்தானே.

அதேபோல் விளம்பரங்கள் உரையாடல்கள் அல்ல. சொற்பொழிவு போன்ற அமைப்புடையவை. அதாவது விளம்பரம் என்பது ஒன் வே ஸ்ட்ரீட். விளம்பரம் வாடிக்கையாளரிடம் பேசும். வாடிக்கையாளர் திரும்பப் பேச முடியாது. அதனாலேயே டெக்னிகல் ப்ராண்டுகள், ஆயுள் காப்பீடு போன்ற 'எடுத்துரைத்து விளக்கி' விற்கவேண்டிய ப்ராண்டுகள் விளம்பரங்களை மட்டும் நாடாமல் நேரடி விற்பனை மூலமாக விற்பது பயன் தரும்.

பொதுஜனத் தொடர்பு: பொதுஜனத் தொடர்பு என்பது பலதரப்பட்ட செயல்கள் மூலம் மக்களை அடைந்து கம்பெனி அல்லது ப்ராண்டின் அந்தஸ்த்தை உயர்த்தவோ அல்லது பாதுகாக்கவோ செய்யப்படும் செயல்களைக் குறிப்பது. பத்திரிகை டீவி, ரேடியோவில் கம்பெனியைப் பற்றியோ ப்ராண்டைப் பற்றியோ நல்லவிதமாக எழுத வைப்பது, கம்பெனியின் முக்கியஸ்தர்களுடைய பேட்டிகளை வரவைப்பது, பத்திரிகைக் கட்டுரைகளில் ப்ராண்டை நல்லவிதமாகக் குறிப்பிட வைப்பது போன்றவை எல்லாமே பொதுஜனத் தொடர்புச் செயல்கள்.

இவை செலவில்லாத விளம்பரங்கள். தரம் வாய்ந்த ஒரு தமிழ்ப் பத்திரிகை, சிறிய புடைவைக் கடை ஒன்றைக் குறிப்பிட்டு, அந்தக் கடையில் டிசைன்கள் பிரமாதமாக இருக்கின்றன என்று ஒரு கட்டுரை வெளியிடட்டுமே. அப்புறம் பார்க்கவேண்டும் கூத்தை. அந்த ஊர்ப் பெண்கள் கையில் உள்ளதை அடுப்படியில் அப்படியே போட்டுவிட்டு, டீ.வி சீரியலைப் பாதியில் விட்டுவிட்டு, கணவனுடைய பர்ஸை லம்பாக லவட்டிக்கொண்டு, பரீட்சை எழுதப் போகும் பதை பதைப்புடன் அந்தக் கடையை நோக்கி சாரை சாரையாக ஓடுவார்கள். பொதுஜனத் தொடர்பின் மகிமை அப்பேர்ப்பட்டது.

ஸ்பான்சர்ஷிப்: 'நேத்து ஏர்டெல் சூப்பர் சிங்கர் பாத்தீங்களா. என்னமாப் பாடறா அந்தப் பொண்ணு' என்று எத்தனை முறை யாராவது சொல்லக் கேட்டிருப்போம். நாமே எத்தனை முறை சொல்லியிருப் போம். அந்த நிகழ்ச்சியின் பெயர் 'சூப்பர் சிங்கர்'. ஆனால் ஏர்டெல்லை ஏன் அதோடு சேர்த்தே சொல்கிறோம்? காரணம் அதை ஸ்பான்சர் செய்வது ஏர்டெல். இன்றல்ல, நேற்றல்ல, நிகழ்ச்சி தோன்றிய காலத்திலிருந்தே. ஸ்பான்சர்ஷிப்பின் மகாத்மியம் இது.

இது போல் ஒரு விளையாட்டுப் போட்டியையோ, இசை நிகழ்ச்சியையோ ஸ்பான்சர் செய்வதால் அந்த நிகழ்ச்சி பிரபலமாகும்போது ப்ராண்டும் சேர்ந்து பிரபலமாகும் சாத்தியக்கூறுகள் உண்டு. ப்ராண்டின் தன்மைக்கு ஏற்ப அதன் பயன்களுக்கு ஏற்ப உள்ள நிகழ்ச்சிகளை ஸ்பான்சர்ஷிப் செய்தால் ப்ராண்டுக்குக் கூடுதல் பயன். சமையல் நிகழ்ச்சியை 'ஆச்சி மசாலா' ஸ்பான்சர்ஷிப் செய்தால் எப்படி இருக்கும்? அதையே 'விஸ்பர்' ஸ்பான்சர் செய்தால் எப்படி இருக்கும்?

நேரடி மார்க்கெட்டிங்: நேரடி மார்க்கெட்டிங் என்பது இடைத் தரகர்களோ வேறு நபர்களின் உதவியோ இல்லாமல் வாடிக்கையாளர் களுக்கு நேரடியாக ப்ராண்ட் பற்றிய தகவலைக் கொண்டு சேர்ப்பது, தபால் மூலம் விற்பது, டெலிமார்க்கெட்டிங், இண்டெர்நெட் மூலம் விற்பது போன்றவை.

'டேபிள் மேட்' என்று ஒரு ப்ராண்ட். சாதாரண டேபிள். இப்படிப் பயன்படுத்தலாம், இவர் பயன்படுத்தலாம், இதற்குப் பயன்படுத்தலாம் என்று டீ.வியில் ஏகத்துக்கும் விளம்பரப்படுத்துவதை நீங்கள் பார்த்திருக்கலாம். டீவியை அணைத்துவிட்டால்கூடத் தெரியும் வகையில் விளம்பரம் செய்து நம்மைப் பாடாய்படுத்தி 'ஃபோன் செய்யுங்கள், வீடு தேடி வந்து தருகிறோம்' என்று ஆசைகாட்டி இன்று தமிழ்நாட்டு வீடுகளில் அத்தியாவசியப் பொருள் ஆகிவிட்டது டேபிள் மேட்!

சிறப்பு நிகழ்ச்சிகள்: ஸ்பான்சர்ஷிப் என்பது யாரோ நடத்தும் நிகழ்ச்சியையோ, ப்ரொக்ராமையோ ஸ்பான்சர் செய்வது. ஆனால் கம்பெனியே தன் ப்ராண்டை ப்ரமோட் செய்ய பிரத்யேகமான நிகழ்ச்சிகளை நடத்துவதற்கு 'ஸ்பெஷல் ஈவெண்ட்ஸ்' என்று பெயர். 'விஜய் டீ.வி' தன்னை ப்ரமோட் செய்துகொள்ளவும், தனக்கென்று பிரத்யேகமாக ஒரு டீ.வி நிகழ்ச்சியை நடத்துவதற்காகவும் 'விஜய் அவார்ட்ஸ்' என்ற சிறப்பு நிகழ்ச்சியை வருடந்தோறும் நடத்தி சிறந்த சினிமா, மற்றும் சினிமா கலைஞர்களுக்கு பரிசு கொடுத்து அதில் ஆட்டம், பாட்டம், கொண்டாட்டம், அரைகுறை நடனம் என்று ஜகஜோதியாக நடத்துவது இந்த ரகமே.

துணை மீடியா: ஏகப்பட்ட டீ.வி சேனல்கள், பத்திரிகைகள், எஃப் எம் ரேடியோ பெருக்கெடுத்துப் பீறிட்டு அடிக்கும் இந்தக் காலத்தில் விளம்பரங்களை மட்டுமே வைத்துக்கொண்டு வாடிக்கையாளரை வசீகரிக்க முடிவதில்லை. அதற்குத்தான் திறமையான மார்க் கெட்டர்கள் புதுப்புது உத்திகளையும் முறைகளையும் கையாளத் தொடங்கியுள்ளனர். அந்த லிஸ்டில் இன்னொரு ஐட்டம்தான் 'துணை மீடியா'. பொது இடங்களில் வைக்கப்படும் விளம்பர போர்டுகள்,

ஹோர்டிங்ஸ், 'பஸ் ஷெல்டர்கள்' போன்றவை இதற்குச் சிறந்த உதாரணங்கள்.

ப்ராடக்ட் ப்ளேஸ்மெண்ட்: சமீப காலமாக மிகப் பிரபலமாகி வருகிறது இது. பல பேர் கண்டு களிக்கும் திரைப்படக் காட்சியிலோ, டீ.வி. நிகழ்ச்சியிலோ ப்ராண்டை ஏதோ ஒரு வகையில் நுழைப்பதுதான் 'ப்ராடக்ட் ப்ளேஸ்மெண்ட்'. இதற்கு 'ப்ராண்டட் எண்டர்டெயின் மெண்ட்' என்று இன்னொரு பெயரும் உண்டு.

ப்ராண்டைக் கொடுத்துவிட்டால் டைரக்டர்களும் நிகழ்ச்சித் தயாரிப் பாளர்களும் உங்கள் ப்ராண்டைக் காண்பித்து விடுவார்கள் என்று நினைக்காதீர்கள். இதைச் செய்ய பல லட்சங்களிலிருந்து சில கோடிகள் வரைகூடச் செலவாகும். பல லட்சம் பேர் பார்க்கக்கூடிய படத்திலும் நிகழ்ச்சியிலும் உங்கள் ப்ராண்ட் தெரியவேண்டும் என்றால் சும்மாவா?

ப்ராண்டைப் பிரபலப்படுத்த இத்தனையையும் செய்யவேண்டுமா என்றால், செய்தால் நல்லது. அதோடு முக்கியமானது இவை அனைத்தையும் ஒருங்கிணைத்துச் செய்வது. இதற்கு ஒருங்கிணைந்த ப்ராண்ட் மேம்பாட்டுத் திட்டம் (Integrated Brand Promotion) என்று பெயர். வெவ்வேறு விளம்பர முறைகளையும் தனித்தனியே பார்க்காமல் அவை அனைத்தையும் ஒரு சேர 360 டிகிரி கோணத்தில் பார்க்கும் முயற்சிதான் ஐஆக. அதனால்தான் இதற்கு '360 டிகிரி ப்ராண்டிங்' என்ற இன்னொரு பெயரும் உண்டு.

உதாரணத்துக்கு 'கோல்கேட்' டூத்பேஸ்ட்டை எடுத்துக்கொள்ளுங்கள். அவர்கள் டீ.வியிலும், பத்திரிகைகளிலும் பல் மருத்துவர் கோல் கேட்டைச் சிபாரிசு செய்வதுபோல் விளம்பரம் செய்கிறார்கள். தங்கள் ப்ராண்ட் பல் சம்பந்தப்பட்ட எக்ஸ்பர்ட், பற்களின் பாதுகாப்புக்கு இதைவிட பெட்டரான டூத்பேஸ்ட் வேறு இல்லை என்பதைக் காட்ட இவ்வாறு செய்கிறார்கள். ஆனால் அதோடு மட்டும் நிற்பதில்லையே. நாடெங்கும் உள்ள பள்ளிகளில் பல் மருத்துவர்களைக் கொண்டு டெண்டல் கேம்ப் நடத்தி குழந்தைகளுக்கு ஃப்ரீ பல் செக் அப் செய்கிறார்கள்.

கிராமங்கள் தோறும் சென்று கரி, செங்கல் தூள் மட்டும் உபயோகித்துப் பல் விளக்குபவர்களிடம் அதன் தீமைகளை எடுத்துச் சொல்லி, பல் சுத்தம் செய்வதன் அவசியத்தை வலியுறுத்தி கோல்கேட்டின் பெருமை களை நேரடியாக விளக்குகின்றனர். போதாதற்கு விளம்பர போர்டுகள், ஹோர்டிங்ஸ், ப்ளெக்ஸ் பேனர்களில் பல் டாக்டர் கோல்கேட்டைக் கையில் வைத்திருப்பது போன்ற படத்தைக் காண்பிக்கின்றனர்.

கடைகளில் போஸ்டர்களாகட்டும், கோல்கேட்டை அடுக்கி வைத்திருக்கும் டிஸ்ப்ளே அழகாகட்டும் எங்கும் கோல்கேட், எதிலும் கோல்கேட், எப்பவும் கோல்கேட் என்று மக்களை மயக்குவதால்தான் கோல்கேட் இந்தியாவின் நம்பர் ஒன் டூத்பேஸ்ட்டாக அன்று முதல் இன்று வரை தொடர முடிகிறது.

ப்ராண்டை உருவாக்கினால் மட்டும் போதாது. அதை உரிய முறையில் வாடிக்கையாளர்களிடம் கொண்டு சேர்க்கும் பெரிய பொறுப்பு மார்க்கெட்டருக்கு உண்டு. இதற்கு அவருக்கு அளிக்கப்படும் ஆயுதங்கள் பலப்பல. முதலில் 'விளம்பரம்' என்னும் சாதத்தைப் பரிமாறுங்கள். அதன்மேல் 'பொது ஜனத் தொடர்பு' என்னும் சாம்பார். அதன் பக்கத்தில் 'ஸ்பான்சர்ஷிப்' என்னும் பொறியல். அதோடு 'துணை மீடியா' என்னும் கறி. இலையில் இன்னும் இடம் இருக்கிறதே. கொஞ்சம் 'ப்ராடக்ட் ப்ளேஸ்மெண்ட்' என்னும் ஸ்வீட்டையும் பரிமாறினால் போச்சு.

அப்புறம் என்ன, வாடிக்கையாளர் மூக்கைப் பிடிக்க உங்கள் ப்ராண்டை சாப்பிட்டுவிட்டு அடுத்த வேளை விருந்துக்கும் உங்கள் ப்ராண்டே கதி என்று கிடப்பார்.

11

ப்ராண்ட் வளர்ப்பு உத்திகள்

மார்க்கெட்டுகள் வேகமாக வளர்ந்து வளர்வதோடு அதிவேகமாக மாறியும் வருகின்றன. 'அந்தக் காலத்தில் செய்ததுபோல் செய்யலாம்' என்று இருந்தால் மொத்தமும் போச்சு என்று முனகி முக்காடு போட்டு மூலையில் முடங்கவேண்டியதுதான். பழைய மார்க்கெட்டிங் டெக்னிக்குகளை மட்டுமே கட்டிக்கொண்டு அழாமல் நம் அணுகு முறைகளை மாற்றிக்கொள்ளவேண்டிய காம்பெடிடிவ் கட்டாயத்தில் பிசினஸ் செய்கிறோம்.

வாடிக்கையாளர்கள் விவரமானவர்களாகி வருகிறார்கள். சும்மா வேனும் அவர்களிடம் 'என் ப்ராண்டை வாங்கு, வாங்கு' என்று கூறிக் கொண்டிருந்தால் நம்மை வாங்கு வாங்கென்று வாங்கிவிடுவார்கள்.

ஒரு சிறிய உதாரணம் கொண்டு இதைப் பார்ப்போம். ப்ராண்டை விற்கிறேன் பேர்வழி என்று பல வங்கிகள், ஆயுள் காப்பீட்டு கம்பெனிகள், க்ரெடிட் கார்ட் கம்பெனிகள் மக்களின் செல்ஃபோனுக்கு ஃபோன் மேல் ஃபோன் போட்டுப் படுத்தி எடுக்கின்றன. இந்த எரிச்சல் தாங்காமல் பலர் 'டூ நாட் கால் ரெஜிஸ்ட்ரி'யில் தங்கள் ஃபோன் நம்பர்களை ரெஜிஸ்டர் செய்கின்றனர். 'எங்கள் நம்பருக்கு ஃபோன் செய்து தொந்தரவு செய்யாதீர்கள்' என்று இதற்கு அர்த்தம்.

அதையும் மீறி ஃபோன் செய்தால் அசாத்திய எரிச்சல் அடைந்து கூப்பிடும் ப்ராண்டின் பிரிதிநிதியைக் கத்தி, குதறி, காய்ச்சியெடுத்து, கருவாடு போல் காயப்போட்டு விடுவார்கள். இப்படி வாடிக்கை யாளர்களை இம்சித்தால் அதன்பின் அவர்கள் தப்பித் தவறியாவது அந்த ப்ராண்டுகளை வாங்குவார்களா? ஏனோ இதைப் பல கம்பெனிகள் யோசிப்பதே இல்லை.

பெருகி வரும் போட்டியாளர்கள் ஒரு புறம் படுத்துவது போதாது என்று மாறி வரும் வாடிக்கையாளர்களை மயக்கவேண்டிய கட்டாயத்தில் மார்க்கெட்டர்கள் உள்ளனர். 'அனைவரும் வாங்குகிறார்கள் என்பதால்

நானும் அதை வாங்குகிறேன்' என்ற காலம் மாறி வருகிறது. ஊரோடு ஒத்து வாழ்ந்த காலம் மலையேறிக்கொண்டிருக்கிறது.

இன்று வாடிக்கையாளர்கள் தனியாகத் தெரியத் தவிக்கின்றனர். தனித்துவமாகத் திகழத் துடிக்கின்றனர். ஒவ்வொரு வாடிக்கை யாளருக்கும் அவருக்கு ஏற்ற வகையில் ப்ராண்டையும் மார்க்கெட்டிங் கையும் பெர்சனலைஸ் செய்யவேண்டியுள்ளது. இன்றைய புதிய பொருளாதார உலகம் தனிப்பட்ட வாடிக்கையாளரைக் கொண்டாடுகிறது. பெருகிவரும் தொழில்நுட்பம் இதைச் சாத்தியப்படுத்துகிறது.

மார்க்கெட்டர்கள் புதிய வழிமுறைகள், டெக்னிக்குகள் கொண்டு வாடிக்கையாளரின் தனித்துவமான ஆசைகளை, தேவைகளை பூர்த்தி செய்யவேண்டியிருக்கிறது. இதை சாத்தியப்படுத்தும் புதிய மார்க் கெட்டிங் வழிகளையும், ப்ராண்டிங் டெக்னிக்குகளையும் இப்போது பார்ப்போம்.

பெர்மிஷன் மார்க்கெட்டிங் (**Permission Marketing**)

வெறுப்பேற்றும் ஃபோன் கால்கள், டூ நாட் கால் ரெஜிஸ்ட்ரி போன்ற தடைகளிலிருந்து தப்பித்துப் பிழைக்க செத் காடின் (Seth Godin) என்னும் மார்க்கெட்டிங் எழுத்தாளர் பெர்மிஷன் மார்க்கெட்டிங் செய்யுங்கள் என்கிறார். அதாவது வாடிக்கையாளரிடம் முன் அனுமதி பெற்று அதன்பின் மார்க்கெட்டிங் செய்ய முயலுங்கள் என்கிறார். இண்டரப்ஷன் மார்க்கெட்டிங் செய்வது வாடிக்கையாளர்களை வெறுப்படையச் செய்யும் என்கிறார். அவர்களிடம் முன்னனுமதி பெற்று பெர்மிஷன் மார்க்கெட்டிங் செய்தால் அவர்கள் நீங்கள் சொல்வதைக் காது கொடுத்துக் கேட்பார்கள் என்கிறார்.

யோசித்துப் பாருங்கள். ப்ராண்டுகளை விற்று ஜீவனம் நடத்தும் நாமே டீ.வி பார்க்கும்போது விளம்பர இடைவேளையில் சேனல்களை மாற்றுகிறோம். நல்ல நிகழ்ச்சியைப் பார்க்கும்போது விளம்பரங்கள் இடைமறித்தால் 'சே, பாழாப்போன இந்த சனியன்கள் தொந்தரவு தாங்கலப்பா' என்கிறோம். மார்க்கெட்டர்களான நமக்கே விளம் பரங்கள் சனியன்களாகத் தெரிந்தால் சாதாரண மக்களுக்கு தங்கள் சந்தோஷத்தை இண்டரப்ட் செய்யும் மார்க்கெட்டிங் செயல்கள் எப்படி இருக்கும்?

அதற்காக, மக்களிடம் ஒரு வார்த்தை கேட்டுவிட்டு டீ.வியில் விளம்பரம் போடவேண்டும் என்பதில்லை. வாடிக்கையாளர்களை இண்டரப்ட் செய்யாமல் அவர்களிடம் பர்மிஷன் வாங்கி வியாபாரம் செய்தால் வில்லங்கங்கள் இல்லை.

வாடிக்கையாளர்களுடன் ஒரு நீண்ட உறவை வளர்த்துக்கொள்ள வேண்டும் என்றால் அவர்களை மார்க்கெட்டர்கள் முதலில் மதிக்கக் கற்றுக்கொள்ளவேண்டும். அவர்கள் நேரத்தை மதித்து, அவர்களைத் தொந்தரவு செய்யாத வண்ணம், எப்போது அவர்களைத் தொடர்பு கொள்வது, எப்படித் தொடர்புகொள்வது என்று கேட்டுத் தெரிந்து கொண்டு அதன்படிச் செயல்படவேண்டும்.

வாடிக்கையாளர் மனம் உவந்து நாம் அவர்களைத் தொடர்பு கொள்ள அளிக்கும் பர்மிஷனைப் பெற அவர்களுக்கு பயன்படும் வகையிலான இன்செண்டிவ் ஒன்றை அவர்களுக்கு அளியுங்கள். அவர்களுக்கு தேவையான, பயனளிக்கும் வகையிலான பொருட்களைப் பற்றி மட்டுமே அவர்களுடன் பகிர்ந்துகொள்ளுங்கள். எக்காரணம் கொண்டும் அவர் கொடுத்த பர்மிஷனுக்குப் பங்கம் வராதபடிச் செயல்படுங்கள். அப்படிச் செய்தால் பெர்மிஷன் கொடுத்த வாடிக்கையாளர் மனமும் இறங்குவார். உங்கள் ப்ராண்டை வாங்க மணிபர்ஸையும் திறப்பார்!

ஒன் டு ஒன் மார்க்கெட்டிங் **(One-to-one Marketing)**

ப்ராண்ட் வளர்ப்பு உத்திகளின் பிரதான நோக்கம் விற்பனையை அதிகரிப்பது. அதை அடைவதற்கு வாடிக்கையாளர் பர்மிஷன் வேண்டும். அதோடு அவர் தேவைகளை, ஆசைகளை தெளிவாகப் புரிந்து கொள்வதும் அவசியம். வாடிக்கையாளர்களின் தேவை பலவிதம். ஒவ்வொருவரின் தேவைகளையும் பூர்த்தி செய்வது முக்கியம்.

இதற்குத் தேவை ஒன் டு ஒன் மார்க்கெட்டிங். நாம் குறி வைப்பது ஒரு குறிப்பிட்ட கஸ்டமர் பிரிவாக இருந்தாலும் அதில் உள்ள ஒவ்வொரு வருக்கும் சில பிரத்யேக ஆசைகளும் தேவைகளும் இருக்கும். அது அதே பிரிவில் உள்ள மற்றவர்களிடமிருந்து சற்று மாறி இருக்கலாம்.

ஒவ்வொரு வாடிக்கையாளரின் தேவையைப் புரிந்துகொண்டு, அந்தத் தேவையை முழுவதுமாக பூர்த்தி செய்துவிட்டால் அவர் ஆயுசுக்கும் நம் ப்ராண்டின் அடிமையாக இருப்பார். இதற்கு மூன்று செயல்களைச் செய்வது அவசியமாகிறது.

முதல் படி, நம் வாடிக்கையாளர் யார் என்பதை தெளிவாகப் புரிந்து கொள்வது. இரண்டாவது படி, அவர் தேவைகளைப் புரிந்து கொள்வது. மூன்றாவது படி, அந்தத் தேவையைப் பூர்த்தி செய்யும் வகையில் நம் ப்ராண்டையும் மார்க்கெட்டிங்கையும் வடிவமைத்துக் கொள்வது.

சில உதாரணங்கள் கொண்டு இதனைப் பார்ப்போம். தங்கும் வசதி கொண்ட ஸ்டார் ஹோட்டலான 'சங்கம் ஹோட்டல்' மதுரை, திருச்சி,

தஞ்சாவூர் என்று பல ஊர்களில் இருக்கிறது. டூரிஸ்டுகள் அதிகமாக இங்கு வந்து தங்கினாலும், இங்கு பெரும்பாலும் தங்குவது தொழில் நிமித்தமாக வருவோரே. இவர்களில் பலர் அடிக்கடி வந்து தங்குபவர் களாக இருப்பார்கள். இவர்கள் தேவைகள் பிரத்யேகமாக இருக்கும். இதை உன்னிப்பாக உணர்ந்து பூரணமாகப் பூர்த்தி செய்வது என்பது பெரிய காரியமில்லை.

நீங்கள் அடிக்கடி சங்கம் ஹோட்டலில் தங்குகிறீர்கள் என்று வைத்துக் கொள்வோம். வேலையை முடித்துவிட்டு இரவு ரூமுக்கு வந்து தோசை மட்டுமே ஆர்டர் செய்யும் பழக்கம் உங்களுக்கு இருக்கிறது. அதுவும் உங்களுக்கு தோசை முறுகலாக வேண்டும் என்று வைத்துக் கொள்வோம். உங்கள் பெயரில் ரூம் இருக்கும் பட்சத்தில் இதை கம்ப்யூட்டரில் பதிவு செய்துகொள்ளலாம். அடுத்த முறை ரூம் சர்வீஸுக்கு ஃபோன் செய்து தோசை ஆர்டர் செய்து, முறுகலாக வேண்டும் என்று நீங்கள் சொல்ல மறந்தாலும், ஆர்டரை எடுப்பவர் கம்ப்யூட்டர் மூலம் உங்கள் தேவையைப் புரிந்துகொண்டு, 'சாருக்கு முறுகலாய் தோசை பிடிக்கும் இல்லையா, முறுகலாகவே அனுப்பட்டுமா' என்று கூறினால் உங்களுக்கு எப்படி இருக்கும் என்று யோசித்துப் பாருங்கள்!

உங்களுக்கு தோசை எப்படிப் பிடிக்கும் என்பது உங்கள் அம்மாவுக்கும் மனைவிக்கும் மட்டுமே தெரியும். அவர்களுக்குப் பிறகு உங்களுக்குப் பிடித்த வகையில் சமைத்துப் போடுவது சங்கம் ஹோட்டல்தான் எனும் போது நீங்கள் வேறு எந்த ஹோட்டலிலாவது தங்க விரும்புவீர்களா!

இன்று ஒன் டு ஒன் மார்க்கெட்டிங் ஈசியாக சாத்தியப்பட, தொழில்நுட்ப வளர்ச்சி உதவுகிறது. நவீன கம்ப்யூட்டர், சூப்பர் சாஃப்ட்வேர், தேர்ந்த, திறமையான ப்ரொக்ராமர்கள் வளர்ந்துவிட்ட இன்றைய தகவல் டெக்னாலஜி உலகில், ஒன் டு ஒன் மார்க்கெட்டிங் சிம்பிள் மட்டுமல்ல, சீரியசாகச் செய்யவேண்டியதும்கூட. ஒவ்வொரு வாடிக்கையாளரின் பிரத்யேகத் தேவையை ஒன் டு ஒன் மார்க்கெட்டிங் மூலம் பூர்த்தி செய்துவிட்டால் உங்கள் ப்ராண்ட் வின் டு வின்தானே!

ப்ராண்ட் அனுபவம் (Brand Experience)

பெருகி வரும் தேவைகளைப் பூர்த்தி செய்ய வாடிக்கையாளர் தேடுவது வெறும் ப்ராண்டை மட்டுமல்ல, ப்ராண்ட் அனுபவத்தை. இனி வெறுமனே ப்ராண்டைத் தயாரித்து விற்றால் மட்டும் போதாது. தனித்துவமான ப்ராண்ட் அனுபவத்தை வாடிகையாளருக்கு அளிக்க வேண்டி உள்ளது.

ஒரு காலத்தில் சுவையான உணவைப் பரிமாறினாலே போதும், 'ஆஹா திவ்யமான ஹோட்டல்' என்று தேடிப் போய்த் தின்றோம். இன்று ஹோட்டலில் நாம் தேடுவது நல்ல உணவை மட்டுமில்லையே. வெளியே பார்க்கிங் முதல் உள்ளே ஏசி வரை, சொகுசான சீட்டிங் முதல் சேனல் ம்யூசிக் வரை, வெரைட்டியான உணவு முதல் பதவிசாகப் பரிமாறும் சர்வர் வரை, குழந்தைகள் விளையாடத் தனியிடம் முதல் குடும்பத்துடன் அமரும் ப்ரைவசி வரை ஏகத்துக்கு எதிர்பார்க்கிறோம். வயிற்றையும் தாண்டி ஐம்புலன்களுக்கும் சேர்த்து அனுபவத்தை தேடுகிறோம். பொருள் மட்டுமே போதாது என்கிறோம்.

வாடிக்கையாளர் பொருளை தேடுவதில் தொடங்கி, அவர் ப்ராண்டை வாங்கும் போதும், அவருக்குத் தரப்படும் சேவையிலிருந்து, அவர் ப்ராண்டை உபயோகிப்பது வரை அனைத்துச் செயல்களிலும் அவரை மகிழ்வித்து அருமையான, அட்டகாசமான அனுபவத்தை அவருக்குக் கொடுப்பதே ப்ராண்ட் எக்ஸ்பீரியன்ஸ்.

ஒரு காலத்தில் தெருக்கோடி அண்ணாச்சி கடையில் கூட்டத்தில் நின்று மளிகை சாமான், சோப்பு, சீப்பு, பவுடர், ஷாம்பு வாங்கி வாரிக் கட்டிக்கொண்டு வீடு வந்து சேர்ந்தோம். இன்றோ சூப்பர்மார்க்கெட் சென்று பார்க்கிங் தேடி, கடை எப்படி என்று பார்த்து, ஏசி இருக்கிறதா என்று ஆராய்ந்து, அம்மன் கோயிலில் அடிப்பிரதட்சிணம் செய்வது போல் நடந்து, ரேக்குகளில் இருக்கும் பொருட்களை கலெக்டர் போல் இன்ஸ்பெக்ஷன் செய்து, கம்ப்யூட்டர் பில்லிங் போட்டு விக்ரம சோழன் வீரப்போரில் வென்று வீறுகொண்டு வருவதுபோல் வாங்கிய சாமான்களோடு வீடு வந்து சேர்கிறோம்.

அண்ணாச்சி கடையிலும் சூப்பர்மார்க்கெட்டிலும் நாம் வாங்கிவது ஒன்றுதான். ஆனால் இன்று அண்ணாச்சியை அண்ணாந்து பார்ப்பதில்லை. சூப்பர் மார்க்கெட்தான் சூப்பர் என்கிறோம். ஏன்? சூப்பர் மார்க்கெட் நமக்குக் கொடுக்கும் அனுபவம். பார்க்கிங், ஏசி, தேர்ந்த பணியாளர்கள், அழகான ரேக்குகள், கம்ப்யூட்டர் பில்லிங் என்று நமக்குக் கிடைக்கும் ப்ராண்ட் எக்ஸ்பீரியன்ஸ்.

ப்ராண்டிங் என்பது டைட்டானிக் கப்பலை கவிழ்த்த ஐஸ்பர்க்போல. கடல்மேல் தெரியும் ஐஸ்பர்கின் முனைதான் ப்ராண்டிங். கடல் மட்டத்துக்கு அடியில் உள்ள ஐஸ்பர்கைப் போன்றது கம்பெனியின் செயல்பாடுகள். இதைத் திறனுடன் செய்ய கம்பெனி நிர்வாகம் கவனிக்கவேண்டியது நான்கு விஷயங்களை. அந்த நான்கு 'P'-க்கள் இதோ.

Proposition (ப்ராண்ட் பொசிஷனிங் மற்றும் பயன்கள்): ப்ராண்டின் ஆதியும் அந்தமும் பொசிஷனிங்தான். வாடிக்கையாளருக்குக்

கொடுக்கும் அனுபவம் பொசிஷனிங் சார்ந்ததாக இருக்கவேண்டும். ‘சத்யம்’ மல்டிப்ளெக்ஸ் தங்கள் பொசிஷனிங்குக்கு ஏற்ப நெட் புக்கிங், விஸ்தாரமான பார்க்கிங், ஒரே வளாகத்தில் பல தியேட்டர்கள், சுவையான ரெஸ்டாரண்ட், சௌகரியான இருக்கைகள், அருமையான டெக்னாலஜி என்று பல பயன்களை அடுக்கி வாடிக்கையாளர்களுக்கு ப்ராண்ட் எக்ஸ்பீரியன்ஸ் அளிப்பதுபோல.

People ***(பணியாளர்கள்):*** வாடிக்கையாளர்கள், கம்பெனியின் பிராண்டைவிட கம்பெனியின் பணியாளர்களோடுதான் அதிகம் பழகுகிறார்கள். பல நேரங்களில் ப்ராண்ட் அனுபவத்தை அளிக்கும் பொறுப்பு பணியாளர்களிடம்தான் இருக்கிறது. திறமையான ஆட்களைத் தேர்வு செய்து, அவர்களுக்குச் சரியான பயிற்சி அளித்து, அழகான அனுபவத்தை அளிப்பதன் அவசியத்தை அவர்களுக்கு விளக்க வேண்டும்.

‘சுத்தமான, சுவையான, வெரைட்டியான உணவு’ என்று பொசிஷனிங் செய்து ‘சரவண பவன்’ பரிமாறினாலும் நம் மனத்தைத் தொடுவது அவர்களின் கனிவான சேவை. பல ஹோட்டல்களில் புரையேறி, இருமி, சாகக்கிடந்து தண்ணீர் கேட்டுக் கெஞ்சினாலும் கர்நாடக அரசாங்கம்போல் கண்டுகொள்ள மாட்டார்கள். ஆனால் சரவண பவனில் சுத்தமான, சுவையான தண்ணீர் நாம் கேட்காமலேயே டேபிளில் சில்லென்று அமரும். நம் மனம் சல்லென்று குளிரும்.

Process ***(செயல்முறை):*** கம்பெனியின் செயல்முறைகள் வாடிக்கை யாளருக்குச் சிறந்த அனுபவத்தை அளிக்கும்படி அமைக்கப்பட வேண்டும். ‘அமேஸான்’ போன்ற வெப்சைட்டுகளில் ஒரு புத்தகம் வாங்கினாலோ, அதைப் பற்றிய தகவல்களைப் படித்தாலோ அதே போன்ற மற்ற புத்தகங்களைப் பற்றியும், அதை வாங்கியவர்கள் தேர்வு செய்த மற்ற புத்தகங்களும், அவற்றைப் பற்றிய தகவல்களும் தரப்படுகின்றன. புத்தகம் வாங்க எத்தனை ஏதுவான, அருமையான அனுபவம் பாருங்கள்.

Products ***(பொருள்கள்):*** அனுபவம் தொடங்குவது விற்கும் பொருளி லிருந்துதான். பொருள் வித்தியாசமாக, வாடிக்கையாளருக்குப் பயனளிக்கும் வகையில் இருக்கவேண்டும். சரவண பவனில் சீட்டிங் சூப்பர். வெரைட்டி சூப்பர். சர்வீஸ் சூப்பர். இருந்தாலும் சாப்பாடு சூப்பரோ சூப்பராக இருப்பதால்தானே, நேர்ந்து விட்டதுபோல் நாக்கைத் தொங்கப் போட்டுக்கொண்டு நாலு நாட்களுக்கு ஒரு தரம் அங்கே நடக்கிறோம்!

ப்ராண்டை வெறுமனே விற்றால் மட்டும் போதாது. முழுமையான அனுபவத்தை அளிக்கவேண்டும். நெருப்பு சுடும் என்று சொல்வதைவிட

அதை உணரும்போதுதானே சுள்ளென்று புரிகிறது. ப்ராண்ட் அனுபவமும் அந்த மாதிரிதான்!

ப்ராண்டை பேணிப் பாதுகாப்பது மார்க்கெட்டிங் என்றாலும் ப்ராண்ட் எக்ஸ்பீரியன்ஸ் அளிக்கும் பொறுப்பு கம்பெனியில் அனைவருக்கும் உண்டு. தனித்துவமாக வடிவமைக்க ஆர்அண்டுடீ. குறையின்றித் தயாரிக்க ப்ரொடக்ஷன். பணியாளர்களுக்குப் பயிற்சி கொடுக்க மனிதவள மேம்பாடு. சரியாக சர்வீஸ் செய்ய சேல்ஸ். இத்தனை இலாகாக்களுக்கும் ப்ராண்ட் எக்ஸ்பீரியன்ஸின் முக்கியத்துவத்தை விளக்கி வழி நடத்திச் செல்ல திறமையான கம்பெனி நிர்வாகம். இத்தனையும் ஒருசேர இருந்துவிட்டால் வாடிக்கையாளர்களும் வந்து சேர்வார்கள். அவர்களோடு வெற்றியும் வந்து சேரும்!

சென்சரி ப்ராண்டிங் (Sensory Branding)

ப்ராண்ட் அனுபத்தின் இன்னொரு பரிணாமம்தான் சென்சரி ப்ராண்டிங். காம்பெடிடிவ் கூட்ட நெரிசலில் முந்தி முன்னேற, வாடிக்கையாளருக்கு முழு சென்சரி, இமோஷனல் அனுபவத்தைக் கொடுக்கவேண்டும். இதற்கு வாடிக்கையாளரின் ஐம்புலன்களையும் மயக்கவேண்டும்.

போட்டியாளர்கள் மத்தியில் ப்ராண்டைத் தனித்துத் தெரியவைக்க தகிடுதத்தம் போடவேண்டியிருக்கிறது. என்னதான் தரமாகத் தயாரித்தாலும், பர்ஃபெக்ட்டாக பேக்கிங் செய்தாலும் பத்தமாட்டேன் என்கிறது. குலதெய்வத்துக்குக் கிடா வெட்டிப் பொங்கல் படைக்கிறேன் என்று வேண்டினாலும் போதமாட்டேன் என்கிறது. இதற்குத்தான் தேவை சென்சரி ப்ராண்டிங். அதாவது ஐம்புலன்களையும் அட்ராக்ட் செய்வது.

மனிதர்களாக நாம் பார்த்தல், கேட்டல், சுவைத்தல், முகர்தல், உணர்தல் என்று ஐம்புலன்களைக் கொண்டு உலகை உணர்கிறோம். ஒன்றும் வேண்டாம். சாதாரன டிகிரி காபி. இதற்கு அடிமையாகக் கிடக்கிறோம், அது நம் ஐம்புலன்களையும் அரவணைப்பதால்.

நினைத்துப் பாருங்கள். நம்மை அடையும் முன்பே காபியின் கமகம வாசனை நம் நாசிகளை நடனமாடச் செய்கிறது. டவராவின் சூடு கையில் பதமாக இதமளிக்கிறது. காபியின் பிரத்யேக கலரோடு வெள்ளை நுரை கண்களுக்குக் குதூகலமூட்டுகிறது. காபியை ஆற்றும் சத்தம் இளையராஜாவின் மெலடியாகக் காதுகளில் ரீங்கரிக்கிறது. இத்தனையையும் செய்து முத்தாய்ப்பாக டிகிரி காபி நாக்கை நனைத்து நாபிக் கமலம் வழியே மடை திறந்த காவேரியாய் இறங்கும்போதுதான்

நமக்குப் பொழுது விடிகிறது, தூக்கம் கலைகிறது, ஜென்மமே சாபல்யம் அடைகிறது!

சாதாரண காபி நம் ஐம்புலன்களை அரவணைத்து ஆராதிக்கும்போது பல கோடிகள் புழங்கும் ப்ராண்டுகள் மக்களின் ஐம்புலன்களை அவாய்ட் செய்து ஒன்றிரண்டு புலன்களை மட்டுமே குறி வைப்பது குறைதானே!

ப்ராண்டை வாங்கும்போதும் நம்மை அறியாமல் ஐம்புலன்களையும் உபயோகிக்கிறோம். புத்தகம் அறிவுக்கு என்றாலும் அதன் பக்கங்களை முகரும் போதுதான் புதியது என்றே படுகிறது. செவிக்கும் கண்ணுக்கும் விருந்தளிக்க தியேட்டர் என்றாலும் பாப்கார்ன் வாசனையை நுகரும்போதுதானே தியேட்டர் எஃபெக்ட் கிடைக்கிறது. கலர் பார்த்து சட்டையைத் தேர்ந்தெடுத்தாலும் அதன் சுகமான ஸ்பரிசம் உடம்பில் படும்போதுதானே புதுச் சட்டை போட்ட திருப்தி ஏற்படுகிறது.

ஆனாலும் பல ப்ராண்டுகள் ஐம்புலன்களில் ஓரிரண்டை மட்டுமே மயக்குகின்றன. ஐம்புலன்களையும் திருப்தி செய்யும் வகையில் ப்ராண்டுகளை வடிவமைத்தால் அதன் தாக்கம் அதிகமாக இருக்கும்.

'பழமுதிர்ச்சோலை' கடை வாசலில் நிற்கிறீர்கள் என்று வைத்துக் கொள்வோம். காலைப் பனித்துளி நனைத்த அழகான ஆப்பிள் படம் உங்கள் கண்ணில் படுகிறது. அது உங்களை உன்னிப்பாகப் பார்க்க வைக்கிறது. அதன் வாசனை நாசிகளை வசீகரிக்கிறது. ஆப்பில் நறுக்கப்படும் சத்தம் ஆப்பிளின் ஃப்ரெஷ்னெஸ்ஸைத் தெளிவு படுத்துகிறது. அதைக் கையில் எடுக்கும்போது அதன் நயம் சப்புக் கொட்ட வைக்கிறது. நறுக்கியதைச் சுவைக்கும்போது ஐந்தாவது புலனும் மயங்கி 'ஒரு டஜன் கொடுப்பா' என்று வாங்க வைக்கிறது. ஐம்புலன்களை மயக்கி விற்கும் இந்தக் கலவைக்குப் பெயர்தான் 'சென்சரி ப்ராண்டிங்'.

இதை சில ப்ராண்டுகள் மட்டுமே சிறப்பாகச் செய்கின்றன. 'ஹோண்டா' காரின் கதவை மூடும்போது வரும் சத்தம் அதன் சிறந்த கட்டுமானத்தைக் காட்டுவதாக நமக்குப் படுகிறது. அந்தக் குறிப்பிட்ட சத்தம் கிடைக்க ஒரு மாதம் உழைத்ததாம் ஹோண்டாவின் ஆர்அண்டுடீ டீம்.

பொது இடத்தில் உள்ள டாய்லெட் சுத்தமாக இருக்கிறது என்பதைப் பார்த்துத் தெரிந்துகொள்வதைவிட நுகர்ந்து தெரிந்துகொள்ளத்தான் 'டெட்டால்' விசேஷ வாசனை கொண்டு தயாரிக்கப்படுகிறது.

வாங்கும் உணவு என்பது சுவைக்க என்றாலும் சமைத்த உணவை ஸ்டார் ஹோட்டல்கள் கண்களுக்கு அழகாகத் தெரியும் வகையில் டிரெஸ்ஸிங் செய்து கொடுத்தால்தான் சாப்பிட வருபவர்களுக்குப் பிடிக்கிறது.

எல்லா ப்ராண்டுகளையும் ஐம்புலன்களையும் கவரும்படி வடிவமைக்க முடியாதுதான். ஆனால் எத்தனை புலன்களை அடைய முடியும் என்று 'புலன் விசாரணை' செய்யும் போலீஸ்காரராக ஆராய்ந்து அதன்படி ப்ராண்டை வடிவமைத்தால் மக்களை மயக்கி நம் ப்ராண்டை வாங்கவைப்பது எளிதாகும்.

இதையெல்லாம் ப்ராக்டிகலாகச் செய்ய முடியுமா, பயன்படுமா என்று பயப்படும் பேர்வழியா நீங்கள். ஏறுங்கள் 'சிங்கப்பூர் ஏர்லைன்ஸ்' விமானத்தில். உங்களுக்கு விலாவரியாக விவரிக்கிறேன் அவர்கள் சென்சரி ப்ராண்டிங் செய்யும் விதத்தை. சூப்பராக வெற்றி பெற்ற விதத்தை.

பல ஏர்லைன்ஸ் கம்பெனிகள் குறைந்த விலை, சொகுசு சீட், சுவையான உணவு தந்தால் போதும், பயனிகள் டெர்மினல் வாசலில் க்யூ கட்டி நிற்பார்கள் என்று நினைத்தன. சிங்கப்பூர் ஏர்லைன்ஸோ பயனிகளுக்கு முழு சென்சரி அனுபவத்தை அளிக்கவேண்டியதன் அவசியத்தை உணர்ந்து அதற்குத் தன்னைத் தயார் செய்துகொண்டது.

ப்ளேன்களின் இண்டீரியர் டிசைனுக்கு ஏற்ப உயர்தர சில்க்கில் பணிப்பெண்களுக்கு யூனிஃபார்ம் தரப்படுகிறது. யூனிஃபார்மும் ஒரே சைஸ்தான். அதற்குள் ஃபிட் ஆகும் பெண்கள் மட்டுமே பணிப் பெண்களாக செலக்ட் செய்யப்படுகிறார்கள்.

விமானத்தின் நிறத்துக்கு ஏற்ப பணிப்பெண்களுக்கு இரண்டு வித முகச்சாயக் கலர்கள் மட்டுமே தரப்படுகின்றன. தங்கள் விளம் பரங்களில் காட்டப்படும் அழகான பெண்களுக்கு ஈடாக மட்டுமே பணிப்பெண்கள் தேர்ந்தெடுக்கப்படுகின்றனர்.

விமானப் பயணத்தின்போது கேப்டனும் பணிப்பெண்களும் எப்படிப் பேசவேண்டும், என்ன பேசவேண்டும் என்பது விளம்பர நிபுணர்கள் மூலம் எழுதித் தரப்படுகிறது.

'ஸ்டெஃபான் ஃப்லோரிடியன் வாட்டர்ஸ்'. எதோ ஐரோப்பிய பாஷையில் அசிங்கமாகத் திட்டுவதுபோல் இருக்கும் இது, சிங்கப்பூர் ஏர்லைன்ஸ் விமானங்களுக்கு என்று பிரத்யேகமாகத் தயாரிக்கப்படும் வாசனையின் பெயர். பெர்ஃப்யூம் முதல் தரப்படும் துண்டு வரை இந்த வாசனைதான். விமானம் முழுவதும் இந்த வாசனைதான் பரப்பப் படுகிறது.

இப்படி ஐம்புலன்களும் மயக்கப்படுவதால்தான் சிங்கப்பூர் ஏர்லைன்ஸில் பயணிப்பவர்கள் பெறும் அனுபவம் அவர்களுக்குப் பிரத்யேகமாகப் படுகிறது. வேறு விமானங்களில் ஏறும்போது இதே அனுபவம் அவர் களுக்குக் கிடைப்பதில்லை. அதனாலேயே அவர்களுக்கு ஏதோ குறையாகப் படுகிறது. அது என்ன, ஏது என்று புரியாமல் தவிக்கும் அவர்கள் 'நமக்கு சிங்கப்பூர் ஏர்லைன்ஸ்தான்பா சரிப்படும்' என்று அடுத்த முறை அதற்குத் தாவி விடுகிறார்கள்.

ஐம்புலன்களையும் வசீகரிப்பதால்தான் உலகின் தலைசிறந்த ஏர்லைன்ஸ் என்று 'சிங்கப்பூர் ஏர்லைன்ஸ்' போற்றப்படுகிறது. ப்ளேனை விட கம்பெனியின் வருவாயும் லாபமும் அதற்குமேல் பறக்கிறது!

1+1 = 2 என்பது பழைய கணக்கு. ப்ராண்ட் ஐம்புலன்களையும் கவர்ந்தால் *1+1+1+1+1= 100!* இதுவே மார்க்கெட்டிங்கின் புதிய பரிமாணம். ப்ராண்டிங்கின் புதிய பரிணாமம்.

தேவை அணுகுமுறைகளின் ஒருமைப்படுத்தல்

இதுவரை இந்த அத்தியாயத்தில் நாம் பார்த்த ப்ராண்டிங் அணுகு முறைகள் ஒரு சின்ன சாம்பிள் மட்டுமே. வாடிக்கையாளர்களை வசீகரிக்க இன்னமும்கூடப் பல வழிகளும் டெக்னிக்குகளும் இருக்கின்றன. அனைத்தையும் பயன்படுத்தவேண்டும் என்பதில்லை. நம் ப்ராண்டுக்கு எது தேவையோ, நம் சக்திக்கு எது முடியுமோ அதைச் செவ்வனே செய்யவேண்டியது மார்க்கெட்டிங்கின் கடமை.

ப்ராண்டிங் செயல்களை பிட்டு பிட்டாக ஒன்றுக்கு ஒன்று சம்பந்த மில்லாமல் செய்தால் அது கடைசியில் கோயில் சுவரில் வெள்ளை அடித்ததுபோல்தான் இருக்கும். இதற்குத்தான் ப்ராண்டிங் செயல் களையும் டெக்னிக்குகளையும் ஒருமுகப்படுத்திச் செய்வது அவசிய மாகிறது.

இதற்கு ப்ராண்ட் பொசிஷனிங், பர்சனாலிடி, எலிமெண்ட்ஸ் மூன்றையும் தெளிவாக வடிவமைக்கவேண்டும். இவை தெளிவாக இருந்தால் அவற்றை வாடிக்கையாளர்களுக்குக் கொண்டுசெல்லும் பாதை தெளிவாக இருக்கும். அந்தப் பாதைதான் உங்களை வெற்றிக்கு இட்டுச் செல்லும் பாதையும்கூட என்பதை நான் சொல்லத் தேவையில்லை!

12

ப்ராண்ட் ரீஜுவனேஷன்

'அவன் முன்ன மாதிரி இல்ல, ரொம்ப மாறிட்டான்.'

'எவ்வளவு பெரிய பணக்காரர். ஆனா, அன்னிக்கு எப்படி இருந்தாரோ அதே மாதிரிதான் இன்னைக்கும் இருக்காரு.'

'காலம் மாறலாம், நம் காதல் மாறுமா.'

இந்த டயலாக்குகளைப் பல தடவை கேட்டிருப்போம். நாமேகூடச் சொல்லியிருப்போம். மனிதர்கள் மாறுவதும் மாறாதிருப்பதும் நல்லதோ கெட்டதோ, அந்த விவாதத்தை வேதாந்திகளிடம் விட்டு விடுவோம். காதல் மாறுமா, மாறாமல் இருந்தால் தேறுமா என்கிற மேட்டரை அந்தப் பாவத்தைச் செய்பவர்களிடம் விட்டுவிடுவோம்.

பொசிஷனிங், பர்சனாலிடி என்கிற ப்ராண்டின் ஆதாரத் தன்மைகள் மாறலாமா, மாறக்கூடாதா, எவை மாறலாம், எப்படி மாறலாம், மாறினால் அவை ஏன் மாறுகின்றன, மாற்றங்கள் ஏற்றங்களா, ஏமாற்றங்களா? இத்தனை கேள்விகளையும் கேட்கத்தான் இந்த அத்தியாயம். இதற்கான பதில்களை அலசத்தான் இந்த சாப்டர்.

ப்ராண்டுகள் சிரஞ்சீவிகளாக இருக்கவேண்டியவை. ப்ராண்டைத் தொடங்கியவர்களையும் தாண்டி வாழக் கூடியவை. வாழ வேண்டியவை. ப்ராண்டின் அடிப்படைத் தன்மைகள் எந்தக் காலத்திலும், எக்காரணத்துக்காகவும் மாறக்கூடாது. ஆரம்பித்த அன்று இருந்ததுபோலவே என்றும் இருக்கவேண்டும். காலம் மாறலாம், காதல்கூட மாறலாம், ப்ராண்டுகள் மாறக்கூடாது.

இந்திய தேசிய கீதத்தை மாற்றினால் எப்படி இருக்கும்? தேசியக் கொடியின் வண்ணங்களை ஆல்டர் செய்தால் அழகாக இருக்குமா? இவ்வளவு ஏன், இந்தியா என்கிற பெயர் வைத்து ரொம்ப நாள் ஆகிறது. இதை மாற்றினால்தான் என்ன? செய்வோமா இதை யெல்லாம்? செய்ய விடுவார்களா? ப்ராண்டுகளும் அவ்வண்ணமே.

ஒரு சில நேரம் மட்டும் ப்ராண்டுகளைச் சற்று டிங்கர் செய்ய வேண்டியிருக்கும். கொஞ்சம் ஆல்டர் பண்ண வேண்டியிருக்கும். ஆனால் பொதுவாகவே ப்ராண்டுகளின் ஆதாரத் தன்மைகள் மாற்றக் கூடியதல்ல. மாற்றவும் கூடாது.

'தி இந்து' என்கிற ப்ராண்டை ஆரம்பித்து 140 வருடங்களுக்குமேல் ஆகிறது. அன்றிருந்த ப்ளாக் அண்ட் ஒயிட் பிரிண்டிங் இன்று கலராக மாறியிருக்கிறது. முன்பு இல்லாத ஃபோட்டோக்கள் இன்று கலர் கலராகப் பிரசுரிக்கப்படுகின்றன. அன்று ஒரே ஒரு பதிப்பாக வந்தது இன்று பரந்து விரிந்து நாடெங்கும் பிரசுரிக்கப்படுகிறது. அன்று சினிமா பற்றிய செய்திகள் பெரிதாக இல்லை. இன்று சினிமா செய்திகளுக்கு என்று தனி சப்ளிமெண்டே இருக்கிறது. ஆக, இந்து பேப்பரில் பலப்பல மாற்றங்கள்.

ஆனால் தி இந்து என்கிற ப்ராண்டின் ஆதார குணங்கள் இன்றுவரை மாறவே இல்லை. 'நம்பகத்தன்மை, விருப்பு வெறுப்பின்றிச் செய்திகளை தரும் தரம்' போன்ற ப்ராண்டின் ஆதார பொசிஷனிங், பர்சனாலிடி முதலின கொஞ்சம்கூட மாறவே இல்லை. அரசியல் செய்தியாகட்டும், விளையாட்டுச் செய்தியாகட்டும், சினிமா செய்தியாகட்டும், தி இந்து என்கிற ப்ராண்டின் ஆதார குணங்கள் மாறாதிருப்பதால்தான் காலையில் இதைப் படிக்கவில்லை என்றால் நம்மில் பலருக்குத் தூக்கம் கலையவே மாட்டேன் என்கிறது. இந்து வராத நாட்களில் பழைய பேப்பரை எடுத்து, படித்த மேட்டரையே மீண்டும் படித்தால்தான் பொழுதே விடிகிறது.

தி இந்து பெற்ற வெற்றி, மாறாத ப்ராண்ட் தன்மைகளுக்குக் கிடைத்த வெற்றி. அதன் கன்சிஸ்டென்சிக்குக் கிடைத்த வெற்றி.

'அம்ருதாஞ்சன்', 'ஐயோடக்ஸ்', 'போர்ன்வீடா', 'லைஃப்பாய்', 'பேண்ட் எய்ட்', 'க்ளினிக் ப்ளஸ்', 'எல்ஐசி', 'ஃபேர் அண்டு லவ்லி', 'ஸ்டேட் பேங்க் ஆஃப் இந்தியா', 'லக்ஸ்' என்று எத்தனையோ ப்ராண்டுகளை அடுக்கிக்கொண்டே போகலாம். இந்த ப்ராண்டுகள் பெற்றிருக்கும் வெற்றி அவற்றின் பொசிஷனிங்குக்குக் கிடைத்த வெற்றி. அவற்றின் பர்சனாலிடிக்குக் கிடைத்த வெற்றி. அவற்றின் ஆதார விளம்பர உத்திகளுக்குக் கிடைத்த வெற்றி. அவற்றை மாற்றினால் அந்த ப்ராண்டுகளே மாறிவிடுமே!

மாறாது இருப்பதன் ஆதாரப் பயன்கள்

காலகாலத்துக்கும் நின்று நிலைத்திருக்கத்தானே வீடு கட்டுகிறோம். ஒரு இருபது வருடம் இருந்தால் போதும் என்று நினைத்தா

கட்டுகிறோம்? ஆயுசு முழுதும் இருக்கும்படித்தான் குழந்தைக்குப் பெயர் வைக்கிறோம். பத்து வயசு வரைக்கும் இந்தப் பெயர் இருக் கட்டும். அப்புறம் பார்த்துக்கொள்ளலாம் என்றா நினைக்கிறோம்?

அதே போல் ப்ராண்டை அறிமுகப்படுத்தும்போது ப்ராண்டின் ஆதாரத் தன்மைகளை அறுதியிட்டு இவைதான் இந்த ப்ராண்டுக்கான குணங்கள் என்று கல்லில் செதுக்குவதுபோல வரையறுக்கவேண்டும். அதன்பின் மாற்றிக் கொண்டிருக்கக்கூடாது. ப்ராண்டின் அடிப்படைத் தன்மைகள் மாறாதிருப்பதால் விளையும் பயன்களைப் பட்டியலிட்டு பார்த்தால் உங்களுக்கு இது புரியும்.

அறிமுகப்படுத்தப்பட்டது முதல் ப்ராண்ட் மாறாதிருந்தால் அதன் பொசிஷனிங்கை ப்ராண்ட் முழுவதுமாகத் தனதாக்கிக்கொள்ள முடிகிறது. டவுன் பஸ்ஸில் ஏறக்கூட வேண்டாம், வெளியிலிருந்தே துண்டைப் போட்டால் எப்படி அந்த சீட் நமக்குச் சொந்தமாகிடு கிறதோ, அதேபோல் ப்ராண்டுக்கு ஒரு பொசிஷனிங்கை வரையறுத்து அதை மாற்றாமல் இருந்தால் அது ப்ராண்டுக்கே எப்போதும் சொந்த மாகிவிடுகிறது.

'லிரில்' சோப்பின் பொசிஷனிங் புத்துணர்ச்சி. இன்று நேற்றல்ல, 1975-ல் இந்த ப்ராண்ட் அறிமுகப்படுத்தப்பட்டதிலிருந்து. சோப்பு களில் புத்துணர்ச்சி என்றாலே லிரில்தான் வாடிக்கையாளர்கள் மனத்தில் தோன்றும். சில ஆண்டுகளுக்கு முன் 'ஃபா' என்ற சோப்பு இந்தியாவில் அறிமுகப்படுத்தப்பட்டது. இதற்கும் 'புத்துணர்ச்சி' என்கிற பொசிஷனிங் அளிக்கப்பட்டது. என்ன ஆனது?

ஆவதற்கு என்ன இருக்கிறது. புத்துணர்ச்சி என்ற சீட்டில் ஏற்கெனவே லிரில் துண்டு போட்டு அந்த சீட்டில் காலாட்டிக்கொண்டு இத்தனை காலமாக ரைட் ராயலாக உட்கார்ந்திருக்கிறதே. புதியதாக ஒரு ப்ராண்ட் வந்து அந்த சீட் தன்னுடையது என்றால் லிரில் எழுந்துவிடுமா. அல்லது வாடிக்கையாளர் என்கிற கண்டக்டர்தான் எழுப்பிவிடுவாரா. ஃபா'வை 'போ என்று வாடிக்கையாளர் இறக்கிவிட இன்று அந்த சோப் இருக்கும் இடம் தெரியவில்லை.

பொசிஷனிங்கை மட்டுமல்ல, கன்சிஸ்டெண்டாக இருந்தால் ப்ராண்டின் ஐடெண்டிடி மற்றும் குறியீடுகளையும் ப்ராண்டினால் தனதாக்கிக்கொள்ள முடிகிறது. வியர்க்குறு வந்தால் குழந்தைகளுக்கு முள் குத்துவதுபோல் இருக்கும். இதைத்தான் முதலில் வந்த 'நைசில்' தன் பேக்கிங்கிலும் விளம்பரங்களிலும் குழந்தையின் முதுகுக்குப் பின்னால் முள் செடியை வைத்து அதனால் குழந்தை அவதியுறுவது போல் காட்டியது. இது வாடிக்கையாளர்கள் மனத்தில் பசுமரத்து

முள்போல் பதிந்துவிட்டது. இன்று வியர்க்குறு என்றாலோ அல்லது முள் செடி என்றாலோ வாடிக்கையாளர் மனத்தில் தோன்றுவது நைசில் தானே. முள்ளை முள்ளால் எடுத்துவிட்டதே நைசில்!

ப்ராண்டின் ஆதாரத் தன்மைகளை மாற்றாமல் இருந்தால் கம்பெனிக்குப் பல வகைகளில் பணம் மிச்சமாகிறது. புதிய ப்ராண்டை மார்க்கெட்டில் அறிமுகப்படுத்த, விளம்பரப்படுத்த, வாடிக்கையாளர் மனத்தில் விதைக்க ஏகப்பட்ட பணம் செலவழிக்க வேண்டும். அத்தனை செலவழித்துவிட்டு அதே ப்ராண்டின் தன்மைகளை மாற்றினால் அந்த மாற்றங்களை வாடிக்கையாளர் மனத்தில் மாற்றி விதைக்க இன்னமும்கூடப் பணம் செலவழிக்க வேண்டியிருக்கும்.

ப்ராண்டின் ஆதாரத் தன்மைகளை மாற்றாமல் மார்க்கெட்டில் கன்சிஸ்டெண்டாக வைத்திருந்தால் அதை வாடிக்கையாளர் மனத்தில் கால காலத்துக்கும் பதித்துவைக்கப் பெரிதாகச் செலவழிக்கத் தேவையில்லை. 'விக்ஸ்' பல வருடங்களாக மார்க்கெட்டில் பொசிஷனிங் மாறாமல், ஐடெண்டிடி மாறாமல் அன்று என்ன கூறியதோ அதையே தான் இன்றும் கூறிவருகிறது.

விக்ஸுக்குப் போட்டியாக வந்த 'டீ கோல்டு' விக்ஸைவிடப் பல மடங்கு அதிகமாகச் செலவழித்தும் விக்ஸை அசைக்கக்கூட முடியவில்லை. இன்று டீ கோல்டுக்கே ஜலதோஷம் பிடித்து, ஜன்னி வந்து, ஓய்ந்து போய் ஓரமாக ஒதுங்கிவிட்டது. எப்படி இது?

இதற்கு 'க்யூமலேடிவ் எஃப்பெக்ட்' என்று பெயர். ஒரே விஷயத்தைப் பல ஆண்டுகளாக விக்ஸ் மாற்றாமல் கூறி வந்திருப்பதால் இன்று அதே விஷயத்தை ஒரு முறை சொன்னால்கூடப் போதும்; மெதுவாகச் சொன்னால்கூடப் போதும்; அது எளிதாக மக்களைச் சென்றடைகிறது. புதிய ப்ராண்டுகள் வாடிக்கையாளர்கள் மனத்தில் விக்ஸை நீக்கித் தங்கள் ப்ராண்டைப் பதியவைக்க விக்ஸைவிட ஐந்து மடங்கு, ஏன் பத்து மடங்கு செலவழித்தால்கூடப் போதாது.

இதையெல்லாம்விட, ப்ராண்ட் கன்சிஸ்டன்சி என்பது ஒரு 'நோ ப்ரெய்னர்'. 'நெருப்பு சுடும்', 'சூரியன் கிழக்கில் உதிக்கும்' என்பது போன்ற ஏற்றுக்கொள்ளப்பட்ட உண்மைகள். இருந்தும் பல கம்பெனிகள் தங்கள் ப்ராண்டுகளின் ஆதாரத் தன்மைகளை, பொசிஷனிங்கை, பர்சனாலிடியை மாற்றுகின்றன.

மாறாதிருப்பது எளிதான காரியமல்ல

லாஜிக்காகப் பார்க்கும்போது மாறுவது தவறு என்று தெரிந்தும் ஏன் பல மார்க்கெட்டர்கள் ப்ராண்டின் ஆதாரத் தன்மைகளை

மாற்றுகிறார்கள்? இதற்கு முக்கியமான காரணம் மார்க்கெட்டர்களின் தவறான எண்ணங்களும் தவறான அணுகுமுறைகளும்.

பொதுவாகவே நம்மில் பலருக்கு, பிசினஸ் வளர புதிது புதிதாக எதையாவது செய்துகொண்டிருக்க வேண்டும் என்ற எண்ணம் உண்டு. 'பிசினஸ் வளர என்ன செய்வதாக உத்தேசம்' என்று யாரையாவது கேட்டால் எந்த மார்க்கெட்டராவது, 'பல வருடங்களாக என்ன செய்து கொண்டிருக்கிறேனோ அதையே செய்யலாம் என்றிருக்கிறேன்' என்று சொல்வாரா? அப்படிச் சொன்னால் மற்றவர்கள் தன்னை சரியான அசமஞ்சம் என்று நினைத்துவிடுவார்களோ என்ற பயத்தில், 'கம்ப்ளீட்டாக ப்ராண்டை மாற்றலாம் என்றிருக்கிறேன். மொத்தமாகத் திருத்தி அமைக்கப் போகிறேன்' என்றுதான் சொல்வார். சொல்லித் தொலைத்துவிட்டோமே என்பதற்காக ப்ராண்டின் ஆதாரத் தன்மை களை மாற்றி, மிதித்து, குத்திக் குதறி அதை ஒரு வழி ஆக்கிவிடுவார்.

ப்ராண்டில் புதுமையை புகுத்துங்கள், சரி. விளம்பரங்களில் புதுமையைச் செய்யுங்கள் ஓகே. விளம்பர மேம்பாட்டுச் செயல்களில் புதிதாக எதையாவது செய்யுங்கள், பலே. ப்ராண்டின் ஆதாரத் தன்மையில் புதுமை செய்கிறேன் என்று பொசிஷனிங்கை, பர்சனாலிடியை மாற்றினால் ப்ராண்டை நல்ல ஆஸ்பத்திரியாகப் பார்த்து ஐசியூவில் சேர்க்கவேண்டியிருக்கும்.

பிசினஸ் வளர்ந்து விரியும்போது பழைய ப்ராண்டுகளை கவனித்துக் கொள்ள புதிய ஆட்கள் நியமிக்கப்படுவார்கள். இவர்கள் சார்ஜ் எடுத்துக்கொண்டவுடன் செய்யும் முதல் வேலை 'எதை மாற்றலாம்', 'எதைத் திருத்தி அமைக்கலாம்' என்று அலைவதுதான். இரண்டாம் தாரத்திடம் முதல் தாரத்தின் குழந்தையைக் கொடுத்ததுபோல, ப்ராண்டுக்கு என்னென்ன கொடுமைகளைச் செய்ய முடியுமோ அவற்றைச் சிரமேற்கொண்டு செய்து ப்ராண்டைச் சிறப்பாகச் சீரழித்து சவப்பெட்டியில் சாய்ப்பார்கள்.

அவர்களுக்குக் கொடுக்கப்பட்ட ப்ராண்டுகள் அவர்களுடையது அல்லவே. அதனால் அதில் மாற்றம் செய்வது அப்படி ஒன்றும் பெரிய விஷயமாக அவர்களுக்குப் படுவதில்லை. இவர்கள் கையில் ப்ராண்ட் மாட்டிக்கொண்டால் எதன் கையில் கிடைத்த எதுவோ கதைதான்.

ப்ராண்ட் மாற்றங்களுக்கு, தவறான எண்ணங்களோடு, மார்க் கெட்டர்களின் தவறான அணுகுமுறைகளும் காரணம். பல மார்க் கெட்டர்களுக்குப் பொறுமை லவலேசம் இருப்பதில்லை. ப்ராண்டை அறிமுகப்படுத்திய நாள் முதற்கொண்டே விற்பனை பிய்த்துகொண்டு பறக்கவேண்டும் என்ற அதீத ஆசை. அப்படி விற்காதபோது அவர்கள் பொறுக்க முடியாமல். ப்ராண்ட் பெயரை மாற்று, பொசிஷனிங்கை

மாற்று, அத்தை மாற்று, இத்தை மாற்று என்று மாற்றத் தொடங்கி ப்ராண்டை ஒரு வழி செய்து அதற்கு காரியமும் சேர்த்துச் செய்து வைப்பார்கள்.

அரச மரத்தைச் சுற்றி அடி வயிற்றைத் தொட்டுப் பார்க்கும் கதை யில்லை ப்ராண்டிங். போட்டி நிறைந்த மார்க்கெட்டில் நம் ப்ராண்ட், வாடிக்கையாளரை நாம் நினைத்த ஸ்பீடில் சென்று அடையாது. வாடிக்கையாளர்கள் நாம் அறிமுகப்படுத்தும் ப்ராண்டுக்காகக் கால் கடுக்கக் காத்திருந்து, அது வந்தவுடன் க்யூவில் நின்று அடித்துப் பிடித்து வாங்கமாட்டார்கள். பொறுமை வேண்டும். ப்ராண்டின் தன்மைகள் வாடிக்கையாளர்களைச் சென்றடைய அதற்கான அவகாசத்தை அளிக்க வேண்டும். பட்டென்று யோசித்துச் சட்டென்று மாற்றக்கூடாது.

ஹோட்டலில் நாம் சர்வரிடம் ஆர்டர் செய்து காத்திருக்கும்போது பக்கத்தில் அமர்ந்திருப்பவருக்கு வைக்கப்படும் ஐட்டத்தைப் பார்த்து விட்டு 'ஆஹா அதை ஆர்டர் செய்திருக்கலாம்' என்று நினைப்போம். அதேபோல் நம் போட்டியாளர் ப்ராண்ட் செய்ததைப் பார்த்து, ஆஹா நாமும் இதைச் செய்யவேண்டும் என்று அவர்களை அப்படியே காப்பியடித்து நம் ப்ராண்டின் ஆதாரத் தன்மைகளை மாற்ற நினைப்பது அநியாயத்துக்கு அயோக்கியத்தனம்.

ஹோட்டலிலாவது பரவாயில்லை, சர்வரிடம் ஏதாவது சொல்லி நம் ஆர்டரை மாற்றித் தொலைக்கலாம். மிஞ்சிப் போனால் சர்வர் நம்மைத் திட்டிக்கொண்டு செல்வார். ஆனால் மார்க்கெட்டில் ப்ராண்ட் தன்மையை மாற்றினால் வாடிக்கையாளர் திட்ட மாட்டார். நம் ப்ராண்டைத் தீர்த்துக்கட்டிவிடுவார், ஜாக்கிரதை!

மார்க்கெட்டர்கள் பலர் செய்யும் இன்னொரு மகாபாவம் உண்டு. 'எத்தனை நாள்தான் ப்ராண்டை இதேபோல் வைத்திருப்பது. போர் அடிக்கிறது, கொஞ்சம் மாற்றித்தான் பார்ப்போமே' என்று நினைத்து அதன் ஆதாரத் தன்மைகளை மாற்றித் தொலைப்பார்கள். ரொம்ப காலமா ஒன்றையே வைத்துக்கொண்டு போர் அடிக்கிறது என்று மனைவியை மாற்ற நினைக்கலாமா? என்னதான் ஆசைப்பட்டாலும் அது நடக்கிற காரியமா? அதை விடுங்கள். ரொம்ப நாள் ஆகிறது என்று நாம் பெற்ற குழந்தையை மாற்ற முடியுமா? ப்ராண்டும் நம் குழந்தை அல்லவா? இதை மாற்றுவேன் என்று பிடிவாதம் பிடிப்பது பாவம் இல்லையா.

எப்போது மாற்றம் தேவை?

ஒரு சில அசாதாரண சூழ்நிலைகளில் மட்டுமே ப்ராண்டின் பொசிஷனை, பர்சனாலிடியை, அதன் ஆதாரத் தன்மைகளை மார்க்கெட்டர்கள்

மாற்றவேண்டி வரும். இதை வைத்துக்கொண்டு ப்ராண்டை மாற்றிக் கொண்டே இருக்கலாம்போல் இருக்கிறது என்று நினைக்காதீர்கள். இவை விதிவிலக்குகள். எக்ஸ்ட்ரீம் கேஸ்களில் மட்டுமே ப்ராண்டின் ஆதாரத் தன்மைகளை மாற்றவேண்டும்.

ப்ராண்ட் தன்மைகளை வடிவமைக்கும்போது அதில் தவறு செய்திருந் தாலோ வாடிக்கையாளரை மயக்காதவண்ணம் வடிவமைத்திருந் தாலோ ப்ராண்ட் விற்காமல் தவிக்கும். அப்போது ப்ராண்ட் தன்மை களை மாற்றவேண்டியிருக்கும்.

'சேவ்லான்' ஆண்டிசெப்டிக் ப்ராண்டுக்கு இந்தக் கதிதான் நேர்ந்தது. இந்த ப்ராண்ட் 'டெட்டாலை' குறிவைத்து அறிமுகப்படுத்தப்பட்டது. உடம்பில் ஏற்படும் காயங்கள், சிராய்ப்புகள் போன்றவை செப்டிக் ஆகாமல் இருக்க அதன்மீது டெட்டால் தடவுவார்கள். ஆனால் டெட்டால் ரொம்பவே எரியும். பொறுத்துக்கொண்டுதான் போட்டு வந்தனர் வாடிக்கையாளர்கள்.

இதுதான் டெட்டாலின் வீக் பாயிண்ட் என்று சேவ்லான் அதைக் குறிவைத்து 'சேவ்லான் தடவினால் எரியாது' என்று பொசிஷனிங் செய்து அறிமுகப்படுத்தியது. அமோகமாக விற்றிருக்கும் என்றுதானே நினைக்கிறீர்கள்? அதுதான் இல்லை. எரியாத ஆண்டிசெப்டிக் என்றால் அது ஆண்டிசெப்டிக்கே இல்லை என்று சேவ்லானை மக்கள் ஒதுக்கி விட்டார்கள். முட்டி மோதிப் பார்த்து விற்க முடியாதபோது சேவ்லான் வேறு வழியில்லாமல் தன் பொசிஷனிங்கை மாற்ற வேண்டிய தாயிற்று.

ப்ராண்டின் பொசிஷனிங் சில சமயங்களில் பயனற்று அப்சோலீட்டாகப் போய்விடுவதும் உண்டு. ஒரு காலத்தில் 'ஒஹோ' என்றிருக்கும் ப்ராண்ட் மெதுவாக 'ஆஹா' என்றாகி அதுவும் தேய்ந்து 'ஹிஹி' என்று பல் இளிக்க ஆரம்பித்து கடைசியில் 'ம்ஹூம்' என்ற வாடிக்கையாளர் சொல்லும் நிலைக்குத் தள்ளப்படுவது உண்டு. அந்த மாதிரி அவல நிலை வரும்போது ப்ராண்டின் ஆதாரத் தன்மைகளை மாற்றவேண்டி வரும்.

'கெண்டக்கி ஃப்ரைட் சிக்கன்' செண்டர்களில் ஒரு காலத்தில் கொக்கரக்கோ என்று கூவாமலேயே கூட்டம் குழுமியது. கோழிகள் எல்லாம் வெறுக்கும் அளவுக்கு அமோகமாகத் திகழ்ந்த ப்ராண்ட் விற்பனை தீடீர் என்று குறையத் தொடங்கியது. ஆரோக்கியமான வாழ்வு என்பது ஒரு ட்ரெண்டாக வளர்ந்துகொண்டு வந்ததால் மக்கள் வறுத்த ஐட்டங்களைத் தள்ளி வைக்கத் தொடங்கினர். எண்ணெயில் வறுத்தெடுத்த உணவுகளில் கொழுப்பு உண்டு, கொலஸ்ட்ரால் உண்டு,

அது ஆளையே கொலை செய்து உலையில் போட்டுவிடும் என்று கலவரப்பட்டு அவற்றை உண்பதைக் குறைக்கத் தொடங்கினர்.

இந்த ட்ரெண்ட் வேகமாக வளர கெண்டக்கி ஃப்ரைட் சிக்கனின் விற்பனை இன்னும் வேகமாகக் குறைந்து, கெண்டக்கி ஃப்ரைட் சிக்கனம் என்ற நிலைக்குத் தள்ளப்பட்டது.

பார்த்தது கம்பெனி. எண்ணெய்தானே வில்லன். அதைக் குறைப் போம். எண்ணெய் குறைவான கோழி சமாசாரங்களைச் சமைத்து அளிப்போம் என்று ப்ராண்டின் ஆதாரத் தன்மைகளை மாற்றியதோடு 'கெண்டக்கி ஃப்ரைட் சிக்கன்' என்கிற தன் பெயரை 'கேஎஃப்சி' என்று சுருக்கியது. அதன் விற்பனையும் பெருகத் தொடங்கியது.

சில சமயங்களில் ப்ராண்ட் ஒரு குறுகிய வட்டத்துக்குள் சிக்கி அதனால் அதன் மார்க்கெட் சிறியதாகவே அமைந்துவிடும். அது போன்ற சமயங்களில் மார்க்கெட்டை விரிவாக்க அதன் தன்மைகளை ஆல்டர் செய்யவேண்டியிருக்கும்.

'ஜான்சன் அண்டு ஜான்சன்' கம்பெனிக்கு இது போன்ற ஒரு சூழ்நிலை அமைந்தது. ஜான்சனின் சோப், க்ரீம், பவுடர், எண்ணெய், லோஷன் போன்றவை சக்கைப்போடு போட்டு வர அதன் ஷாம்பு மட்டும் பெரிய அளவில் விற்கவில்லை. எப்படி விற்கும்? குழந்தை தலையில் முடி அதிகமில்லையே. பிறந்த குழந்தை ஸ்கூல் செல்கிறதா, இல்லை பஸ் பிடித்து ஆபீஸ்தான் செல்கிறதா? இருக்கும் கொஞ்சம் முடியும் அழுக்காவதற்கு!

எதைச் செய்தால் விற்கும் என்று சிந்தித்த ஜான்சன் தன் பேபி ஷாம்புவுக்கு 'நோ மோர் டியர்ஸ்' என்று பெயரிட்டு தன் ப்ராண்டில் கெமிக்கல்ஸ் குறைவு, இளம் பெண்களின் கேசத்துக்கு ஏற்றது என்று சற்றே மாற்றி விற்கவேண்டியதாயிற்று.

ப்ராண்டின் ஆதாரத் தன்மைகள் மாற்ற இன்னொரு காரணம் உண்டு. ப்ராண்டுக்கு வயதாகும்போது புதிய தலைமுறையை கவரத் தவறலாம். அதுபோன்ற அரிதான சமயங்களில் ப்ராண்டின் ஆதாரத் தன்மைகளைச் சற்றேனும் மாற்ற வேண்டி வரும்.

'ஹார்லிக்ஸ்'சுக்கு இது போன்ற நிலை தோன்றியது. ஒரு காலத்தில் ஹார்லிக்ஸ் 'ஆரோக்கிய பானம்' என்று பொசிஷனிங் செய்யப்பட்டு வயதானவர்களுக்கும் உடம்பு சரியில்லாதவர்களுக்கும் டார்கெட் செய்யப்பட்டிருந்தது. அப்போதெல்லாம் ஹார்லிக்ஸ் வாங்கினால் கடைக்காரரேகூட 'யாருக்குங்க வீட்டில உடம்பு சரியில்ல' என்று குசலம் விசாரிப்பார். இப்படியே போனால் ஹார்லிக்ஸை ஆஸ்பத்திரியில்

மட்டுமேதான் விற்றுக்கொண்டிருக்கவேண்டும் என்று உணர்ந்த அந்த ப்ராண்ட் தன் பொசிஷனிங்கை, பர்சனாலிடியை சற்றே திருத்தி அமைக்க முடிவு செய்தது.

ஆரோக்கியம் என்பதிலிருந்து 'போஷாக்கு' என்று தன் பொசிஷனிங்கைச் சற்றே மாற்றியது. அதனாலேயே வயதானவர்களையும் உடம்பு சரியில்லாதவர்களையும் ஒதுக்கிவிட்டு சிறுவர், சிறுமிகளுக்கு போஷாக்கைக் கொடுத்து அவர்களுக்குக் குதூகலம் பொங்க வைக்கும் குஜால் பானம் என்று தன்னைக் கூறிக்கொண்டது. பிறகுதான் ஹார்லிக்ஸ் விற்பனை பிய்த்துக்கொண்டு இன்று இபாங் குபாங் ஜபாங் என்று பறக்கிறது!

ப்ராண்டை மாற்றும் முறைகள்

வீட்டை மாற்றிக் கட்டவேண்டும் என்று நிலையில் ஈசியான வழி அந்த வீட்டை முழுவதுமாக இடித்து முதலிலிருந்து நம் இஷ்டத்துக்கு, நம் தேவைக்கு ஏற்பக் கட்டுவதுதான். இதில் பிக்கல் பிடுங்கல் இல்லை, தடைகள் தலைவலிகள் இல்லை. வீட்டில் குடியிருந்துகொண்டே அதை ரீமாடல் செய்து கட்டும் வேலைதான் மகா இம்சை.

விற்றுக்கொண்டிருக்கும் பராண்டை மாற்றுவதும் இதே வித இம்சை தான். ஒரு பக்கம் குடியிருந்துகொண்டே இன்னொரு போர்ஷனை ரிப்பேர் செய்யவேண்டும். அதேபோல் ஒரு பக்கம் ப்ராண்ட் விற்பனையைக் கவனித்துகொண்டே, இன்னொரு பக்கம் ப்ராண்டில் மாற்றங்கள் செய்யவேண்டும். ரொம்பவும் இடித்துப் பிடித்து அடித்தால் குடியிருக்கும் வீடு மொத்தமும் இடிந்து விழும். ப்ராண்டையும் ஒரேடியாக மாற்றினால் தடாலடியாகக் கவிழ்ந்துவிடும்.

குடியிருந்துகொண்டே வீட்டை ரிப்பேர் செய்வதுபோல் விற்றுக் கொண்டே ப்ராண்டை ரிப்பேர் செய்யும் வழிகளை இப்போது பார்ப்போம்.

ப்ராண்ட் மாற்றங்களை தடாலடியாகச் செய்யாமல் தட்டித் தட்டி டிங்கரிங் செய்வதுபோல் செய்வது அவசியம். குழந்தைகள் வளர்வது பெற்றோர்களுக்குத் தெரிவதில்லை. அது க்ராஜுவலாக நடப்பதால். நம் பாடி வெயிட் குறைவது தடாலென்று ஓர் இரவில் நடக்கும் செயல் அல்ல. இதுவும் மெதுவாக நடப்பதால்.

அதேபோல்தான் ப்ராண்டுகளும். மெதுவாக, பதவிசாக ப்ராண்டில் மாற்றங்கள் செய்யும்போது வாடிக்கையாளர்களுக்கு அந்த மாற்றங்கள் பளீரென்று முகத்தில் அறைவதுபோல் இல்லாமல் மாற்றம் நடப்பதே தெரியாதவண்ணம் இருக்கும்.

நீண்ட காலம் இருக்கும் ப்ராண்ட் சற்றுப் பழசாகி வருகிறது என்றால் அதைப் புதுப்பிக்க அதன் பேக்கேஜிங்கை மாடர்னாக மாற்றவேண்டி யிருக்கும். இதை செய்யத் தவறும் ப்ராண்டுகளை வாடிக்கையாளர்கள் ஒதுக்கி வைத்துவிடுவார்கள்.

இதற்குச் சிறந்த உதாரணம் 'கோகுல் சாண்டால்' பவுடர். புதிது புதிதாக ப்ராண்டுகள் புதிய வண்ணங்களிலும், புதிய பேக்கேஜிங்கிலும் அறிமுகப்படுத்தப்பட்டு வர, கோகுல் சாண்டால் பழைய டின் பேக்கேஜிங்கையே கட்டிக்கொண்டு அழுது அதை மாற்றாமலே இருந்துவந்தது. இந்த டின்கள் வாங்கிய கொஞ்ச நாட்களிலேயே துருப்பிடித்து அசிங்கமாகத் தெரியும். அப்போது வாடிக்கையாளர்கள் அதிலிருந்து பவுடரை முகத்தில் போடாமல் டின்னோடு சேர்த்து பவுடரை குப்பைத் தொட்டியில் போட ஆரம்பித்தார்கள். கண் கெட்டதற்குப்பிறகு கோகுல் சாண்டால் பேக்கேஜிங்கை மாற்றி சூரிய நமஸ்காரம் செய்து பார்த்தது. வாடிக்கையாளர்கள் அதற்குள் அடுத்த ப்ராண்டுக்கு அர்ச்சனை செய்து அபிஷேகம் செய்யவே ஆரம்பித்து விட்டார்கள்!

ப்ராண்டைப் புதுப்பிக்க, மாடர்னாக மாற்ற ப்ராண்டின் பெயரைச் சற்று மாற்ற வேண்டியிருக்கும். இது லேசுப்பட்ட காரியமல்ல என்றாலும் செய்யவேண்டிய நிர்பந்தம் தோன்றலாம். 'கேஎஃப்சி' கதையை ஏற்கெனவே பார்த்தோமே. இதேபோல் நம்மூரிலும் ஒரு கதை அரங்கேறியது.

வெகு காலமாகவே ம்யூச்சுவல் ஃபண்டுகளை விற்று வந்தது 'யூடிஐ'. அதாவது 'யூனிட் ட்ரஸ்ட் ஆஃப் இந்தியா'. அவர்கள் சில வருடங்கள் முன்பு 'யூடிஐ' பேங்க் என்று பெயரில் பேங்க் ஒன்றைத் திறந்தார்கள். பேங்கைத்தான் திறந்தார்கள். அதில் அக்கவுண்ட் திறக்க ஒருவரும் வரவில்லை. சில்லறை மாற்றக்கூட ஒருத்தரும் வரவில்லை என்றால் பாருங்களேன். என்னடா காரணம் என்று நிர்வாகம் யோசித்த போதுதான் தெரிந்தது வில்லங்கம் அவர்கள் பெயரிலேயே இருப்பதை.

யூடிஐ என்றாலே நம்மூர் மக்களுக்கு ம்யூச்சுவல் ஃபண்ட் விற்கும் கம்பெனி என்று தெரியும். இன் ஃபாக்ட் அது மட்டுமேதான் தெரியும். அதனால் யூடிஐ பேங்க் என்றதும் 'சரி, இது ம்யூச்சுவல் ஃபண்டுகள் விற்கும் பேங்க்போல் இருக்கிறது' என்று அந்த பேங்க் பக்கமே போகவில்லை. இப்படியே விட்டால் ம்யூச்சுவல் போய் காய்ச்சல் வந்து கபாலத்தை இழக்கவேண்டியதுதான் என்பதை உணர்ந்த யூடிஐ நிர்வாகம் தங்கள் பெயரை 'ஆக்சிஸ் பேங்க்' என்று மாற்றினார்கள். இன்று அந்த பேங்க் ஊரெங்கும் ஆயிரக்கணக்கில் ப்ராஞ்சுகளைத் திறந்து பரபரவென்று பறக்கிறது.

இதேபோல் ப்ராண்டுகளை வளப்படுத்த, மேம்படுத்த, சற்றே நவீனப் படுத்த லோகோவைக்கூட சற்றே மாற்றலாம். அருண் ஐஸ்க்ரீம் லோகோ மாற்றிய கதையை ஏற்கெனவே பார்த்தோம். அதேபோல் ப்ராண்ட் பேஸ்லைனைக்கூட மாற்றலாம். தப்பில்லை. அதைத் தப்பில்லாமல் செய்தால்! பெப்சியின் விதவிதமான பேஸ்லைன் களைக்கூட விலாவரியாக ஏற்கெனவே பார்த்தோமே.

அறுதப் பழசான ப்ராண்டின் ஆதாரத் தன்மைகளை மாற்றாமல் ஆல்டர் செய்து புதுப்பிக்க இன்னொரு வழி சப்-ப்ராண்டுகளை அறிமுகப் படுத்துவது. 'ஐயோடக்ஸ்' ரொம்பவே பழைய ப்ராண்ட். தியாகராஜ பாகவதரே உபயோகித்தார் என்றால் பார்த்துக்கொள்ளுங்களேன். அதோடு இந்த ப்ராண்ட் கொஞ்சம் கொசகொசவென்று அழுக்கு கலரில் இருக்கும். சமீப காலத்தில் 'மூவ்' போன்ற புது ப்ராண்டுகள் வரவால் ஐயோடக்ஸ் பழைய பாகவதர் ரிகார்ட்போல் தேயத் தொடங்கியது. பார்த்தது 'ஸ்மித்க்ளைம் பீச்சம்'. இந்த கம்பெனிதான் ஐயோடெக்ஸின் ஓனர். தங்கள் ப்ராண்டில் புது ரத்தம் பாய்ச்ச ஐயோடெக்ஸ் ஸ்ப்ரே என்று புதிதாக அறிமுகப்படுத்தி 'சுளுக்கிலிருந்து நிவாரணம் பெற இதோ புதிய வடிவில் ஐயோடெக்ஸ்' என்று விளம்பரப்படுத்தியது. ஸ்ப்ரே விற்றதோ இல்லையோ, இந்தப் புதுமை ஐயோடெக்ஸ் ப்ராண்டில் சற்றேனும் நவீனத்தைப் புகுத்தியது.

ப்ராண்டின் ஆதாரத் தன்மைகளை மாற்றாமல் ஐடெண்டிடியில் புதுமை களையும் நவீனத்தையும் புகுத்துவதோடு புதிய பொருட்களைப் புகுத்தினாலும் ப்ராண்டுக்குப் புத்துணர்ச்சி ஊட்ட முடியும்.

'பஜாஜ்' என்றாலே ஒரு காலத்தில் ஸ்கூட்டர் என்பதுதான் நினைவுக்கு வரும். தொண்ணூறுகளில் ஸ்கூட்டர்களின் விற்பனை குறையத் தொடங்கி பைக்குகளின் விற்பனை ஏறத்தொடங்கிய காலம். ஸ்கூட்டரையே கட்டிக்கொண்டிருந்தால் காலமெல்லாம் ஸ்கூட்ட ரோடு சேர்ந்து நம்மையும் உதைத்துக்கொண்டிருக்க வேண்டியதுதான் என்று உணர்ந்த பஜாஜ் தங்கள் கம்பெனியின் கார்ப்பரேட் இமேஜுக்கு போஷாக்கு அளித்து, புத்துணர்ச்சி ஊட்டும் வகையில் நவீன பைக்குகளை அறிமுகப்படுத்தத் தொடங்கியது. 'பஜாஜ் காவாசாகி', 'பஜாஜ் பல்சர்' போன்ற புதிய ப்ராண்டுகள் அறிமுகப்படுத்தப்பட்டன. இந்த ப்ராண்டுகள் பஜாரில் நன்றாக விற்கத் தொடங்கிக் கொஞ்சம் கொஞ்சமாக பேஜார் நிலையில் இருந்த பஜாஜ், புஜபுஷ்டியாக வளர்ந்து ஜோராக மின்னத் தொடங்கியது!

ப்ராண்டை உருவாக்கும்போது அது காலகாலத்துக்கும் கட்டப்படும் கோயில் என்கிற பயபக்தியுடன் ஒவ்வோர் அம்சத்தையும் கர்மசிரத்தை யாகச் செய்யவேண்டும். பிறகு பார்ப்போம், பின்னால் மாற்றிவோம்

என்று அசால்டாக வடிவமைக்காமல் ப்ராண்டின் ஒவ்வொரு அம்சத்தையும் கவனத்துடன் செதுக்கவேண்டும்.

அசாதாரணமான காரணங்களால் ப்ராண்டின் ஆதாரத் தன்மைகள் சற்று மாற்றப்பட வேண்டிவரலாம். அதைச் செய்வது பெரிய ரிஸ்க்தான். அப்படி இருக்கும்போது அடிக்கொருதரம் ப்ராண்டை மாற்றிக் கொண்டிருந்தால் அகால மரணம்தான். உஷார்.

பாகம் 5

ஸ்ட்ரெடீஜிக் ப்ராண்ட் மேனேஜ்மெண்ட்

ப்ராண்டைப் பிரசவம் பார்ப்பது முதல் பராமரிப்பது வரை, போஷாக்கு அளிப்பது முதல் பாதுகாப்பது வரை பல மேட்டர்களைப் பரவலாகப் பார்த்துவிட்டோம். இனி மங்களம் பாடவேண்டியதுதான் பாக்கி என்று நினைத்துவிடாதீர்கள்.

ப்ராண்டை வளர்க்கும் விதிகளையும் வழிகளையும் தெரிந்து கொண்டால் மட்டும் போதாது. அவற்றைப் பிரயோகிக்க வேண்டிய வழிகளை, பிரயோகிக்கத் தேவையான சிஸ்டங்களை, பிரயோகிக்கப்போகிற ஊழியர்களைத் தயார் செய்ய வேண்டும். கம்பெனி முழுவதும் ப்ராண்ட் கலாசாரத்தை வளர்க்கவேண்டும்.

மார்க்கெட்டிங்கைத் திறமையாகப் பிரயோகிக்கும் கம்பெனி களிடமிருந்து தெளிவாகத் தெரிந்துகொள்ள வேண்டும். ப்ராண்டிங் டெக்னிக்குகளைச் சரிவர உபயோகிக்கும் நிறுவனங்களிடமிருந்து முழுவதுமாகப் புரிந்துகொள்ள வேண்டும்.

இன்று ப்ராண்டிங்கின் கதையும் நிலையும் இப்படி. நாளை எப்படியோ? ஃப்யூச்சரில் ப்ராண்டிங்கின் நேச்சர் எப்படி இருக்கும்?

இதற்கான விடைகளை இந்தப் பாகத்தில் தேடுவோம். அதன்பின் வேண்டுமானால் மங்களம் பாடுவோம்!

13

ப்ராண்ட் மேனேஜ்மெண்ட் கைட்லைன்ஸ்

கம்பெனி கணக்கு வழக்கைக் கவனிக்க சார்டர்ட் அக்கவுண்டண்டை நியமிக்கிறீர்கள். கம்ப்யூட்டர், சிஸ்டங்களை மேற்பாற்வையிட ஐடி படித்தவர்களை வேலைக்கு அமர்த்துகிறீர்கள். ஃபேக்டரியில் தயாரிப்பைத் திறமையாக நடத்தத் தேர்ந்த இன்ஜினியர்களைத் தேர்வு செய்கிறீர்கள். இதுவரை சரி.

கம்பெனி வெற்றி பெறுவதும் வக்கற்றுப் போவதும் அதன் பொருட்கள் தெளிவாக ப்ராண்டுகள் ஆக்கப்படுவதில். அவை திறமையுடன் மார்க் கெட்டிங் செய்யப்படுவதில். அதை வாடிக்கையாளர்கள் வாங்குவதில். ஆனால் எத்தனை கம்பெனிகள் மார்க்கெட்டிங்கைக் கவனித்து கொள்ளத் திறமையான டீமை நியமிக்கின்றன?

திறமையை விடுங்கள். பல கம்பெனிகள் மார்க்கெட்டிங்குக்குத் தனியாக ஆட்கள் எதற்கு என்று அசால்ட்டாக அல்லவா இருக்கின்றன. மிஞ்சிப் போனால் கம்பெனி முதலாளியே 'எனக்கு மார்க்கெட்டிங் அத்துப்பிடி' என்று அடம்பிடித்து வராத வேலையை வற்புறுத்திச் செய்து மார்க்கெட்டிங்கை சொதப்பி தன் கம்பெனிக்குத் தானே வில்லனாய், அதன் வளர்ச்சிக்குத் தானே வில்லங்கமாய் விளங்கும் விவகாரம்தானே விலாவரியாக நடக்கிறது பல இடங்களிலும்.

ப்ராண்ட் என்பது கம்பெனியின் மிகப்பெரிய சொத்து. இன்னும் சொல்லப்போனால் அதுதான் கம்பெனியின் நிலையான, நிரந்தரச் சொத்தே. ஃபேக்டரியை விற்றால் இன்னொரு ஃபேக்டரியை உருவாக் கலாம். மெஷின் உடைந்துபோனால் புதிய மெஷினுக்கு ஆர்டர் கொடுத்துவிடலாம். ஆபீஸே தரைமட்டமானால்கூடப் புதிய பில்டிங்கைக் கட்டிக்கொள்ளலாம். ஆனால் ப்ராண்டுக்குப் பங்கம் வந்தால் தீர்ந்தது கதை. முடிந்தது மேட்டர். கிழிந்தது லுங்கி.

லேசில் உருவாக்க முடியாது இன்னொரு ப்ராண்டை. ஈசியாக அறிமுகப்படுத்த முடியாது மற்றொரு ப்ராண்டை. தாவு தீரும். மண்டை காயும். வாயில் நுரை தள்ளும்!

அப்பேர்ப்பட்ட மகாகணம் பொருந்திய மகோன்னத ப்ராண்டுகளைச் சீர்தூக்கிப் பார்த்து, சீரியசாகக் கவனித்து, சிறப்பாகப் பாதுகாக்க ஒவ்வொரு பிசினஸுக்கும் தேவை 'ஸ்ட்ரடீஜிக் ப்ராண்ட் மேனேஜ்மெண்ட்'. ப்ராண்டைப் பிரசவித்து, பராமரித்துப் பாதுகாத்து, போஷாக்கு அளிக்கும் ப்ராண்ட் நிர்வாகத் திறமை.

கருவுற்றிருக்கும் பெண்ணைப் பார்த்து, கவனித்து, பக்குவமாகப் பாதுகாத்து, குழந்தையைப் பெற வைத்து அந்தக் குழந்தையைப் பாலூற்றி சீராட்டி வளர்த்துப் பெரிய ஆளாக்கும் செயல்களைப்போல் அதே ரேஞ்சுக்கு இம்மிகூடக் குறையாமல் ப்ராண்டுக்குச் செய்யத் தேவை ப்ராண்ட் மேனேஜ்மெண்ட்.

உலகின் தலைசிறந்த மார்க்கெட்டிங் கம்பெனி என்று பலராலும் போற்றப்படுவது 'ப்ராக்டர் அண்ட் காம்பிள்'. சுமார் 160 வருட கம்பெனி. நூற்றுக்கணக்கில் ப்ராண்டுகள் அதற்கு. அதில் பெரும் பாலானவை தன் பொருள்வகைகளில் நம்பர் ஒன் இடத்தில் இருப்பவை. மீதி, இரண்டாம் இடத்தில். தப்பினால், மூன்றாம் இடத்தில். ஆண்டு விற்பனை 100 பில்லியன் டாலருக்கும்மேலே. உலக மக்கள் வாழ்வைக் காலை முதல் இரவு வரை தொடாத பிஅண்ட்ஜி ப்ராண்டுகளே இல்லை என்று ஈசியாகச் சொல்லலாம்.

பிஅண்ட்ஜியின் வளர்ச்சிக்கும் வெற்றிக்கும் பல காரணங்களைக் கூறலாம். ஆனால் தலையாயக் காரணம் அந்த கம்பெனி தன் ப்ராண்டு களைப் பராமரிக்கும் விதம். அதன் 'ப்ராண்ட் மேனேஜ்மெண்ட்' சிஸ்டம் உலகப் பிரசித்தி பெற்றது. பிஅண்ட்ஜி தன் ப்ராண்டுகளைப் பராமரிக்கும் விதத்தை மையமாக வைத்துத்தான் நிர்வாகக் கல்லூரிகள் எம்பிஏ கோர்ஸில் 'ஸ்ட்ரடீஜிக் ப்ராண்ட் மேனேஜ்மெண்ட்' என்ற ஒரு புதிய பாடத்தையே ஆரம்பித்தன என்றால் பார்த்துக்கொள்ளுங்களேன்.

ஒவ்வொரு ப்ராண்டுக்கும் ஒரு தனி ப்ராண்ட் மேனேஜர் நியமித்து அவரை அந்த ப்ராண்டின் கஸ்டோடியன் என்று அழைக்கிறது பிஅண்ட்ஜி. அதாவது ப்ராண்டின் மேனேஜர்தான் அதன் காப்பாளர். அந்த ப்ராண்டின் டிசைனிலிருந்து தயாரிப்பு வரை, அதன் மார்க் கெட்டிங்கிலிருந்து விற்பனை வரை ஒவ்வோர் அங்கத்தையும் பார்த்துப் பார்த்து, புரிந்துகொண்டு பணி புரியும் பொறுப்பு அவருடையது. கம்பெனியில் உள்ள அனைவரை விடவும் ப்ராண்டைப் பற்றி அறிவும் புரிதலும் அதன் மேனேஜருக்குத்தான் இருக்க முடியும், இருக்கவேண்டும் என்று உறுதியாக நம்புகிறது பிஅண்ட்ஜி.

அதனாலேயே புதிய ப்ராண்ட் ஐடியாக்களைக் கொண்டுவருவதில் தொடங்கி, ஐடியாவை ப்ராண்டாக உருவாக்கி, ப்ராண்டுக்குத் திறமை யாக உத்திகளை வகுத்து, அதைத் தெளிவாக மார்கெட்டிங் செய்து

வெற்றியைப் பிடிப்பதில் பிஅண்ட்ஜி கம்பெனிக்கு நிகர் அதுவே. இந்த கம்பெனியை அடித்துக்கொள்ள இன்னொரு கம்பெனி இனி பிறந்து தான் வரவேண்டும் என்று பலராலும் போற்றப்படுகிறது.

பிஅண்ட்ஜியின் ப்ராண்டுகளை விடுங்கள். இந்த கம்பெனியில் மார்க்கெட்டிங் பணிக்குச் சேர்ந்து, ப்ராண்ட் மேனேஜராகி, ப்ராண்டை எப்படி உருவாக்குவது, பராமரித்துப் பாதுகாப்பது, அதற்குப் புத்துணர்ச்சி ஊட்டுவது என்பதை எல்லாம் புரிந்துகொண்டு, வெற்றி அடைவதை ஒரு வழக்கமாகவே ஆக்கிக்கொள்ளப் பழகி விடுகிறார்கள் இந்த கம்பெனியில் சேருபவர்கள்.

இந்த அளவுக்கு அனுபவம் பெறும் ப்ராண்ட் மேனேஜர்கள்தான் பின் பெரிய ஆளாகி 'ஃபார்ச்சூன் 500' எனப்படும் உலகின் தலை சிறந்த கம்பெனிகளின் சேர்மன்களாகவும், மார்க்கெட்டிங் தலைவர்களாகவும் இன்று திகழ்கிறார்கள். தங்கள் திறமையை வளர்த்து ஆளாக்கி வெற்றி யாளராக ஆக்கியது பிஅண்ட்ஜியில் தாங்கள் பெற்ற அனுபவமே என்று இன்றும் பெருமையுடன் நினைவுகூர்கிறார்கள்.

அதனாலேயே பிஅண்ட்ஜியில் கிடைக்கும் அனுபவம் 'ப்ராண்டு யூனிவர்சிடி'க்கு சமானம் என்று அந்த கம்பெனி மார்க்கெட்டிங் டீமில் சேர ஆண்டுதோறும் எம்.பி.ஏ படித்து வெளிவரும் மாணவர்கள் மத்தியில் மல்யுத்தமே நடக்கிறது.

அப்பேர்ப்பட்ட பிஅண்ட்ஜி தங்கள் ப்ராண்டுகளைப் பராமரிக்கும் முறைகளிலிருந்து நாம் பெறக்கூடிய பாடங்களைப் பட்டியலிட்டுப் புரிந்துகொள்வோம்.

பிஅண்ட்ஜியின் ப்ராண்டிங் தத்துவங்கள்

'வாடிக்கையாளர் சொல்வதே வேதவாக்கு. அவரே ராஜா, அவரே மந்திரி, அவரே நமக்கு எல்லாம்.'

எல்லா கம்பெனிகளும் வாய் கிழியச் சொல்வதுதான் இது. ஆனால் எத்தனை கம்பெனிகள் இதைப் பின்பற்றுகின்றன. பிஅண்ட்ஜி மற்ற கம்பெனிகள்போல் அல்ல. இதை மந்திரமாக ஜெபித்து, நேர்ந்து விட்டதுபோல் வாடிக்கையாளர்களை, அவர்கள் தேவைகளை பரிபூரண மாகப் பூர்த்தி செய்வதில் முழு முனைப்பு காட்டுகிறது. இந்த விஷயத்தில் பிஅண்ட்ஜிக்கு நிகர் பிஅண்ட்ஜியே.

அதனாலேயே அவர்கள் செய்யும் 'ப்ளைண்ட் டெஸ்ட்' வேறு எந்த கம்பெனியும் நினைத்துக்கூடப் பார்க்க முடியாதது. புதிய பொருள் பிரிவில் தங்கள் ப்ராண்டை அறிமுகப்படுத்த முடிவு செய்தால்

பிஅண்ட்ஜி அந்தப் பொருள் பிரிவில் உள்ள நம்பர் ஒன் ப்ராண்டை எடுத்து அதன் லேபிள், பேக்கிங் முதலியவற்றைப் பிரித்து அது இன்ன ப்ராண்ட் என்பதன் சுவடே இல்லாமல் செய்யும். அந்த ப்ராண்டோடு தாங்கள் அறிமுகப்படுத்தப்போகும் ப்ராண்டையும் அதேபோல் லேபில் இல்லாமல் யாருடைய ப்ராண்ட், என்ன பெயர் என்பது தெரியா வண்ணம் செய்துகொள்ளும்.

பெயர் தெரியாத இந்த இரண்டு ப்ராண்டுகளையும் தேர்ந்தெடுத்த சில வாடிக்கையாளர்களிடம் கொடுத்து அவர்களை உபயோகித்துப் பார்க்கச் சொல்லும். ஒரு குறிப்பிட்ட காலத்துக்குப் பிறகு அவர்களிடம் இரண்டு ப்ராண்டுகளைப் பற்றியும், எது சிறந்தது, எந்தக் காரணங் களால் சிறந்தது போன்ற கேள்விகளுக்கு விடை பெறும்.

தங்கள் ப்ராண்ட் ஏற்கெனவே மார்க்கெட்டில் இருக்கும் நம்பர் ஒன் ப்ராண்டைவிடச் சிறந்ததாக இருக்கிறது என்று வாடிக்கையாளர்கள் சொன்னால் மட்டுமே தங்கள் ப்ராண்டை மார்க்கெட்டில் அறிமுகப் படுத்தும். வாடிக்கையாளர்களுக்குச் சிறந்த ப்ராண்டுகளை மட்டுமே அளிக்கவேண்டும் என்ற எத்தகைய அக்கறை பாருங்கள்.

மார்க்கெட்டருக்கும் வாடிக்கையாளருக்கும் இருப்பது கொடுக்கல் வாங்கல் என்ற அளவுக்கான சமாசாரம் என்ற காலம் மலையேறி விட்டது. இன்று மார்க்கெட்டர் வாடிக்கையாளரிடம் பேண வேண்டியது ஒரு நல்லுறவை. நீண்ட உறவை. வாடிக்கையாளரைப் பிடித்தோம், ப்ராண்டை விற்றோம், காசைப் பெற்றோம், வங்கியில் போட்டோம் என்றிருக்கும் மார்க்கெட்டர்கள் ஓரங்கட்டப்பட்டு தோல்வி தேசத்துக்கு ஏற்றுமதி செய்யப்பட்டு வருகிறார்கள். வாடிக்கை யாளரை அறிவோம், ப்ராண்டைத் தருவோம், சேவை புரிவோம், விற்ற பின்னும் தொடர்வோம் என்றிருக்கும் மார்க்கெட்டர்கள் மட்டுமே இன்று வெற்றியை இறக்குமதி செய்து ஏறுமுகமாகத் திகழ்கிறார்கள்.

விற்கும்வரை வாடிக்கையாளர்; அதன்பின் நமக்கு வேண்டாதவர் என்றால் அடுத்த முறை உங்களை ஒதுக்கி ஓரம்கட்ட வாடிக்கை யாளர்கள் ரெடி. விற்ற பின்னும் அவர்களுடனான உறவை வளர்த்துக் கொள்ளத் தேவையான போஸ்ட் பர்சேஸ் செயல்களைச் செய்யும் மார்க்கெட்டர்கள் மட்டுமே வாடிக்கையாளர்களின் நன்மதிப்பைப் பெறுகிறார்கள். நல்லுறவை வளர்க்கிறார்கள்.

மார்கெட்டிங் என்னும் கோள் சுற்றி வரும் கிரகம்தான் வாடிக்கை யாளர். அவரைத் தெளிவாக உணராமல் ப்ராண்டிங் உத்திகளை வகுக்க முடியாது. மார்க்கெட்டிங் செய்யவே முடியாது. இதற்குத் தேவை வாடிக்கையாளர் ஆய்வு. சதா சர்வ காலமும் வாடிக்கையாளரை வைத்த

கண் வாங்காமல் பார்த்துவரவேண்டும். காதோடு காது வைத்து அவர்கள் சொல்வதைக் கேட்டுவரவேண்டும்.

இதை பிஅண்ட்ஜி உலகமெங்கும் ஒரு ஜுரவேகத்துடன் செய்து வருகிறது. ஆண்டுதோறும் நூற்றுக்கணக்கான வாடிக்கையாளர் ஆராய்ச்சி ப்ராஜக்டுகளை நடத்துகிறது பிஅண்ட்ஜி. வருடத்துக்குச் சுமார் பத்து லட்சம் வாடிக்கையாளர்களைச் சந்தித்துப் பேசுகிறது. ஆண்டுதோறும் வாடிக்கையாளர் ஆராய்ச்சிக்கு பிஅண்ட்ஜி செலவழிப்பது மட்டும் சுமார் 100 மில்லியன் டாலர்கள் என்றால் பார்த்துக்கொள்ளுங்கள். மற்ற கம்பெனிகள் தங்கள் முழு ஆயுளில்கூட இத்தனை வாடிக்கையாளர்களைச் சந்திப்பார்களா, இத்தனை செல வழிப்பார்களா, இத்தனை மெனெக்கெடுவார்களா என்பது சந்தேகமே.

அதுவும் ஆராய்ச்சி என்றால் யாரோ எதோ மார்க்கெட் ரிசர்ச் செய்யும் கம்பெனியைப் பிடித்து அவர்களுக்கு முன்பணம் கொடுத்து, 'போய் ஒரு நூறு வாடிக்கையாளர்களைப் பார்த்துப் பேசிவிட்டு வந்து ஒரு ரிப்போர்ட் கொடுங்கப்பா' என்று சொல்லும் ரிசர்ச் அல்ல. இதையும் பிஅண்ட்ஜி செய்யத்தான் செய்கிறது. ஆனால் அதோடு கம்பெனியில் உள்ளவர்கள் வாடிக்கையாளர் இருக்கும் இடம் சென்று அவர்களோடு இருந்து, பழகி, பேசி அவர்கள் தேவைகளை, வாங்கும் முறைகளை, தேர்ந்தெடுக்கும் பொருட்களை, அவர்கள் எண்ணங்களை, செயல் களை, கனவுகளை, பயங்களைப் புரிந்துகொள்ள பெரும் முயற்சி எடுக்கிறது.

இதை எதோ மார்க்கெட்டிங் டீமில் உள்ள கடைக்குட்டி மேனெஜ் மெண்ட் ட்ரெயினிகள் மட்டும் செய்வார்கள் என்று நினைக்காதீர்கள். கம்பெனி சேர்மன் முதல் மார்க்கெட்டிங், ஆர்அண்ட்டீ டீம்களில் உள்ள கடைநிலை ஊழியர்வரை ஒவ்வொருவரும் செய்யவேண்டிய முக்கிய வேலைகளில் ஒன்றாக பிஅண்ட்ஜி நிர்ணயித்திருக்கிறது. ஒவ்வொரு வரும் இத்தனை வாடிக்கையாளர்களைப் பார்க்கவேண்டும், பழக வேண்டும் என்பதை ஓர் இலக்காகவே நிர்ணயித்திருக்கிறது பிஅண்ட்ஜி.

வாடிக்கையாளர் வீடு தேடிச் சென்று அவர் வீட்டில் இருந்து, தங்கி, பார்த்து, பழகி அவர்களை தெரிந்துகொள்ளும், அவர் தேவைகளைப் புரிந்துகொள்ளும், விஷயங்களை அறிந்துகொள்ளும் அவசியத்தை பிஅண்ட்ஜி கம்பெனியின் புகழ் பெற்ற சேர்மன் ஆலன் லேஃப்லி ஒரு முறை அழகாக விளக்கினார்: 'சிங்கம் எப்படி வேட்டையாடுகிறது என்பதைத் தெரிந்துகொள்ள மிருகக்காட்சிச் சாலைக்குச் செல்வது முட்டாள்தனம். காட்டுக்குச் சென்று அங்குதான் கண்டு தெரிந்து கொள்ள வேண்டும்!'

பிஅண்ட்ஜி என்னும் வார்த்தைகள் மற்றவர்களுக்கு வேண்டுமானால் ப்ராக்டர் அண்ட் கேம்பில் போலத் தெரியலாம். ஆனால் மார்க்கெட்டிங், ப்ராண்டிங், ஸ்ட்ரேடஜியில் உலகமெங்கும் சிறந்து விளங்கும் பிஅண்ட்ஜி குறிப்பது 'பர்ஃபெக்ட்' அண்ட் 'க்ரேட்'!

அல்டிமேட் ப்ராண்டுகள்

'ஏனோ தானோ' என்று ப்ராண்டுகளை உருவாக்கி 'என்னவோ ஏதோ' என்ற அளவில் அவற்றைப் பராமரித்தால் போதும் என்ற காலம் மலையேறிவிட்டது. பெருகி வரும் போட்டியில் அசால்ட்டாக இருந்தால் அடித்து உலையில் போட ஆயிரம் ப்ராண்டுகள் இருக்கும் இரக்கமற்ற, உக்கிரம் நிறைந்த உலகம் இது. வெற்றிக்குக் குறி வைப்பதைவிட வேறு மார்க்கம் இல்லாத கட் த்ரோட் காம்பெடிஷன் காலம்.

ஸ்ட்ரடீஜிக் ப்ராண்ட் மேனேஜ்மெண்டின் குறிக்கோளே ஆர்டினரி ப்ராண்டுகளை அல்டிமேட் ப்ராண்டுகள் ஆக்குவதுதான். அல்டிமேட் ப்ராண்டுகளுக்கு என்று சில விசேஷ குணங்கள் உண்டு. சில ஸ்பெஷல் சலுகைகள் உண்டு. சில பிரத்யேக வழிகள் உண்டு.

அல்டிமேட் ப்ராண்டுகள் என்பவை உலகத்தரமானவை என்பது மட்டுமல்ல. அவை உலகமெங்கிலும் இருக்கக்கூடியவை. இருக்க வேண்டியவை. தடையில்லா வர்த்தக உலகம் இது. உலகமே ஒரு பெரிய ஓபன் மார்க்கெட்தான். இதுவரை உங்கள் போட்டியாளர் உங்கள் ஊரிலும் பக்கத்து ஊரிலும் இருப்பவர்களாக இருந்திருக்கலாம். இண்டெர்நெட் உலகில் இன்று உங்கள் போட்டியாளர் உங்கள் ஊரிலிருந்து மட்டும் வருபவர் அல்ல. உருத்தெரியாமல், ஊர்பேர் தெரியாதவராகவும்கூட இருக்கலாம்.

'லேண்ட்மார்க்' புத்தகக் கடை செயின் ஒரு காலத்தில் 'ஒடிசி', 'ஹிக்கின்பாதம்ஸ்' போன்ற போட்டியாளர் கடைகளைச் சரிக் கட்டினால் போதும் என்ற நிலை இருந்தது. இன்று அதே லேண்ட் மார்க்கை துவம்சம் செய்வது 'அமேஸான்', 'ஃப்ளிப்கார்ட்' போன்ற இண்டர்நெட் ப்ராண்டுகள்.

இன்றைய இண்டெர்நெட் யுகத்தில் இன்னார் அடிக்கிறார் என்று தெரியாமல் அடிப்பார்கள். இண்டெர்வெல் இல்லாமல் அடிப்பார்கள். அதனாலேயே அந்நியர் நெருங்கும் முன் தன்னைத் தற்காத்துக்கொள்ள பரந்து விரிந்து பறக்கின்றன அல்டிமேட் ப்ராண்டுகள்.

அல்டிமேட் ப்ராண்டுகள் வெறும் உருவமுள்ள பொருளாக இருந்தால் மட்டும் போதாது. அது உணர்வைத் தொடும் வகையில்

இருக்கவேண்டும். வாடிக்கையாளரின் உணர்ச்சியைத் தொடும் வகையில் ப்ராண்டின் ஒவ்வொரு அம்சமும் வடிவமைக்கப்பட வேண்டும்.

'தி இந்து' என்பது வெறும் கையில் பிடித்து உலகைத் தெரிந்து கொள்ளும் நியூஸ்பேப்பர் மட்டுமில்லையே. அது இருந்தால்தானே பொழுதே புலர்கிறது நமக்கு. அதைப் படித்தால்தானே படித்த திருப்தி இருக்கிறது நமக்கு. அது இல்லை என்றால் ஏதோ தூக்கம் கலையாத எஃபெக்ட்டோடு அல்லவா திரிகிறோம் அன்று முழுவதும். உணர்வைத் தொட்டு, உயிரோடு கலந்துவிட்டதால்தான் இந்து அல்டிமேட் ப்ராண்ட் என்ற அந்தஸ்த்தை அடைந்துவிட்டது. ஆழ்மனத்தில் அஸ்திவாரம் போட்டு அமர்ந்துவிட்டது. அமர்க்களமாக விற்றும் வருகிறது!

ஆர்டினரி ப்ராண்டுகள் அதன் பொருள் பிரிவில் பத்தோடு ஒன்றாக இருக்கும். ஆனால் அல்டிமேட் ப்ராண்டுகள் அதன் பொருள் பிரிவையே தனதாக்கிக்கொள்ளும். இதற்குச் சிறந்த உதாரணம் 'மீரா' சீயக்காய் ஷாம்பு. மீரா வெறும் பத்தோடு பதினொன்றாக சீயக்காய் ஷாம்பு மார்க்கெட்டுக்குள் நுழையாமல் அந்தப் பொருள் பிரிவையே தனதாக்கிக்கொண்டது. அதோடு சீயக்காய் ஷாம்பு என்றாலே மீராதான் மக்களின் ஞாபகத்துக்கு வரும் வகையில் மற்ற ப்ராண்டுகளை மறக்கடிக்கும் அளவுக்கு வளர்ந்து அல்டிமேட் ப்ராண்ட் அந்தஸ்த்தைப் பெற்றிருக்கிறது.

அல்டிமேட் ப்ராண்ட் ஏதோ ஸ்பெஷல் பாஸ் எடுத்து, கூட்டமில்லாமல் சாமி தரிசனம் செய்யும் சமாசாரம் இல்லை. பயபக்தியுடன் படைய லிட்டு, பக்குவமாகப் பராமரித்து, பார்த்துப் பார்த்து போஷாக்களித்து பாதுகாத்து வளர்க்கவேண்டிய செல்வம் இது. 'சர்ஃப்', 'கஃபோலா', 'ஸ்ப்லெண்டர்' போன்ற ப்ராண்டுகள் நேற்றுப் பெய்த மழையில் முளைத்த காளான்கள் அல்ல. காலாகாலத்துக்கும் நிற்கும் அளவுக்குப் பராமரித்து வளர்க்கப்பட்டிருக்கும் ஆலமரங்கள் இவை.

பெரிய டெக்னாலஜி, பெரிய பட்ஜெட், பெரிய கம்பெனியின் பின்புலம், பெரிய விளம்பர மேம்பாட்டுச் செயல்கள் ஆகியவற்றின் துணை இருந்தால்தான் அல்டிமேட் ப்ராண்டாக முடியும் என்பதில்லை. 'சிக்' ஷாம்பு கடலூரில் ஒரு கோடியில் சின்னதாக சாஷேவில் தொடங்கி இன்று இந்தியாவின் ஷாம்பு முன்னணி வரிசையில் மற்ற ப்ராண்டுகளுக்கு இணையாக நுரைத்துக்கொண்டு நிற்பதே இதற்குச் சாட்சி. இதேபோல்தான் 'வுட்வர்ட்ஸ் க்ரைப் வாட்டர்', 'விவேக்ஸ்' போன்ற ப்ராண்டுகளும்.

இன்னும் சொல்லப்போனால் அல்டிமேட் ப்ராண்டுகள் சிம்பிளானவை. சரியான பொசிஷனிங், தெளிவான பர்சனாலிடி, திறமையான

எலிமெண்ட்ஸ், கரெக்டான விளம்பர மேம்பாட்டுச் செயல்கள் இருந்தால் போதும். ப்ராண்ட் தனித்துவமாகத் தெரியும். அல்டிமேட் ப்ராண்ட் என்ற அந்தஸ்து அதுவாக வந்து சேரும்.

விற்கும் எந்தப் பொருளையும் ப்ராண்ட் ஆக்கலாம். இருக்கும் எந்த ப்ராண்டையும் அல்டிமேட் ப்ராண்ட் ஆக்கலாம். அது உங்கள் கையில் தான் இருக்கிறது.

14

ப்ராண்ட் கலாசாரத்தை வளர்க்கும் வழிகள்

ப்ராண்டின் ஆதியும் அந்தமும் வாடிக்கையாளர் மனத்தில் அதற்கு இருக்கும் ரெப்யூடேஷன்தான். 'அமேஸான்' கம்பெனியின் ஓனர் ஜெஃப் பெய்ஸோஸ் கூறுகிறார்: 'உங்கள் ப்ராண்ட் என்பது என்ன வெனில் ரூமிலிருந்து நீங்கள் வெளியேறியவுடன் வாடிக்கையாளர் அதைப் பற்றி என்ன சொல்கிறார் என்பதே'

ஒரு கம்பெனிக்கு பில்டிங், ஃபேக்டரி, மெஷின்கள் என்று எத்தனையோ சொத்துகள் இருக்கலாம். ஆனால் அந்த கம்பெனியின் பெரிய சொத்து அதன் ப்ராண்டுகள்தான். ப்ராண்டுகளால்தான் கம்பெனிக்கு மதிப்பு. எந்த கம்பெனிக்கும் காம்பெடிடிவ் அட்வாண்டேஜ் தருவது அதன் ப்ராண்டுகள்தான்.

நம்மில் பெரும்பாலானவர்கள் மெட்டீரியலிஸ்டிக் வாழ்க்கை வாழ்கிறோம். செய்யும் செயல்களுக்கு ஓர் அர்த்தம் இருப்பதுபோல், வாங்கும் பொருட்களுக்கும் நுகரும் சேவைகளுக்கும் அர்த்தம் கொடுக்க ஆசைப்படுகிறோம். வாங்கும் பொருட்களுக்கு வேல்யூ கொடுத்து, வாங்கும் நம்மைப் பற்றி உலகுக்குப் பறைசாற்றி, நுகரும் சேவைக்கு ஓர் அர்த்தம் கொடுக்கும் ப்ராண்டுகளே வெற்றி பெறும் காலம் இது.

அந்த அர்த்தத்தை வடிவமைப்பது எப்படி, அதை வாடிக்கை யாளர்களுக்குக் கொண்டுசேர்ப்பது எப்படி என்பதைத்தான் இந்தப் புத்தகத்தில் இதுவரை பார்த்தோம். வாடிக்கையாளர்களோடு இன்னொரு பிரிவினருக்கும் இந்த அர்த்தத்தை விளக்கி அவர்களுக்கும் நம் ப்ராண்டைப் புரியவைக்கும் பெரிய பொறுப்பு பாக்கி இருக்கிறது. இன்னும் சொல்லப்போனால் இந்தப் பிரிவுக்குத்தான் முதலில் ப்ராண்டைப் பற்றி நாம் தெளிவுபடுத்தவேண்டும். வாடிக்கை யாளர்கள்கூட இரண்டாம் பட்சம்தான்.

இத்தனைக்கும் அந்தப் பிரிவு, உங்கள் அருகிலேயே இருப்பவர்கள். உங்கள் ப்ராண்டை உருவாக்குபவர்கள். அதை வாடிக்கையாளர்களிடம்

கொண்டு சேர்ப்பவர்கள். அவர்கள்தான்... உங்கள் கம்பெனி ஊழியர்கள்!

வாடிக்கையாளர் இரண்டு ரகம். எக்ஸ்டர்னல் கஸ்டமர் மற்றும் இண்டர்னல் கஸ்டமர். இதுவரை நாம் பார்த்தது எக்ஸ்டர்னல் கஸ்டமரை. அதாவது நம் ப்ராண்டுகளை வாங்குபவரை. இண்டர்னல் கஸ்டர்மர் என்பவர் நம் கம்பெனியில் வேலை செய்பவர். கம்பெனி ஓனர் முதல் கடைநிலை ஊழியர் வரை அனைவரும் இண்டர்னல் கஸ்டமர்களே.

ப்ராண்டுக்கு பொசிஷனிங் செய்து, பர்சனாலிடி கொடுத்து, எலிமெண்ட்ஸ் டிசைன் செய்து அந்தக் கலவையை வாடிக்கை யாளர்களுக்கு அளிக்கிறோம். இதைத் திறம்பட அளிக்க, தெளிவாகத் தெரியவைக்க பேக்கேஜிங், விளம்பரங்கள், ஸ்பான்சர்ஷிப் என்று பல விற்பனை மேம்பாட்டுச் செயல்களைப் புரிகிறோம்.

இதெல்லாம் சரி. ப்ராண்டை இப்படி பொசிஷனிங் செய்திருப்பதால் இதுபோல் தயாரிக்கவேண்டும் என்று ப்ரொடக்ஷன் டிபார்ட் மெண்டுக்குத் தெரியவேண்டுமே. ப்ராண்ட் பர்சனாலிடியை இவ்வாறு வடிவமைத்திருப்பதால் இப்படி அதைப் பறைசாற்றவேண்டும் என்று விற்பனை பிரதிநிதிகளுக்குப் புரியவேண்டுமே. ப்ராண்டின் இன்னின்ன குணங்களை நிலைநிறுத்தப் போகிறோம் என்பதை வாடிக்கையாளர் சேவைப் பிரிவு அறியவேண்டுமே.

இதை அவர்களே வந்தா உங்களிடம் கேட்டுத் தெரிந்துகொள்ளப் போகிறார்கள்? நீங்கள்தான் நிர்வாகமாய் லட்சணமாய் அவர்களிடம் ப்ராண்டைப் பற்றிய முழுக் கதையையும் தெளிவாக்கவேண்டும். அதாவது எக்ஸ்டர்னல் கஸ்டமருக்கு ப்ராண்டைச் சொல்வதற்குமுன் அதை அவர்களிடம் எடுத்துச்செல்லப் போகிற இண்டர்னல் கஸ்டமர் களுக்கு அம்புக் குறியிட்டு பாகங்களை குறித்து விளக்கவேண்டும். இதற்கு இண்டர்னல் ப்ராண்டிங் என்று பெயர்.

இது எதோ ஒரு க்ளாஸ் எடுத்து முடிக்கும் லேசுப்பட்ட காரியம் அல்ல. உங்கள் ப்ராண்டை நீங்கள் வடிவமைத்தபடி வாடிக்கையாளர் புரிந்து கொள்ள பிரம்மப் பிரயத்தனப்படவேண்டும். வெற்றி பெற்ற கம்பெனிகள் இதை மிகவும் சீரியஸாக எடுத்துச் செய்கின்றன. அதனால் தான் வெற்றியே பெறுகின்றன.

உலகமெங்கும் காஃபி ஷாப் திறந்து சக்கைப்போடு போடும் 'ஸ்டார்பக்ஸ்' 2013-ம் ஆண்டு பிப்ரவரி மாதம் உலகமெங்கும் உள்ள தங்கள் ப்ராஞ்சுகளை இரண்டு மணி நேரத்துக்கு மூடி வைத்தது. ஒன்றல்ல இரண்டல்ல. உலகமெங்கும் ஸ்டார்பக்ஸ் ப்ராஞ்சுகளின் எண்ணிக்கை 7,100. அத்தனையும் இரண்டு மணி நேரம் மூடப்பட்டது.

ஸ்ட்ரைக்கோ இல்லை அமெரிக்க ஆயுத பூஜையோ அல்ல காரணங்கள். 7,100 ப்ராஞ்சுகளில் உள்ள ஆயிரக்கணக்கான பணியாளர்களுக்குப் பயிற்சி கொடுக்கவே அனைத்தும் மூடப்பட்டன. 'நாம் வெறும் காபியைக் கலந்து கப்பில் கொடுக்கும் தொழிலில் இல்லை. மக்களை மகிழ்விக்கும் சேவைத் தொழிலில் இருக்கிறோம். நம் வாடிக்கை யாளர்கள் நம்மிடம் வருவது உடம்புக்குக் காபி கொடுக்கும் உற்சாகத்தைப் பெறுவதற்கு மட்டுமல்ல. உள்ளத்துக்கு உத்வேகம் பெறவும்தான். அந்தச் சேவையைச் சரியாகச் செய்யவேண்டும்' என்ற எண்ணத்தில் ஸ்டார்பக்ஸின் நிர்வாகம் வாடிக்கையாகக் கொடுக்கும் பயிற்சியோடு மேலும் சில சிறப்புப் பாடங்களைக் கொடுக்கவே இந்த இரண்டு மணி நேர மூடல்.

ஸ்டார்பக்ஸ் ஊழியர்கள் தாங்கள் வேலை செய்யும் ப்ராண்ட் எத்தகையது, எதனால் வாடிக்கையாளர்கள் தங்களைத் தேடி வருகிறார்கள், எந்தக் காரணம் கொண்டு நாடி வருகிறார்கள் என்பதைத் தெளிவாகத் தெரிந்து வைத்திருக்கிறார்கள். தெரியப் படுத்தப்பட்டிருக்கிறார்கள் என்றே சொல்லவேண்டும்.

அமெரிக்கர்கள் சொல்வார்கள்: 'நான் அதிக நேரம் வாழும் இடம் என் வீடு. அதன் பின் ஆபீஸ். மூன்றாவது ஸ்டார்பக்ஸ்' என்று!

எப்பேர்ப்பட்ட பெருமை பாருங்கள் இது. எத்தகைய இடத்தில் ஒரு நாட்டு மக்கள் ஒரு சாதாரண காஃபி ஷாப் ப்ராண்டை வைத்திருக் கிறார்கள்! எக்ஸ்டர்னல் மற்றும் இண்டர்னல் ப்ராண்டிங் இரண்டும் இரண்டறக் கலந்து கலக்கிக் கொடுத்த வெற்றி இது!

இதைத்தான் மார்க்கெட்டிங் அறிஞர்கள் 'கஸ்டமர்கள் இரண்டாம் இடம்தான். எந்த நிர்வாகமும் முதலில் கவனிக்கவேண்டியது தங்கள் ஊழியர்களையே' என்கின்றனர். 'ரிட்ஸ் கார்ல்டன்' உலகமெங்கும் உள்ள புகழ்பெற்ற 5-ஸ்டார் ஹோட்டல். 5-ஸ்டார் ஹோட்டலுக்குப் பெரிய மனிதர்களும், பணக்காரர்களும், புகழ்பெற்றவர்களும் வருவார்கள். அவர்கள் தேவைகளைப் பூர்த்தி செய்வது எவ்வளவு முக்கியமோ அவ்வளவு முக்கியம் அந்த ஹோட்டல் ஊழியர்களுக்கு நேர்த்தியாகப் பயிற்சி அளித்து அவர்களை ஊக்கப்படுத்தி உத்வே கத்துடன் உழைக்க வைப்பது.

அதனாலேயே ரிட்ஸ் கார்ல்டன் தன் தாரக மந்திரமாக வைத்திருக்கும் வரிகள்: 'லேடீஸ் மற்றும் ஜெண்டில்மென்னுக்கு சேவை புரிகிறார்கள் எங்கள் லேடீஸ் மற்றும் ஜெண்டில்மென்'. (Ladies and gentlemen serving ladies and gentlemen.) எக்ஸ்டர்னல் மற்றும் இண்டர்னல் ப்ராண்டிங் இரண்டுமே முக்கியம் என்பதற்கு எவ்வளவு அழகான உதாரணம் பாருங்கள் இது!

இதேபோல்தான் வால்ட் டிஸ்னியும். உலகப்புகழ் பெற்ற 'டிஸ்னி வர்ல்ட்' மற்றும் 'டிஸ்னிலேண்ட்' ரிசார்ட்டுகள் மக்களை மகிழ்ச்சி வெள்ளத்தில் மூழ்கடித்து அவர்களை ஒரு மாயாஜால உலகுக்குக் கொண்டு செல்பவை என்று பொசிஷனிங் செய்யப்பட்டவை.

வெறுமனே இப்படி விளம்பரப்படுத்தினால் மட்டுமே போதாது, தங்கள் ரிசார்ட்டுக்கு வருபவர்களுக்கு இம்மி அளவுகூடக் குறையாத அனுபவத்தை அளிக்கவேண்டும் என்பதை உணர்ந்தது டிஸ்னி. அதை அளிக்கப்போகிறவர்கள் தங்கள் ஊழியர்களே என்பதையும் தெளிவாக உணர்ந்தது. இதற்கு இண்டர்னல் ப்ராண்டிங் தேவை என்பதைப் புரிந்துகொண்டு தங்கள் ஊழியர்களுக்குப் பயற்சி அளிக்க, 'டிஸ்னி யூனிவர்ஸிடி' என்ற ஒன்றையே தொடங்கியது. டிஸ்னியில் பணிபுரிய எப்பேர்ப்பட்ட குணங்கள் தேவை என்பதுமுதல் என்னென்ன பணிகள் புரியவேண்டும் என்பதுவரை இங்கு வகுப்புகள் எடுக்கப்படுகின்றன.

டிஸ்னியில் பணிபுரிய விண்ணப்பிப்பவர்களுக்கு முதலில் நடப்பது இண்டர்வ்யூ அல்ல. டிஸ்னியில் பணிபுரியும் முறைகள், புரிய வேண்டிய செயல்கள், தேவையான குணங்கள், அளிக்கவேண்டிய சேவைகள் போன்றவை ஒரு வீடியோ படமாக்கப்பட்டு அவர்களுக்குக் காண்பிக்கப்படுகிறது. 'இவற்றைத்தான் உங்களிடம் எதிர்பார்க் கிறோம், இவற்றைத்தான் நீங்கள் செய்யவேண்டும் என்று விரும்பு கிறோம். இந்தக் குணங்கள் உங்களிடம் உள்ளனவா, இதற்கு நீங்கள் தயாரா? டீலா, நோ டீலா' என்று கேட்கிறது டிஸ்னி.

நமக்கு இது தோதுப்பட்டு வரும் என்று நினைப்பவர்கள் மட்டுமே அடுத்த சுற்றுக்குச் செல்கிறார்கள். மற்றவர்கள் 'இந்தப் பொழப்பு நமக்கு ஒத்துவராது, அண்ணே வாசல் எந்தப் பக்கம்' என்று அவர் களாகவே கழண்டுகொள்கிறார்கள்.

தங்கள் கம்பெனியில் பணிபுரிய விண்ணப்பிப்பவர்களிடம் டிஸ்னி கவனிப்பது உழைப்பை அல்ல, உள்ளத்தை. டிஸ்னி, தங்கள் ப்ராண்டுக்கு என்று வரையறுத்துக்கொண்ட குணங்களைப் பிரதிபலிப் பவர்களை மட்டுமே தேர்வு செய்கிறது. ப்ராண்டிங் என்பது தங்கள் ஊழியர்களிடமிருந்துதான் தொடங்குகிறது என்பதை உறுதியாக நம்புகிறது டிஸ்னி.

டிஸ்னியில் சேரும் ஒவ்வொரு ஊழியருக்கும் - கம்பெனி சேர்மன் முதல் லிஃப்ட் ஆப்பரேட்டர் வரை - தரப்படும் பயிற்சியும் போதனை களும் மற்ற மார்க்கெட்டிங் கம்பெனிகளுக்குப் பாலபாடங்கள். எப்படி உடை அணியவேண்டும் என்பதுமுதல் நகத்தை எப்படி வெட்ட வேண்டும் என்பதுவரை, தலைமுடியை எப்படி வாரவேண்டும் என்பதுமுதல் வாடிக்கையாளருடன் எப்படிப் பேசுவது என்பதுவரை,

வருபவர்கள் கேட்கும் கேள்விகளுக்கு எப்படி விடையளிக்கவேண்டும் என்பதுமுதல் உடம்பின் அங்க அசைவுகளைக்கூட எப்படிக் கவனிக்க வேண்டும் என்பதுவரை ட்ரில் எடுக்கிறது டிஸ்னி.

அதோடு டிஸ்னி என்பது வெறும் ரிசார்ட் அல்ல, மாஜிக் அரங்கேறும் ஒரு நாடகமேடை என்று அது நிர்ணயித்திருக்கிறது. அதனாலேயே டிஸ்னி தன்னிடம் பணிபுரிபவர்களை ஊழியர்கள் என்று கூறுவதில்லை, அப்படி நடத்துவதும் இல்லை. அவர்களை 'நடிகர்கள்' என்றே அழைக்கிறது. அதுபோல் தங்கள் ரிசார்ட்டுகளுக்கு வருபவர்களை வாடிக்கையாளர்கள் என்று அழைப்பதில்லை; 'விருந்தாளிகள்' என்று அழைக்கிறது. வருபவர்களை உபசரித்து, பார்த்துப் பார்த்து கவனித்து அனுப்பவேண்டும் என்பதை இதைவிட ஒரு கம்பெனியால் தங்கள் ஊழியர்களுக்கு வேறு எப்படிச் சொல்ல முடியும்!

பல கம்பெனிகள் பார்க்கிங், செக்யூரிடி, சுத்தம் செய்வது போன்ற பணிகளைக் கவனிக்கும் பொறுப்பை அவுட்சோர்ஸிங் செய்கின்றன. வாடிக்கையாளர்களைக் கவனிக்கும் பொறுப்புள்ள இந்தப் பணிகளை மற்றவர்கள் தங்கள் ஊழியர்கள்போல் செய்ய மாட்டார்கள் என்று டிஸ்னி அந்த வேலைகளுக்கும் தங்கள் ஊழியர்களையே நியமிக்கிறது. மாயாஜாலப் பயணம் செய்ய வரும் வாடிக்கையாளர்களுக்கு ரிசார்ட் நுழைந்தது முதல் வெளியேறும் வரை மயக்கும் மாய அனுபவத்தை மட்டுமே அளிக்கவேண்டும் என்பதில் தெளிவாக இருக்கிறது டிஸ்னி. பிரத்யேகமாகப் பயிற்சி அளிக்கப்பட்டுள்ள தங்கள் ஊழியர்களால் மட்டுமே அது முடியும் என்பதிலும் தெளிவாக இருக்கிறது டிஸ்னி.

டிஸ்னி ரிசார்ட் சொர்க்க பூமி என்பதால் அதில் எங்கும் குப்பை கூளத்தைப் பார்க்கவே முடியாது. துப்புறவுக்கு ஆட்கள் அவ்வளவு உண்டா என்றால் அதுதான் இல்லை. டிஸ்னியில் பணி புரிபவர்கள் - கம்பெனி சேர்மன் முதற்கொண்டு, ரிசார்ட்டுகளில் குப்பையைப் பார்த்தால் தாங்களே எடுத்து அதை அருகில் உள்ள குப்பைத் தொட்டியில் போடக் கற்றுக்கொண்டிருக்கிறார்கள். குப்பையை எப்படி லாகவமாக, நளினத்துடன் எடுக்கவேண்டும், அதை எப்படி அழகாகக் குப்பைத்தொட்டியில் போடவேண்டும் என்று ஸ்பெஷல் பயிற்சி அளிக்கப்படுகிறது என்றால் பார்த்துக்கொள்ளுங்கள்!

டிஸ்னி ரிசார்ட் ஏதோ நம்மூர் தமுக்கம் மைதானம், மிஞ்சிப் போனால் ஆர்ட்ஸ் காலேஜ் க்ரவுண்ட்போல் இருக்கும் என்று நினைத்து விடாதீர்கள். நம்மூரில் பாதி பேரை அங்கு குடி வைத்துவிடலாம். அத்தனை பரப்பளவு. முழுவதும் ரைடுகள், பூங்காக்கள், மைதானங்கள் என்ற பரந்து விரிந்த கனவுலகம் அது. அங்கு செல்பவர்கள் அனைவருமே அடுத்து எங்கு செல்வது என்று தொலைந்துபோவது சர்வ சாதாரண நிகழ்வு.

வருபவர்கள் 'அடுத்து எங்கு செல்வது', 'இதோ இந்த இடத்துக்கு எப்படிப் போவது', 'அதோ அது என்ன' என்று ஊழியர்களைக் கேள்விகள் கேட்டுத் துளைத்தெடுப்பார்கள். டிஸ்னி அளிக்கும் பயிற்சியில் முக்கியமானது, 'எனக்குத் தெரியாது, அதோ அவரைக் கேளுங்கள்' என்பன போன்ற பதில்களைக் கூறக்கூடாது என்பதுதான். என்ன கேள்வி கேட்கப்பட்டாலும், அதற்கான பதில் தெரியவில்லை என்றாலும் உடனே ஆபீஃஸுக்கு ஃபோன் செய்தாவது பதிலைப் பெற்று கேட்டவர்களுக்குப் பதில் சொல்லி, முடிந்தால் அவர்கள் போகவேண்டிய இடத்துக்கே அழைத்துச் சென்று விடவேண்டும் என்பதுதான் அவர்களுக்கு அளிக்கப்பட்டுள்ள பயிற்சி.

அது மட்டுமல்ல. யாராவது டிஸ்னி ஊழியர்களிடம் வழி கேட்டால் அவர்களுக்கு ஒரு விரலைக் கொண்டு வழி காட்டக்கூடாது, இரண்டு விரல்களை கொண்டு காட்டி வழி சொல்லவேண்டும் என்றும் பயிற்சி அளிக்கப்படுகிறது. எதனால் இது?

டிஸ்னிக்குப் பல நாடுகளிலிருந்தும் பல கலாசாரங்களிலிருந்தும் மக்கள் குடும்பத்துடனும் நண்பர்களுடனும் வருகிறார்கள். சில நாட்டுக் கலாசார வழக்கப்படி ஒரு விரலைக் காட்டிப் பேசுவது என்பது அநாகரிகமானது, அவமதிப்பது போன்றது. இதை உணர்ந்த டிஸ்னி அப்படி யாரும் நினைத்துவிடக்கூடாது என்பதற்காகவே இரண்டு விரல்களைக் காட்டச் சொல்லி பயிற்சியளிக்கிறது. எப்பேர்ப்பட்ட தொலைநோக்குப் பார்வை பாருங்கள்.

சுருக்கமாகச் சொன்னால் டிஸ்னி யூனிவர்ஸிடியில் போதிக்கப்படும் இண்டர்னல் ப்ராண்டிங்கின் நான்கு பிரதான விதிகள் இவைதான்:

- நான் எப்போதும் கலகலவென்று பாசிடிவான இமேஜையும் சுறுசுறுப்பையும் மட்டுமே காட்டுவேன்.
- நான் டிஸ்னிக்கு வரும் விருந்தாளிகளுக்கு, குழந்தைகள் உட்பட, எப்போதும் பணிவுடனும், மரியாதையுடனும் சிரித்த முகத்துடனும் சேவை புரிவேன்.
- நான் டிஸ்னி என்னும் நாடகமேடையில் நடிக்கும் நடிகன் என்பதை உணர்ந்து என் பகுதியை, என் பாத்திரத்தை மக்களை மகிழ்ச்சிப்படுத்தும் விதத்தில் திறம்படச் செய்து காட்டுவேன்.
- எனக்கு அளிக்கப்படும் பணிகளையும் தாண்டி ஒரு படி மேலே சென்று வரும் விருந்தாளிகளுக்கு அளவில்லா மகிழ்ச்சியை அளிப்பேன்.

இப்போது புரிகிறதா டிஸ்னியின் மாயாஜாலத்தை. 1955-ம் ஆண்டு தொடங்கப்பட்ட அதன் ரிசார்ட்டுகள் இன்றும் உலகின் தலைசிறந்த

சுற்றுலாத் தளங்களாக உள்ளன. வாழ்க்கையில் ஒரு முறையாவது டிஸ்னி ரிசார்ட்டுக்குச் சென்று வரவேண்டும் என்று உலக மக்களும் அவர்கள் குழந்தைகளும் ஏங்குகிறார்கள்.

வெறும் விளம்பரங்களும் விற்பனை மேம்பாட்டுச் செயல்கள் போன்ற எக்ஸ்டர்னல் ப்ராண்டிங்கும் மட்டுமே தந்த வெற்றி அல்ல இது. ப்ராண்டைத் தெளிவாக பொசிஷனிங் செய்து, அதன் பர்சனாலிடியைத் திறமையாக வரையறுத்து, எலிமெண்ட்ஸை அதற்கு ஏற்ப வடிவமைத்து இவை அனைத்தையும் தங்கள் ப்ராண்ட் வாடிக்கை யாளரைத் தொடும் ஒவ்வோர் இடத்திலும், ஒவ்வொரு விதத்திலும் அவர்களுக்கு முழுமையாக அளிக்க கம்பெனி ஊழியர்களுக்கு இண்டர்னல் ப்ராண்டிங் செய்து, அதன்மூலம் பெறப்பட்ட பிரம்மாண்ட வெற்றி இது.

ஒவ்வொரு முறையும் குழந்தைகளோடு டிஸ்னி கார்டூன்களைப் பார்த்தாலோ, டிஸ்னி ரிசார்ட்டுகளுக்குச் சென்றாலோ இண்டர்னல் ப்ராண்டிங்கின் மகத்துவத்தை, முக்கியத்துவத்தை, அதற்குக் கொடுக்க வேண்டிய மரியாதையை உணர்வீர்கள்!

இண்டர்னல் ப்ராண்டிங் என்பது டிஸ்னி போன்ற கம்பெனி களுக்குத்தான் பொருந்தும் என்று தப்புக் கணக்கு போட்டுத் தொலைக் காதீர்கள். ப்ராண்ட் என்று ஒன்றை விற்றால், விற்கும் கம்பெனியில் ஒருவரேனும் வேலை செய்தால், அது நீங்கள் மட்டுமே என்றாலும்கூட இண்டர்னல் ப்ராண்டிங் என்பது அத்தியாவசியம். அநியாயத்துக்கு அவசரமும்கூட.

'உங்கள் பிரச்சனைகள் உடனுக்குடன் தீர்க்கப்படும், எங்களிடம் வாருங்கள்' என்று ஒரு பேங்க் விளம்பரம் செய்து அந்த பேங்கை ஃபோனில் கூப்பிடும்போது எடுக்க ஆள் இல்லாமல் ஃபோன் அடித்துக்கொண்டே இருந்தால் எந்த வாடிக்கையாளராவது அதன்பின் அந்த பேங்கின் விளம்பரத்தை நம்புவாரா?

ஆக, அந்த பேங்க் விளம்பரம் கொடுக்கும் முன்னரேயே தங்கள் ஊழியர்களிடம், 'அய்யா மகராசர்களே, சிறந்த, பணிவான, விரை வான சேவையை அளிப்பதே நம் பேங்க்கின் குறிக்கோள்; நம் பொசி ஷனிங்கும்கூட' என்று தெளிவாக விளக்கி வாடிக்கையாளர்களுக்கு அதைச் செவ்வனே அளிக்க என்னென்ன தேவையோ அந்தப் பயிற்சி களை அளிக்கவேண்டுமா இல்லையா?

பல கம்பெனிகள் இதுபோன்ற பயிற்சி வகுப்புகளை ஆடிக்கு ஒரு முறை, அமாவாசைக்கு ஒரு முறை நடத்தி 'ஆஹா நடத்திவிட்டோம்' என்று கணக்குக் காட்டுகின்றன. இப்படிச் செய்தால் பெருகி வரும் போட்டி உலகில் இது போன்ற கம்பெனிகளின் கணக்கு முடிந்துவிடும்!

ஒரு முறை மட்டும் செய்வதல்ல இண்டர்னல் ப்ராண்டிங். ஒவ்வொரு முறையும் செய்யவேண்டும். ஓய்வின்றிச் செய்யவேண்டும். ஓயாமல் செய்யவேண்டும்.

கலக்கும் வெற்றிக்கு எக்ஸ்டர்னல் ப்ராண்டிங்கோடு இண்டர்னல் ப்ராண்டிங்கும் அவசியம். அதன் அருமையை உணருங்கள். ப்ராண்டிங்கை உங்கள் ஃபேக்டரியிலிருந்து தொடங்குங்கள். மார்க்கெட்டிங்கை உங்கள் ஆபீஸ் ஸ்டாஃபிலிருந்து ஆரம்பியுங்கள். உத்திகளை உங்கள் ஊழியர்களோடு சேர்ந்து உருவாக்குங்கள். ஊதுவத்தி நறுமணம்போல ப்ராண்ட் கலாசாரத்தை உங்கள் கம்பெனி முழுவதும் பரவ விடுங்கள்.

15

ப்ராண்டுகளின் வருங்காலம்

ஒரு காலத்தில் அண்ணாச்சி கடைக்கு சாமான் வாங்கக் கையை வீசிக் கொண்டு செல்ல முடியாது இருந்தது. எண்ணெய் வாங்க பழைய ஹார்லிக்ஸ் பாட்டிலை எடுத்துச் செல்லவேண்டியிருந்தது. எவ்வளவு வேண்டுமோ அதை டின்னிலிருந்து எடுத்து ஊற்றிக் கொடுத்தார் அண்ணாச்சி. அரிசி, பருப்பை ஒலிம்பிக் டார்ச் போல் பேப்பரைச் சுற்றிக் கட்டிக் கொடுத்தார். காசு இல்லை என்றாலும் கவலையில்லை. கணக்கில் எழுதிக்கொள்வார். அண்ணாச்சி நம் வீட்டு கல்யாணத்துக்கே வந்தவர் ஆயிற்றே. சாமான் வாங்கிய கையோடு அவரோடு கொஞ்சம் பேசிவிட்டும் வரலாம்.

அந்தக் காலம் மலையேறிவிட்டது. பொருட்களுக்கு விலையேறி விட்டது. அண்ணாச்சி கடையும் மாறிவிட்டது. இன்று டிபார்ட் மெண்ட் ஸ்டோர் வந்துவிட்டது. எல்லாப் பொருட்களும் பாக்கெட்டு களில். எண்ணெய் உட்பட. வாங்கிய சாமான்களைச் சுமந்து செல்லும் ப்ளாஸ்டிக் பையைக்கூட விலை கொடுத்து வாங்கவேண்டியிருக்கிறது.

கடையின் ஓனர் யார் என்று தெரிவதில்லை. எதோ கம்பெனியாம். விசேஷம் என்றால் யாருக்கு அழைப்பு வைப்பது? தெரியாதவர் கடை என்பதால் கையில் காசோடுதான் செல்லவேண்டும். 'கணக்கில் எழுதிக்குங்க' என்று கிளம்பினால் நம் கணக்கை முடித்துவிடுவார்கள். காலம் மாறித்தான் விட்டது.

ப்ரைவேட் லேபிள்ஸ் (Private Labels)

இது ப்ராண்ட் யுகம். ப்ராண்டுகளே நம் முகம். ப்ராண்டுகளிலும் பிறந்துவிட்டது பல ரகம். எடுத்துக்காட்டாக, 'பிக் பஜார்' என்பது ஒரு ப்ராண்ட். அந்த ப்ராண்டில் நம் சீப்பு, சோப்பு, கண்ணாடி ப்ராண்டுகளை அடுக்கி வைத்து விற்கிறோம். அதே கடையில் நம் போட்டி யாளர்களும் அவர்கள் ப்ராண்டுகளை அடுக்கி வைத்து விற்கிறார்கள்.

இதுவரை எல்லாம் ஓகே. ஆனால் இன்று பிக் பஜாரே நம் போட்டியாளர் ஆகிவிட்டது. எப்படி?

தானே சில பொருட்களைத் தயாரிப்பாளர்களிடமிருந்து வாங்கி பிக் பஜார் அதை புதிய ப்ராண்டாக்கித் தன் கடைகளில் வைத்து விற்கிறது. இதற்கு 'ப்ரைவேட் லேபிள்ஸ்' என்று பெயர். 'ஸ்டோர் ப்ராண்ட்ஸ்' என்றும் இதை அழைக்கிறார்கள். எடுத்துக்காட்டாக, பிஸ்கெட் வகையறாக்களில் 'பிரிட்டானியா', 'பார்லே', 'சன்ஃபீஸ்ட்' போன்ற ப்ராண்டுகளைத்தான் பார்த்து வந்திருக்கிறோம். ஆனால் பிக் பஜாரில் 'டேஸ்டி ட்ரீட்' என்ற பிஸ்கெட் ப்ராண்டைப் பார்ப்பீர்கள். அதை விற்பது சாட்சாத் பிக் பஜாரேதான். வெளித் தயாரிப்பாளர்களிடமிருந்து பிஸ்கெட்டுகளை வாங்கி அதை ப்ராண்டாக்கி, பயன்களைக் கொடுத்து, பேக்கேஜிங் செய்து, பெயரும் கொடுத்து தங்கள் கடைகளி லேயே விற்கிறது பிக் பஜார்.

இந்த ப்ராண்டுக்கு விற்பனை மற்றும் விநியோகச் செலவுகள் கிடையாது. விளம்பரச் செலவுகள் கிடையாது. விற்பனை மேம் பாட்டுச் செயல்கள் கிடையாது. அதனால் விலையைக் குறைத்து விற்க முடிகிறது. இந்த பிஸ்கெட்டுகளை வாடிக்கையாளர்கள் கண்களில் பளிச்சென்று தெரியும்படித் தங்கள் கடைகளில் அடுக்கி வைக்கிறது பிக் பஜார். அதன் விற்பனையும் பளீரென்று பிரகாசிக்கிறது.

பிரிட்டானியா, பார்லே, சன்ஃபீஸ்ட் போன்றவை இதுவரை தங்களுக்குள் மட்டுமே அடித்துக்கொண்டும் கடித்துக்கொண்டும் வந்தன. இனி டேஸ்டி ட்ரீட்டையும் போட்டியாளராகப் பாவித்துத் தங்களைப் பாதுகாத்துக்கொள்ளவேண்டிய கட்டாயத்தில் உள்ளன. இதில் தமாஷ் என்னவென்றால் பிரிட்டானியா, பார்லே, சன்ஃபீஸ்ட் கம்பெனிகளுக்கு பிக் என்பது ஒரு பக்கம் பஜார், இன்னொரு பக்கம் அதுவே பேஜார்!

ப்ரைவேட் லேபிள்கள் எல்லாம் வெறும் பிஸ்கோத்து மேட்டர் என்று அசால்ட்டாக எண்ணாதீர்கள். இன்று ப்ரைவேட் லேபிள்களை எல்லாப் பொருள் பிரிவுகளிலும் பார்க்கலாம். ஆட்டாவிலிருந்து அயர்ன் பாக்ஸ் வரை, வாட்டர் பாட்டில் முதல் வாஷிங் மெஷின் வரை பல பொருள்வகைகளில் ப்ரைவேட் லேபிள்களின் ஆதிக்கம் வளர்ந்து பெரிய ப்ராண்டுகளுக்குத் தலைவலியாகத் தொடங்கி இன்று திருகுவலியாகத் திகழ்கிறது.

கார்ப்பரேட் ப்ராண்ட்ஸ் (Corporate Brands)

மாறி வரும் உலகில், பெருகி வரும் போட்டிகளுக்கு மத்தியில், ப்ராண்டுகளை மட்டுமே கவனிப்பது போதாத ஒன்றாகிவிடும். கம்பெனிகளையும் பொசிஷனிங் செய்து அவற்றையும் ப்ராண்டாகப்

பாவிப்பது அவசியமாகிவிடும். இதற்கு 'கார்ப்பரேட் ப்ராண்டிங்' என்று பெயர். இப்போதே பல கம்பெனிகள், தங்களின் ப்ராண்டு களோடு தங்களையும் சேர்த்து மார்க்கெட்டிங் செய்வதை நீங்கள் பார்த் திருக்கலாம். வருங்காலத்தில் இதுவும் பெரிய அளவில் முக்கியமாக கருதப்படும்.

பல காலமாக 'நெஸ்லே' தங்களை 'ஃபுட்ஸ் கம்பெனி' என்று வரையறுத்து ப்ராண்டுகளோடு தங்களையும் சேர்த்து ப்ரமோட் செய்கிறது. சில வருடங்களுக்குமுன் 'ஃபிலிப்ஸ்' தங்கள் கம்பெனியை ப்ரமோட் செய்யும் விதமாக 'லெட்ஸ் மேக் திங்க்ஸ் பெட்டர்' என்ற பேஸ்லைனுடன் விளம்பரப்படுத்தியது நினைவிருக்கலாம். 'காட்ரேஜ்' ஹிந்தி நடிகர் அமீர் கான் கொண்டு மாறி வரும் காட்ரேஜ், புதிய பொருட்களை அறிமுகப்படுத்தும் காட்ரேஜ், புதுமைகளைப் புகுத்தும் காட்ரேஜ் என்று விளம்பரப்படுத்தியதும் இதே கார்ப்பரேட் ப்ராண்டிங் சமாசாரம்தான்.

ஆன்லைன் ப்ராண்டுகள் **(Online Brands)**

மாறி வரும் ப்ராண்ட் உலகின் அடுத்த கட்டம் ஆன்லைன் ப்ராண்டுகள். ரயில் டிக்கெட்டில் ஆரம்பித்த ஆன்லைன் சிறு துளி, புத்தகம், துணிமணி என்று தூரலாக வளர்ந்து, எலக்ட்ரானிக் சாமான், செல்ஃபோன் என்று கன மழையாக மாறி இன்று காயகல்ப மாத்திரை, ஆணுறை, பலான சமாசாரம் என்று பலத்த சூறாவளியாகத் தெருவோரக் கடை களை அடித்துக்கொண்டுபோகும் அளவுக்கு வளர்ந்துவிட்டது.

இதன் தாக்கம் கூடப்போகிறதே ஒழிய குறையப் போவதில்லை. இதைக் குறைத்து மதிப்பிட்டால் மதிப்பிழந்து போகவேண்டியதுதான். ஆஃப்லைன் ப்ராண்டுகள் - அதாவது கடையிலும், தெருவிலும், வீடுவீடாக விற்கும் ப்ராண்டுகள் - இந்த ஆன்லைன் பிசாசின் கோரப் பிடியிலிருந்து தப்பிக்கும் வழியை இப்போதே சிந்திக்கத் தொடங்கினால் தேவலை. இல்லையேல் திரும்பிப் பார்ப்பதற்குள் ஆன்லைன் பிசாசு இவற்றுக்கு வேப்பிலை அடித்து மந்திரித்து, தாயத்தும் கட்டிவிடும்.

நிலையில்லாத ப்ராண்ட் உலகம்

ப்ராண்ட் விற்பனை சாஸ்வதம் இல்லாதது என்பதையும் புரிந்து கொள்ளுங்கள். நேற்று கலக்கிய ப்ராண்டுகள் இன்று கலங்கிப் போயிருக்கின்றன. நாளை காணாமல்கூடப் போய்விடும். அன்று விற்பனையில் மலைக்க வைத்த ப்ராண்டுகள்மீது இன்று மலர் வளையம் வைக்கப்பட்டுவிட்டன. முன்னொரு காலத்தில் நம்பர் ஒன் ஸ்தானத்தில் இருந்த ப்ராண்டுகள் இன்று எத்தைத் தின்றால் பித்தம் தெளியும் என்று தேடிக் கொண்டிருக்கின்றன.

ஓஹோ என்றிருந்த 'ஓவல்டின்' என்ற ப்ராண்ட் ஓரம் கட்டப்பட்டு ஒரிரு மாமாங்கம் ஆகிவிட்டது. 'டொரினோ', 'பவண்டோ' போன்ற ப்ராண்டுகளின் விற்பனை சுத்தமாக ஸ்ட்ரா போட்டு உறிஞ்சப்பட்டு விட்டது. 'மெடிமிக்ஸ்'சின் விற்பனை வெடி வைத்துத் தகர்க்கப்பட்டு விட்டது. 'அம்பாஸடர்', 'ஃபியட் பத்மினி' கார்களைத் தரிசிக்க பழைய சினிமா படங்களைத்தான் இனி பார்க்கவேண்டும்.

இன்றுள்ள நம்பர் ஒன் ப்ராண்டுகள் இதை மனத்தில் வைத்துக்கொண்டு செயல்பட்டால் அவற்றின் நலத்துக்கு நல்லது. நம்பர் ஒன் என்பது ப்ராண்ட் உலகில் சாஸ்வதமில்லாத ஒன்று. ஃப்யூச்சர் நிலையானது. ஆனால் உங்கள் ப்ராண்டுகளின் ஃப்யூச்சர் நிலையற்றது. நித்ய கண்ட கேஸ். வருங்காலத்தில் ப்ராண்டுகள் நிச்சயமாக உண்டு. ப்ராண்டு களுக்கு வருங்காலம் என்பது நிச்சயமில்லாதது.

உங்கள் ப்ராண்டுகள் வருங்காலத்தில் தோற்றுப் போகும் என்று சொல்லவில்லை. நிச்சயமில்லாத ப்ராண்ட் வருங்காலம்தான் நம் முன்னே தெரிகிறது என்னும் உண்மையை உன்னிப்பாக உணர்ந்து, உறங்காமல், உஷாராக, உத்வேகத்துடன் உழைத்துக்கொண்டிருங்கள் என்றுதான் உரைக்கிறேன்.

ப்ராண்டிங்கின் அடுத்த ஆட்டம் ஆரம்பிக்கப்போகிறது. ஆசுவாசப் பட்டுக் கொண்டிருக்காதீர்கள். டைம் அவுட் கேட்டு அக்கடா என்று உட்கார இது ஒன்றும் பாஸ்கெட்பால் விளையாட்டல்ல. ட்ரிங்க்ஸ் ப்ரேக் என்று அம்பயர் சொன்னவுடன் 'ஸ்ஸ்ஸ் அப்பாடா' என்று கால் நீட்டி அமர இது கிரிக்கெட்டும் அல்ல. மணி அடித்தவுடன் ரவுண்ட் முடிந்தது என்று அமர்ந்து துணியால் முகத்தைத் துடைத்துக்கொள்ள இது பாக்ஸிங் ரிங்கும் அல்ல.

ப்ராண்டிங் ஒரு மாரத்தான் ரேஸ். முடிவே இல்லாத மாரத்தான் ரேஸ். எண்ட் பாயிண்ட் இல்லாத, பெண்டை நிமித்தும் ஓய்வில்லாத ஓட்டம்.

ஓடுங்கள், ஓடுங்கள், ப்ராண்டிங்கின் ஓரத்துக்கே ஓடுங்கள். தெளிவாகத் தேவையைப் புரிந்து, பதமாக ப்ராண்டை உருவாக்கி, திறமையாக மார்க்கெட்டிங் செய்து, ஓயாமல் ஓடுங்கள். உங்கள் பின்னால் மட்டுமே எப்போதும் துரத்தி வரும்... போட்டியாளர்கள் மட்டுமல்ல. வெற்றியும்தான்!

ப்ராண்டிங் என்பது ஒரு முடிவில்லாப் பயணம். அது தரும் அளவில்லா வெற்றி. பார்த்துப் பயணம் செய்யுங்கள். பரபரப்புடன் செயல் படுங்கள். பட்டையைக் கிளப்புங்கள்!
